ही इतकी प्रेरणादायी आणि काल्पनिक साहसकथा आहे की, सध्या मला असले दुसरे पुस्तक क्वचितच आढळते. आजच्या वर्तमान मुद्द्यांकडे काल्पनिकतेने बघायला या पुस्तकाने मला उद्युक्त केले. त्यामुळे मी कोणत्याही परिस्थितीला अत्यंत योग्य दृष्टिकोन घेऊन सामोरा जाऊ शकेन.

– ऐदा अब्दुल रहिम
विद्यार्थी, वय १५ वर्षे

जमिलच्या साहसकथा 'प्रचलित जगापेक्षा दुसरे जग' या संकल्पनेतील साहसकथा आहेत. ९ ते १५ वर्षे वयाच्या वाचकांसाठी हे पुस्तक रचलेले वाटते. सातत्याने प्रवाही असणारी गोष्ट आणि चांगले वर्णन या पुस्तकाच्या जमेच्या बाजू आहेत. ही कथा विविधांगी समाजातील, सर्व प्रकारच्या लोकांचा आदर करते. यातील फँटसी वास्तवात एकजीव झाल्याने तरुण लोकांपर्यंत ती सहजपणे पोहोचते. यातून खूप चांगला कॉम्प्यूटर गेम निर्माण होऊ शकतो.

– जेफ्री स्मिथ
मुख्य शिक्षक, ॲन्सन प्राथमिक शाळा, लंडन, यूके

जमिनीच्या साहसकथा

मूळ लेखक

मोहम्मद उमर

अनुवाद

केदार जोशी

मेहता पब्लिशिंग हाऊस

Please contact us at **Mehta Publishing House,** 1941, Madiwale Colony, Sadashiv Peth, Pune 411030.

✆ +91 020-24476924 / 24460313

Email : info@mehtapublishinghouse.com
production@mehtapublishinghouse.com
sales@mehtapublishinghouse.com

Website : www.mehtapublishinghouse.com

◆ *या पुस्तकातील लेखकाची मते, घटना, वर्णने ही त्या लेखकाची असून त्याच्याशी प्रकाशक सहमत असतीलच असे नाही.*

THE ADVENTURES OF JAMIL by MOHAMMED UMAR

First Published in the United Kingdom in 2012 by Salaam Books London.

Translated into Marathi Language by Kedar Joshi

जमिलच्या साहसकथा / अनुवादित साहसकथा

अनुवाद : केदार जोशी
फ्लॅट नं.६०७, बी विंग, ब्लु स्प्रिंग बिल्डिंग, टेल्को कॉलनी जवळ, दत्तनगर, कात्रज, पुणे – ४११ ०४६

मराठी अनुवादाचे व प्रकाशनाचे हक्क मेहता पब्लिशिंग हाऊस, पुणे.

प्रकाशक : सुनील अनिल मेहता, मेहता पब्लिशिंग हाऊस, १९४१, सदाशिव पेठ, माडीवाले कॉलनी, पुणे – ४११०३०.

अक्षरजुळणी : इफेक्ट्स, २१/६ब, आयडिअल कॉलनी, कोथरूड, पुणे – ४११०३८

मुद्रक : स्पेक्ट्रम ऑफसेट, डी२/४ सत्यम इस्टेट, सीडीएसएसच्या मागे, एरंडवणे, पुणे – ४११००४.

मुखपृष्ठ : फाल्गुन ग्राफिक्स

प्रथमावृत्ती : सप्टेंबर, २०१४

किंमत : ₹ २००/-

ISBN 978-81-8498-560-3

माझी पैगंबरवासी आई हलिमा हीस, तिने केलेल्या सगळ्यासाठी

'निर्भय साहसवीर उत्कृष्टरीत्या यशस्वी होत असतो.'
ओव्हिड

लेखकाचे मनोगत

ही गोष्ट लिहिण्यासाठी रचलेली नव्हती. या गोष्टीच्या सुचण्यामागे एक साधीशी कल्पना होती. एप्रिल, २००४मध्ये मी माझी मुलगी नफिसा हिला अंथरुणावर पडल्या पडल्या लगेच संपणारी एक गोष्ट सांगितली. त्यामध्ये एक मुलगा पर्वतावरून खाली दरीतल्या प्रदेशात उतरण्याचे स्वप्न पूर्ण करतो. लहान मुलासाठी असलेली ही एक साधी साहसकथा होती. दुसऱ्या दिवशी नफिसाने ही गोष्ट लक्षात ठेवून पुढे त्या मुलाचे काय होते, याची विचारणा केली. माझ्यासाठी हे अनपेक्षित होतं. मला जबरदस्तीने ती गोष्ट पुढे सुरू ठेवणे भाग पडले, कारण तिच्या भावांनी – सलीम व करीम यांनीही या गोष्टीत रस घ्यायला सुरुवात केली. तिघांच्या सक्रिय सहभागामुळे ही गोष्ट विकसित होऊ लागली आणि त्या मुलाचे नाव 'जमिल' ठेवण्यात आले. जेव्हा या गोष्टीने निश्चित आकार घेतला, तेव्हा मुलांनी मला ही गोष्ट लिहून काढून छापण्यासाठी प्रोत्साहन दिले.

मी या गोष्टीविषयी जितका अधिक विचार करू लागलो, तितक्या जास्त कल्पना मला सुचू लागल्या. एक नवीन अद्‌भुत विश्व माझ्या मन:पटलावर उमटू लागले. पात्रे, स्थळे आणि प्रसंग आपोआप सुचत गेले आणि त्यांनीच या उत्क्रांत होणाऱ्या गोष्टीचे स्वरूप निश्चित केले. मी २००४मध्ये तयार केलेली गोष्ट, फेब्रुवारी २०१०मध्ये लिहिताना त्यात भिन्नता येणे अटळच होते. माझ्या मुलांप्रमाणेच ही गोष्ट लहान मुलांसाठीच्या गोष्टीपासून कुमारांच्या गोष्टीएवढी वाढली.

मी मुद्दाम माझ्या गोष्टीची रचना अशी केली आहे की, ती शेवटापाशी सुरू होईल, शेवटापर्यंत जाईल, नंतर प्रारंभीच्या स्थितीत येईल आणि नंतर तिच्या मध्यापर्यंत जाईल. नंतर ती पुन्हा शेवटाकडे जाईल; जो खरा शेवट नसून प्रारंभाकडे येणारा आहे, जो प्रारंभ खरंतर शेवटाच्या जवळ जाणारा आहे. गोष्टीत येणारी स्थळे जसे की, तातासी द्विपकल्प, पाशिया राज्य किंवा मोत्यांचे बेट मला अजिबात माहीत नाहीत. या गोष्टीतील सर्व नामे, स्थळे आणि प्रसंग संपूर्णत: काल्पनिक आहेत. त्यामुळे जीवित किंवा मृत व्यक्ती, स्थळे, भूतकाळातील, वर्तमानकाळातील किंवा भविष्यातील प्रसंग इत्यादीशी आढळणारे साम्य म्हणजे केवळ योगायोगच असेल. नफिसा, करीम आणि सलीम यांनी दिलेल्या प्रेरणेबद्दल त्यांचे आभार. मी बर्थे वान मॅन्सव्हेल्ट आणि फ्रिझो वान मॅन्सव्हेल्ट यांचे आभार मानतो. कारण त्यांनीच माझ्या विकासास प्रेरणा देणारे परिपूर्ण वातावरण उपलब्ध करून दिले.

ऑगस्ट, २०११

चॅलेट मारिसा, ग्रियोन, स्वित्झर्लंड

अनुक्रम

परत मोत्यांच्या बेटाकडे

सूर्य मावळतीकडे झुकू लागला होता. साऱ्या मोत्यांच्या बेटावर सूर्याने तांबड्या रंगाची पखरण घातली होती. त्याच वेळी मासा आंतरराष्ट्रीय विमानतळावर एक विमान उतरले.

जमिल खिडकीशेजारच्या आसनावर बसून उत्सुकतेने बाहेर पाहत होता. त्याच्या मनात अनेक विचार घोंघावू लागले. 'आता ते बेट कसे दिसत असेल? एवढ्या मोठ्या कालावधीनंतर मला तिथल्या थोड्याफार खुणा ओळखीच्या वाटतील की नाही? माझे नातेवाईक आणि मित्र मला भेटतील का?' अशी प्रश्नमालिका त्याला सतावू लागली. जमिलनं खिडकीतून पाहिलं. आकाशात काही ढगांचे ठिपके दिसत होते आणि दूरवर सूर्यास्त होत होता.

"प्रवाशांनी उतरण्यास सज्ज व्हावे," वैमानिकाच्या आवाजाने जमिलच्या विचारांची तार तुटली.

जमिलनं एक दीर्घ सुस्कारा टाकला. त्याला आता कळून चुकले की, काही क्षणातच तो आपल्या मातृभूमीवर पाऊल ठेवणार आहे! त्याने तब्बल एकोणीस वर्षांपूर्वी सोनेरी किल्ली शोधण्यासाठी आपल्या मातृभूमीचा निरोप घेतला होता.

"सरतेशेवटी घरी आलो; तेही किल्ली घेऊन!" शेजारी बसलेली हस्क कुजबुजली. तिला हे सारं अद्भुत वाटत होतं. तिनं त्याच्याकडे पाहून स्मित केलं. एक मोठा श्वास घेतला आणि आपले काळे कुरळे केस बांधू लागली. केस व्यवस्थित सावरल्यानंतर तिनं जमिलच्या मांडीवर हलकेच हात ठेवले. "सगळं नीट होईल," जमिलला धीर देत ती म्हणाली. आनंदाने आणि आश्चर्याने तिचे डोळे चमकू लागले. "तुझा पट्टा घट्ट बांध," ती हसत म्हणाली. त्याने पट्टा घट्ट बांधला. तो फार बोलत नव्हता.

विमान खाली खाली येत धावपट्टीवर उतरले.

जमिलच्या जिज्ञासू दृष्टीला विमानातून ओळखीचं असं काहीच दिसलं नव्हतं.

हा विमानतळ समुद्रात खूप दूरवर बनवलेल्या कृत्रिम बेटावर बांधलेला होता. तो राहत असलेल्या बेटापासून खूपच दूर. त्याने त्याचे बेट आठवण्याचा निष्फळ प्रयत्न करून पाहिला.

"सगळं ठीक होईल," विमानातून उतरताना हस्क पुन्हा एकदा म्हणाली. "जाहीर करण्यासारखं तुमच्याकडे काही आहे?" जमिलकडे बघत कस्टम अधिकाऱ्यानं विचारलं.

"नाही." जमिलनं नम्रपणे उत्तर दिलं!

"कृपया, तपासणीसाठी आपली बॅग उघडा," अधिकाऱ्याने मागणी केली.

जमिलनं बॅग उघडून दाखविली.

बॅगेच्या आतल्या कप्प्यात अर्धवट गुंडाळून ठेवलेल्या वस्तूकडे बोट दाखवत अधिकाऱ्याने विचारले, "हे काय आहे?"

"पाशिया राज्याकडून मिळालेले स्मृतिचिन्ह आहे," जमिलने उत्तर दिलं.

"पण हे नक्की काय आहे?" अधिकाऱ्याने जोर देऊन विचारले.

"हा एका किल्लीचा भाग आहे... एक प्राचीन वस्तू," जमिलने स्पष्ट केलं.

"अस्सं. तुम्ही जाऊ शकता," अधिकाऱ्याने हातवारे करून सांगितलं.

जमिल आणि हस्क आगमन सदनामध्ये आले. तिथे एक मोठा स्वागतपर फलक लावलेला होता –

'मोत्यांच्या बेटावर आपले सहर्ष स्वागत – *जिथे सूर्य कधीच मावळत नाही!'*

सदनातून पुढे जाताना जमिलला थोडंसं विचित्र वाटलं. त्याच्याभोवतीचं काहीच त्याच्या परिचयाचं नव्हतं. जिथे तिथे फक्त दुकानं आणि सौंदर्यप्रसाधनांची रेलचेल असलेली बूटिक्स.

"हा विमानतळ समुद्रात बांधलाय?" त्याने स्वत:लाच विचारलं.

"होय जमिल, हे एका कृत्रिम बेटावर वसवलंय," हस्कने पुढाकार घेऊन उत्तर दिलं.

"अविश्वसनीय!" गोंधळलेला जमिल उद्गारला.

दोघं माहिती कक्षाकडे गेले. लाल-पांढऱ्या पोशाखातील तरुणीने हसून त्यांचं स्वागत केलं. "आमच्या समृद्ध भूमीवर – मोत्यांच्या बेटावर आपले स्वागत!" त्या तरुणीचं स्मित अजूनही तसंच होतं. "मी काय मदत करू आपल्याला?"

"इथून गॅरियोनला कसं जाता येईल?" जमिलनं विचारलं.

जमिलनं हस्ककडे पाहिलं; जणू तिच्या चेहऱ्यावर त्याच्या प्रश्नाचं उत्तर लिहिलंय. हस्क हसली. माहिती कक्षातील तरुणीने स्पष्ट केलं, "जुनं गॅरियोन जय शहरात आहे. जय शहर 'वैभवशाली मासा' बेटावर म्हणजे मुख्य बेटावर आहे. नवीन गॅरियोन हे इथून खूप दूर असलेल्या न्यू-फाउंड-लँडला (नवीनच सापडलेल्या

भूमीवर) आहे.''

''माझा जरा गोंधळ होतोय,'' जमिलनं कबूल केलं.

''आपल्यासारख्या प्रवाशांसाठी नवीन गॅरियोन हे योग्य स्थळ नाही. पर्वतापलीकडची ती एक विशिष्ट वस्ती आहे; पण जुनं गॅरियोन मात्र आपल्यासाठी अगदी योग्य आहे. नवीन गॅरियोनच्या तुलनेत तेच अधिक गजबजलेलं आहे. तिथे पाहण्यासारख्या आणि ऐकण्यासारख्या बऱ्याच गोष्टी आहेत. डिस्को आहेत; दुकानं आहेत; हॉटेल्स, बँका आणि कॅसिनोही आहे. सगळं आहे तिथे!''

''अच्छा, मग आता जुन्या गॅरियोनमधले जुने रहिवासी कुठे असतात?'' जमिलने विचारलं.

''दहाएक वर्षांपूर्वीच, त्या सगळ्यांना नवीन गॅरियोनमध्ये स्थलांतरित करण्यात आल. सुधारणा आणि आधुनिकीकरणासाठी जागा हवी होती ना म्हणून!''

''असं आहे तर,'' जमिलनं मान डोलवत म्हटलं.

''माझा सल्ला असा की, तुम्ही जुन्या गॅरियोनमध्येच जावं. कारण तिथेच सगळी मजा आहे. नवीन गॅरियोनमध्ये पाहण्यासारखं काहीच नाही. आणि हो, कधीकधी तिथे जाणं धोकादायकही ठरू शकतं!''

''आम्ही तिथे कसं जाऊ शकतो?'' हस्कनं विचारलं. ''मला खूप मजा करायचीये....''

''तुम्ही बाहेर जाणाऱ्या पहिल्या दरवाजातून निघून बोटीने जाऊ शकता किंवा समुद्राखालून जाणाऱ्या ट्रेनमधून जाण्यासाठी पहिल्या दरवाजाने बाहेर पडू शकता. हे दोन्ही मार्ग व्हिलान्सियाला जातात. तिथून १० क्रमांकाची बस पकडून तुम्ही जय शहरात पोहोचू शकता.'' मोत्यांच्या बेटाच्या नकाशाकडे पाहत ती तरुणी समजावून सांगू लागली.

''म्हणजे समुद्राखालूनही रेल्वे वाहतूक चालते?'' बावचळलेला जमिल म्हणाला.

''होय, मासा मेट्रो रेल्वे समुद्राखालून विमानतळापासून ग्रँड मासा बेटाकडे दर दहा मिनिटांनी धावते,'' त्या तरुणीने सांगितलं.

''आश्चर्यच आहे!'' जमिल त्या नकाशाकडे एकटक पाहत राहिला. त्या तरुणीने ते अचूक टिपून सांगायला सुरुवात केली, ''इथे सात बेटं आहेत. त्यांपैकी दोन आहेत नैसर्गिक; आणि आता आपण ज्यावर आहोत ते मिळून पाच कृत्रिम आहेत.''

''बरं,'' जमिलला ती काय सांगतेय हे पूर्णपणे समजत नव्हते. ''मला सांग, 'मोत्यांचं बेट' हे नाव कुठून आलं?''

''त्या जुळ्या दुर्घटनांनंतर...''

''जुळ्या? म्हणजे?'' जमिलने बोलणं मध्येच तोडत विचारलं.

"म्हणजे वीस वर्षांपूर्वी एकदा प्रलयंकारी भूकंप होऊन ज्वालामुखीचा उद्रेक झाला होता. या घटना एकाच वेळी झाल्या म्हणून त्यांना 'जुळ्या दुर्घटना' असं म्हटलं जातं. त्यानंतर तातासी बेट संपूर्ण उद्ध्वस्त झालं. जेव्हा सगळ्या आशा संपल्या, तेव्हा प्रचंड प्रमाणात असलेल्या मोत्यांचा शोध लावण्यात आला."

"साऱ्या आशा संपल्यावर म्हणजे?"

"म्हणजे त्या जुळ्या दुर्घटनेनंतर या बेटांवर काहीही उगवू शकत नव्हतं. ज्या झुडपामुळे हे बेट श्रीमंत बनलं, ते तातासीचे रोपही उगवणं शक्य नव्हतं."

"मग तुम्ही खाता काय? अन्नाची गरज कशी भागवता?" हस्कने विचारलं.

"सगळं आयात केलं जातं."

"सगळंच?"

"होय, सगळं आयात करण्याएवढे आम्ही श्रीमंत आहोत."

"आणि मग माशांबद्दल काय? मला मासे खूप आवडतात," हस्क हरखून म्हणाली.

"तुम्हाला कळेलच; मत्स्यशेती करायला इथे खूपच कमी जागा आहे. आणि मासेमारी करण्यापेक्षा त्यांची आयात करणंच आर्थिकदृष्ट्या फायद्याचं आहे."

"तू मघाशी म्हणालीस की, तातासी बेटावर आता तातासीची फारशी लागवड होतच नाही म्हणून; बरोबर ना?"

"होय, मला सांगायला वाईट वाटतंय, पण आता या बेटावर तातासी जवळपास नाहीतच. तरीही आपल्यासारख्या प्रवाशांना दाखवायला तातासी म्युझियममध्ये त्यांची काही झुडपं जतन करून ठेवली आहेत," तिने हसून सांगितलं. आता मात्र जमिलला 'प्रवासी' म्हटलं तरी अपराधी असल्यासारखं वाटलं नाही.

"खूप, खूप आभार!" जमिल म्हणाला.

"मजेत आणि आनंदात रहा."

जमिल आणि हस्क यांनी व्हिलान्सियाा जाणारी बोट पकडण्याचा निर्णय घेतला. चमचमत्या समुद्राचे मनोहारी दृश्य पाहून (समुद्राचं सुंदर दृश्य) जमिलचे डोळे दिपले. डेकवरून त्याला पूल, पाणी आणि असंख्य गगनचुंबी इमारतींची दृश्यमालिका दिसू लागली. "अविश्वसनीय! केवळ अविश्वसनीय!!" ग्रँड मासा बेटाकडे सरकणाऱ्या बोटींवर खिळून राहिलेला जमिल उद्गारला. त्याचा त्याच्या डोळ्यांवर विश्वासच बसत नव्हता. आकाशाशी स्पर्धा करणाऱ्या इमारतींनी आणि टॉवर्सनी जमिलची नजर खिळवून ठेवली; काहींना तर उंचच उंच चबुतरेही होते.

व्हिलान्सियामधून त्यांनी १० क्रमांकाची बस पकडली. एक मोठा पूल ओलांडून बोगद्यांमधून आणि उंचावर बांधलेल्या रस्त्यांवरून ती ग्रँड मासाच्या मध्य भागाकडे सरकू लागली. कुणालाही कळलं असतं की, जमिल गोंधळलाय. "विलक्षण आहे

सगळं; माझ्या कल्पनेपलीकडचं!''

"मुख्य बेटांवर बांधलेली घरं आणि कृत्रिम बेटावरची घरं, यांमध्ये तुला काही फरक जाणवतोय का?'' हस्कने विचारलं.

"नाही,'' जमिलच्या तोंडाचा आ वासला होता.

"ते बघ, काही घरांना सोनेरी घुमटही आहेत. पूर्वी असं काही नव्हतं.''

जय शहरापासून तीन थांबे अगोदर, मासा चौकातच दोघांनी उतरायचं ठरवलं. जमिलला उरलेला प्रवास पायी करायचा होता. चौकाच्या मध्यभागी एक पुतळा होता. त्याचे फोटो घेण्यासाठी पर्यटकांची गर्दी दाटली असल्याने चौक अगदी गजबजला होता. जमिलला यात अजिबात रस नव्हता; पण त्याचे मन ओळखीची खूण शोधण्याचा आटापिटा करू पाहत होते... आता मात्र काही गोष्टी हळूहळू ओळख देऊ लागल्या!

"होय, खरंच की!'' उत्तेजित होत जमिल मोठ्याने म्हणाला. "आत्ता जिथे पुतळा आहे, तिथे पूर्वी समदचं घर होतं. आणि त्या तिथे दीपगृह होतं. आता ते तिथे नसावं किंवा उंच इमारतींमध्ये कुठेतरी हरवलंय...'' तो थोडा विसावला. "आत्ता मला कळलं, आपण नक्की कुठे आहोत ते!'' हस्कला जुन्या गॅरियोनच्या दिशेने घेऊन तो चालू लागला. एक उच्चभ्रू वस्ती मागे पडली. एका बंगल्याच्या दारावर 'बाबूलोसा एक्झॉटिक व्हिलेज' अशी पाटी दिसली.

"सगळंच बऱ्यापैकी बदललंय!'' तो स्वत:शीच पुटपुटला.

"म्हणजे?'' हस्कने विचारलं.

"म्हणजे जवळ-जवळ सगळं बदललंय....'' जमिलने जोर देऊन म्हटलं.

"पण हे घडतंच जेव्हा...''

"नाही. घरं बदलत नाहीत.''

"मग?'' हस्कने विचारलं.

जमिलने क्षणभर विचार केला. मग म्हणाला, "काहीतरी हरवलंय. मला ते अगोदरपासून जाणवतंय. मला माहित्येय की, बेटावर नव्याने आलेले लोक वेगळे असणारच... पण जे माझ्या लक्षात आलंय, त्याने मी अस्वस्थ झालोय. इथे लोकांमध्ये आपुलकी किंवा जिव्हाळा नाहीये. एकमेकांबद्दल प्रेम नाहीये. काहीतरी हरवलंय इथे निश्चितपणे... मीच कधी या बेटाशी मनापासून जोडला गेलो नव्हतो, म्हणून कदाचित मला असं वाटत असेल...''

"ह्यात तुझा दोष नाही, जमिल. तुला काय म्हणायचंय ते मला समजतंय. आपण नव्याने सापडलेल्या ठिकाणी गेल्यावर, आपलेपणा वाटेल बघ.'' हस्क आश्वासक स्वरात म्हणाली.

"हं, कदाचित वाटेल! तू या लोकांच्या चेहऱ्यांकडे नीट बघितलंस? आपण

गर्दीत असून गर्दीत नाहीयोत. ही गर्दी म्हणजे एक निर्जीव चित्र असल्यासारखी वाटतेय; डोळ्यांतला जिवंतपणा हरवलेली!''

''होय, हे लोक पहा ना. क्वचितच एकमेकांशी बोलताहेत.''

''ते बघ, कसे जिवंत प्रेतासारखे चालताहेत.''

''प्रत्येक व्यक्ती कशाततरी गुरफटलेली वाटतेय... कसल्यातरी अदृश्य आवरणात,'' हस्क म्हणाली.

''मी जेव्हा हे बेट सोडलं, तेव्हा असं अजिबात नव्हतं. याच्या अगदी उलट परिस्थिती होती. लोकांना एकमेकांबद्दल आपुलकी, जवळीक वाटायची. लोकांमध्ये मोकळेपणा आणि जिवंतपणा होता. प्रेमाची ऊब सर्वत्र अनुभवास येई. लोक निखळ हसत. ते हासू मनापासून असे. मी इथून जाण्याआधी लोकांना एकमेकांशी बोलायला, एकत्र बसायला पुरेसा वेळ असे. इतकी वर्षं बाहेर राहिल्यानंतर, मी आता एकटेपणा सहन करू शकतो. तेवढी माझ्यात क्षमता आहे. पण माझ्या मनाची या अशा; इथल्या वातावरणात राहण्याची तयारी झालेली नाहीये,'' जमिल खिन्नपणे म्हणाला.

हस्क काहीच बोलली नाही. त्याची विचारप्रक्रिया तिने खंडित केली नाही. ते पुढे चालत राहिले.

तिथे वेगवेगळ्या नावांच्या खूप बँका असल्याचं जमिलच्या लक्षात आलं. आणि बँका भरपूर असल्या तरी त्या बँकांत ग्राहकांची गर्दी जवळपास नव्हतीच. तो आश्चर्यचकित झाला. या बेटावर इतक्या बँका आणि आर्थिक बाबींशी संबंधित संस्था कशाने बरं आकर्षित झाल्या असतील, त्याला प्रश्न पडला. बँकांप्रमाणेच तिथे महागडी दुकानं आणि बुटिक्सची संख्याही मोठी होती. वेगवेगळ्या दुकांनांचा रांगाच रांगा लागलेल्या; पण ग्राहक नव्हतेच! हळूहळू ही दृश्यं त्याच्या परिचयाची होऊ लागली.

''हस्क,'' जमिलने हसतच बोलायला सुरुवात केली. ''इथे बघ,'' त्याने एका शॉपिंग मॉलकडे बोट दाखविलं. ''इथे आमचं छोटंसं तातासीचं शेत होतं.'' मग 'प्रेसिडेंशियल हॉटेल' नावाच्या दहा मजली इमारतीकडे बोट दाखवत म्हणाला, ''आणि इथेच मी माझ्या 'लकी'ची सुटका केली होती. लकी म्हणजे माझी आवडती बकरी!'' पुढे चालत असताना त्याने अशा आणखीही काही जागा दाखवल्या. ''हे जे अनेक मजली कार पार्किंग दिसतंय ना, तिथे मी, बशीर आणि इतर मित्र; आम्ही सगळे फुटबॉल खेळायचो. अरेच्चा, माझी शाळा! उंच अँटेना असलेलं ते शॉपिंग सेंटर दिसतंय ना तुला?''

''होय, दिसतंय.''

''हा, त्या तिथे; तिथेच आमची शाळा होती. हा जो कॅसिनो आहे तिथे आम्ही निवांत बसायचो, गप्पा मारायचो. आमच्या गाण्याचा आणि परेडचा सरावही इथेच

व्हायचा. आणि ती इमारत दिसतेय?''

"कोणती? मासा आंतरराष्ट्रीय बँकेची?''

"बरोबर, अगदी तिथेच, राक्षसाने लकीला गिळून टाकलं होतं.'' तो थोडा थांबला. मग खिडक्या नसलेल्या एका गगनचुंबी इमारतीकडे बोट दाखवत म्हणाला, "ही इमारत आहे ना, तिथे पूर्वी विस्तीर्ण मोकळं मैदान होतं; आम्हाला खेळायला, भटकायला आणि शिकार करायला.''

चालत असताना जमिलने एका उंच इमारतीच्या आडोशाला दडलेल्या एका घराकडे ओझरतं पाहिलं. त्याच्या आजोबांचं घरही अगदी असंच होतं, सेम! "ते बघ, माझ्या आजोबांचं घर! माझे आजोबा कमाल आणि त्यांचा मित्र माजिद यांनी स्वत:च्या हातांनी बांधलं होतं ते,'' अगदी खोल गेलेल्या आवाजात; पण अभिमानाने तो एका लाकडी बंगल्याकडे पाहत सांगू लागला. ते घराच्या जवळ पोहोचल्यावर त्यांना कळलं की, घराभोवती कुंपण घातलंय आणि दारावर एक रखवालदारही आहे. पूर्वीपेक्षा ते घर अधिक चांगलं दिसत होतं. घराची नीट काळजी व निगराणी घेतल्याचं स्पष्टच दिसत होती.

"प्लीज, मला सांगाल हे कोणाचं घर आहे?'' जमिलने रखवालदाराला विचारलं.

"हे घर नसून; संग्रहालय आहे.'' त्याने उत्तर दिलं.

"कशाचं संग्रहालय?''

"तुला हे दिसतंय ना की, ते आजूबाजूच्या घरांपेक्षा हे जरा वेगळं आहे?'' रखवालदार कोरडेपणाने म्हणाला.

"म्हणूनच तर मी विचारतोय.''

"त्या सूचनाफलकावर पहा, तिथे सगळी माहिती लिहिलेली आहे,'' थोड्याच अंतरावर असलेल्या एका फलकाकडे बोट दाखवत रखवालदार म्हणाला. "भूकंपातून हे एकमेव घर वाचलंय. भावी पिढ्यांना जुन्या वास्तुशास्त्राचा एक नमुना दाखवण्यासाठी हे जतन करण्यात आलंय. त्या काळातलं या बेटावर उरलेलं एकटंच घर.''

"आम्ही आत जाऊ शकतो का?'' हस्कने विचारलं.

"नाही. ही राष्ट्रीय मालमत्ता असल्याने आत जाण्यासाठी वरिष्ठांची खास परवानगी घ्यावी लागेल,'' रखवालदाराने सांगितलं.

"कुठून घ्यावी लागेल परवानगी?'' जमिलने विचारलं.

"न्यू हार्लेममधील सीव्हीडीच्या नगरपालिकेतून.''

"पण हा इथेच; या घरात लहानाचा मोठा झालाय!'' जमिलला पाठिंबा देत हस्क म्हणाली.

"मला त्याच्याशी काही घेणंदेणं नाही,'' असं म्हणत रखवालदार निघून गेला.

"तुला माहित्येय, त्या बाकावर माझी आजी बसायची. तिची खूप आवडती जागा होती ती. इथे मावळतीकडे तोंड करून बसायला तिला खूप आवडायचं. आत्ताप्रमाणेच तेव्हाही या अंगणात काही तातासीची झाडं होती. मी जेव्हा; म्हणजे जवळपास एकोणीस वर्षांपूर्वी, इथून निघून गेलो, तेव्हा मी माझी बेचकी आणि लाकडी किल्ली तिथेच ठेवली होती."

"आश्चर्यच आहे, नाही! फारच छान, तुझं घर अजून अस्तित्वात आहे! आणि मला खातरी आहे की, एक दिवस आपण या घरात जाऊ शकू," हस्कने जमिलकडे पाहत म्हटलं. जमिल एका जागी खिळून राहिला होता. त्याने घराकडे; मग हस्ककडे पाहिलं. पण एकही शब्द उच्चारला नाही.

जमिलला हलकेट ओढत हस्क म्हणाली, "अरे, असंच असतं आयुष्य. अशा गोष्टी घडतच असतात." ती उत्सुकतेने म्हणाली, "चल, मला दाखव आता, त्या राक्षसाला तू कुठे आणि कसं चकवलंस ते." जमिलने तिला नव्या बंदराच्या दिशेने नेलं.

जमिल हसत हसत म्हणाला, "किमान एक गोष्ट अजिबात बदललेली नाहीये!"

"कोणती?"

"ती बघ," त्रिकोणी आकार करून थव्याने उडणाऱ्या पांढऱ्या पक्ष्यांकडे बोट दाखवत तो म्हणाला. "या पक्ष्यांना आम्ही *'लिक-लिक'* म्हणायचो. आम्हाला असं वाटायचं की, हे पक्षी पाऊस घेऊन येतात. कारण पावसाअगोदर ते नेहमी असे उडताना दिसायचे. खरंच, अगदी पक्की खातरी असायची आम्हाला!" जमिल हसला. "गंमत म्हणजे चक्क कोरड्या ऋतूतही आम्ही त्यांच्याकडे विनंती करायचो ती, पाऊस आणण्याची!"

बंदरावर पोहोचताच हस्क म्हणाली, "पाणी हवंय, मला तहान लागलीये." एका कॅफेमध्ये शिरत जमिल म्हणाला, "ठीके, आपण पहिले काहीतरी पिऊ."

ते दोघं शांतपणे बसून पेयाचा आस्वाद घेऊ लागले. तेव्हढ्यात एका छोट्या बोटीतून काही माणसं बंदरात आली. त्यांनी फिकट रंगाचे कपडे घातले होते. सर्व जण हसतमुख होते. स्किपरने विनाकारण दोन वेळा हॉर्न वाजवला. कॅफे सांभाळणारा म्हणाला, "त्यांच्याकडे फार लक्ष देऊ नका. इथे प्रत्येकालाच असा दिखाऊपणा करायचा असतो!" संपत्तीचं, पैशाचं ते प्रदर्शन पाहून जमिल नाराज झाला. त्याने काहीशा कुत्सितपणे त्यांच्याकडे पाहिलं. कॅफे सांभाळणारा बोलतच होता, "बोट नवी असल्याचं मालकाला सगळ्यांच्या लक्षात आणून द्यायचं असणार! त्यासाठी चालला असणार हा सगळा दिखाऊपणा! फारसं लक्ष देऊ नका. पुढच्या महिन्यात कवायती असतील, तेव्हा एकापेक्षा एक मोठ्या आणि महागड्या बोटी पाहाल तुम्ही

इथे. इथे प्रचंड गर्दी होईल, रात्रभर पार्ट्या चालतील. तुम्हाला शक्य असल्यास जरूर या पाहायला, मजा असते फार तेव्हा इथे!''

जमिलने जिज्ञासेने विचारलं, ''या भागाला आता काय म्हणतात?''

''याला दोन नावं पडलीत. काही लोक याला 'सोनेरी बंदर' म्हणतात, कारण जगभरचे श्रीमंत लोक इथल्या बँकात पैसा ठेवीत असतात, तर काही जण याला 'लक्षाधीशांचे क्रीडांगण' म्हणतात.'' त्या माणसाने सांगितलं.

पेयपान झाल्यावर जमिलनं हस्कला किनाऱ्यावर नेलं, पाण्याच्या अगदी जवळ. ''ही जागा मुख्यभूमीच्या खूपच जवळ होती. त्यामुळे मी इथूनच पलीकडे जायचं ठरवलं होतं...'' जमिलचा आवाज खूपच क्षीण झाला होता. थोडं थांबून तो म्हणाला, ''तिथे एक पांढरी बोट थांबलेली दिसत्येय ना, तिथे मी पहिल्या बकरीला सोडून दिलं होतं.'' तो पुन्हा थोडावेळ थांबला. त्याला त्याच्या घशात काहीतरी अडकल्यासारखं वाटलं. त्याला मरगळल्यासारखं वाटू लागलं. ''आणि तिथे – '' पार्टी बोट जिथून निघणार होती तिकडे बोट दाखवत तो म्हणाला, ''मी माझ्या बोटीतल्या दुसऱ्या बकरीला सोडून दिलं होतं.'' जमिल पुन्हा थांबला. त्याचा आवाज थोडासा कापरा झाला. ''आणि इथे – '' त्याच्या डोळ्यांतून पाणी वाहू लागलं. ''आत्ता ती बोट जिथे आहे ना, तिथे मी तिसऱ्या बकरीला सोडून पाण्यात उडी मारली.... किती वर्षं झालीत त्याला...''

हस्क त्याला धीर देत म्हणाली, ''तू तेव्हा योग्य तेच केलंस! अगदी योग्य!''

''खरंच?'' जमिलने विचारपूर्वक विचारलं. बोलता बोलता त्यांनी बार, रेस्टॉरंट्स, आलिशान रिसॉर्ट्स आणि बंदिस्त इमारती हे सगळं कधी मागे टाकलं ते त्यांना कळलंही नाही. अंधार पडू लागला, पण दिव्यांनी सारा प्रदेश उजळला होता. लोक चालत होते, काम करीत होते. जमिलला ते पूर्वीपेक्षा वेगळं वाटलं. तो गेला तेव्हा, या वेळी लोक आरामात बसलेले असत किंवा झोपण्याच्या तयारीत असत. आता त्याला कळलं की, या बेटांना 'सदैव जागी बेटं' असं का म्हणतात ते!

* * *

दुसऱ्या दिवशी हस्कने जमिलला विचारलं, ''आपण न्यू-फाउंड-लँडला कधी जाणार आहोत? मी मूळच्या तातासी लोकांना भेटायला खूप उत्सुक आहे.''

''एक-दोन दिवसांत जाऊ या.'' जमिल उत्तरला.

''तुला तुझ्या लोकांना भेटायाची घाई झाली नाहीये वाटतं?'' तिने विचारलं.

''घाई? ती कशाला? इतकी वर्षं मी त्यांच्यापासून दूर आहे; कित्येक वर्षांत त्यांची-माझी गाठभेट नाहीये. त्यामुळे मी येईन असं कुणालाच अपेक्षित नसणार,

तिथे माझी कोणीही वाट पाहत नसणार!'' जमिल खांदे उडवत म्हणाला.

''बरं, ठीके. आज कुठं जायचंय आपण?'' हस्कने हसत विचारलं.

''बारीताये – ज्याला आता 'नवीन हार्लेम' असं म्हणतात.''

''नवीन हार्लेम? असं का म्हणतात?''

''काही कल्पना नाही. माझ्या मातृभूमीतच मी एक अपरिचित माणूस आहे!'' तो थट्टेने म्हणाला.

नवीन हार्लेममध्ये गेल्यावर आधीच्या, जुन्या नावात बदल कसा झाला, याबद्दल जमिलने काहीही विचारलं नाही. तो ते विचारायला धजला नाही. आता तो, झालेले बदल हळूहळू स्वीकारू लागला होता. शिवाय तो काही नवीन हार्लेमचा रहिवासी नव्हता. भोवतालच्या गोष्टींबरोबर स्वत:लाही बदलायला हवं, हे त्याला उमजलं होतं. जमिलला कळत होतं की, तिथे मोठ्या प्रमाणात सुधारणा होत होत्या. नवे बदल होत होते. आकर्षणाचे केंद्र होता तो, नव्याने बांधायला घेतलेला राजवाडा. भूकंपात उद्ध्वस्त झालेल्या जुन्या राजवाड्याची ही नवी आवृत्तीच होती. जमिल हस्कला ताताासी म्युझियममध्ये घेऊन गेला. त्याने तिला ताताासी झाडाचे उपयोग समजावून सांगितले. 'जुळ्या शोकांतिकां'आधी त्या बेटांवरच्या लोकांसाठी ताताासी किती महत्त्वाचं होतं, हे त्याने मुद्दाम सांगितलं. म्युझियममधून बाहेर पडताना तो म्हणाला, ''माझ्या आजोबांप्रमाणे मलाही ताताासीची शेती करणारा शेतकरी व्हायचं होतं!'' ते जय शहरामधल्या ग्रँड मासा बेटाच्या संरक्षित भागाकडे परत आले. तिथे पर्यटकांची गर्दी दिसत होती. ते सगळे जुन्या अवशेषांना भेटी देत, रस्त्यांवर भटकत, कॅफेमधून थांबत आले होते. एका इमारतीच्या अवशेषांकडे आल्यावर जमिल हस्ककडे पाहत म्हणाला, ''जणूकाही ही इमारत माझ्याशी काहीतरी बोलू पाहतेय.''

जमिल आणि हस्कने त्या ठिकाणाची शोधक नजरेने पाहणी सुरू केली. ते मासा चौकात आले, आणि मासा पुतळ्याकडे निघाले. जमिलला त्या पुतळ्यात काही रस नव्हता; पण त्याने तो बारकाईने पाहण्याचं ठरवलं. तो मनुष्यही नव्हता आणि कळेल असा प्राणीही. त्याला तीन चेहरे होते. प्रत्येक चेहऱ्याला वेगळा रंग होता. ते तीनही चेहरे तीन वेगवेगळ्या दिशांना पाहत होते. तो त्याकडे विस्मयाने पाहत असतानाच, हस्कने जवळ येऊन विचारलं, ''कोणाचा पुतळा आहे हा?''

''काही कल्पना नाही. पण इथे लिहिलंय – *'ताताासी बेटाचा रक्षणकर्ता'*.''

''फारच वेगळा आणि विचित्र दिसणारा पुतळा आहे हा.'' हस्क म्हणाली. ''कोण होता मासा ?''

''माहीत नाही. पण त्या परदेशी पर्यटकांना याविषयी कुणीतरी माहिती देतंय, चल...'' पुतळ्यासमोर जमलेल्या गर्दीत ते दोघं सामील झाले. लाउडस्पीकर

घेतलेल्या टूरिस्ट गाइडने सांगायला सुरुवात केली – ''कदाचित तुम्हाला हे ठाऊक असेल की, पुढच्या आठवड्यात त्या घटनेला वीस वर्षं होतील. ती दुर्दैवी घटना होती प्रचंड भूकंपाची. त्या काळरात्री भूकंपाच्या विनाशकारी धक्क्यांनी ह्या मूळ बेटाचा निम्म्यापेक्षा जास्त भाग उद्ध्वस्त केला. द्वीपकल्प असलेल्या या भूमीला त्या भूकंपाने एका छोट्या बेटाएवढं बनवलं. खरंतर हे बेट मुख्य भूमीशी जोडलेलं होतं. आणि असं मानलं जातं की, मुख्य बेटाशी जोडणाऱ्या जमिनीच्या त्या तुकड्यामुळेच हा भाग पाण्याखाली गेला नाही. जर त्याच वेळी सागरतळातून तो प्रचंड राक्षस उभा राहिला नसता, तर नवीन बेट पाण्याखालीच गेलं असतं. हे बेट सुरक्षित राहणं हा तसा एक चमत्कारच आहे.

''तो राक्षस इतका शक्तिशाली होता की, त्याने भूकंपाचे पुढचे धक्के थोपवले. त्यामुळेच ज्वालामुखी जागृत झाले, आणि त्यातूनच शेजारी एका नव्या बेटाची निर्मिती झाली. राक्षसामुळे नवे बेट तयार झालं. आणि त्या नव्या बेटामुळे मुख्य बेट स्थिर झालं. राक्षसाने जेव्हा दोन्ही बेटांना जोडलं, तेव्हा त्या दोघांचंही अस्तित्व निश्चित झालं. मग राक्षसानं एका ढगावर फुंकर घातली आणि नव्या बेटावर त्याचं आच्छादन तयार झालं. राक्षसानं काही ठिकाणी बेटावर उंचवटे बनवले. आणि नवीन बेटाला मुख्य भूमीच्या आणखी जवळ आणलं. या साऱ्यातून त्याच्या शक्तीचा अंदाज आपल्याला येऊ शकतो.

''तर अशाप्रकारे या दोन बेटांना आणि त्यावरच्या लोकांना रासक्षाने संभाव्य धोक्यापासून वाचवलं. म्हणूनच वेगळ्या शब्दांत सांगायचं तर, ही दोन्ही बेटं त्या अद्वितीय ताकदीच्या राक्षसाची ऋणी आहेत. आपली वेळ संपत आल्याचं राक्षसाला समजल्यावर त्याने बेटांवरची आपली पकड ढिली केली. मग तो अगदी सहजपणे आणि सन्मानाने मृत्यूला सामोरा गेला. पण राक्षसाचा शेवटही आमचा फायद्याचाच ठरला. त्यामुळे आम्ही समृद्ध झालो! कारण झालं असं की, राक्षसाचं प्रेत कुजलं आणि त्याचे मोती झाले! – अगणित आणि सर्वोत्तम दर्जाचे! आज आम्ही प्रामुख्याने व्यापार करतो तो त्यांचाच!

''तर हे जे काही घडलं त्या विचार केल्यावर, आम्ही असं ठरवलं की, आता त्या राक्षसाला 'राक्षस' म्हणायचं नाही. म्हणजे तसं त्याला जुळ्या दुर्घटनांनंतरच्या काही वर्षांत तेच म्हटलं जात असे. मात्र आता आम्ही त्याला 'मास्टर' म्हणतो – आमच्या नशिबाचा मालक, पण या बेटावरच्या मूळच्या तातासी रहिवाशांना 'मास्टर' हा शब्द उच्चारता येत नसल्याने; ते त्याला 'मासा' म्हणतात. म्हणूनच इथे मासा आंतरराष्ट्रीय विमानतळ, ग्रँड मासा ॲव्हेन्यू, मासा प्लाझा, मासा पार्क, मासा मेट्रो, मासा विद्यापीठ आणि मासा उपसागर अशी नावं दिलेली आढळतात. आता आपण उभे आहोत, मासा चौकात मासाच्या पुतळ्यासमोर!

"हा पुतळा ब्राँझपासून बनवलेला असून, याला तीन चेहरे आहेत. कारण कुणीही राक्षसाचा चेहरा पाहिलेला नाही. तो खूप लाजरा होता. हे तीन चेहरे या बेटाच्या भूत, वर्तमान आणि भविष्यकाळाची प्रतीकं आहेत. मोत्यांच्या बेटांवरचा शस्त्रसज्ज अंगरखा पाहिल्यास तुम्हाला राक्षसाचा चेहरा दिसेल. त्यावर लिहिलं असेल, *'धैर्य, ऐक्य आणि समृद्धी.'* आमच्या चलनावरही राक्षसाचे तीन वेगवेगळे चेहरे दाखवलेले आहेत. राक्षस तातासी लोकांवर खूप प्रेम करायचा. मासा आमच्यासाठी सगळं काही आहे."

"मासा अमर रहे!" गाइडने ओरडून पुतळ्याला अभिवादन केलं.

"मासा अमर रहे!" पर्यटकांनीही ओरडून प्रतिसाद देऊन अभिवादन केलं.

मात्र जमिल आणि हस्क यांनी पर्यटकांच्या सुरात सूर मिसळला नाही की पुतळ्याला अभिवादनही केलं नाही. त्यांनी एकमेकांकडे सूचक नजरेनं पाहिलं. त्यांना ते बोलणं अजिबात पटलं नव्हतं. हस्कने जमिलकडे पाहून सहानुभूतिदर्शक स्मित केलं.

"यावर विश्वास नाही बसत," जमिल डोकं हलवीत जोरात म्हणाला. "आत्ता जे ऐकलंय त्यावर माझा अजिबात विश्वास नाही. बेटाचा सगळा इतिहासच हे लोक कसा काय बरं बदलू शकतात?"

हस्कने त्याला मागे ओढत म्हटलं, "काळजी करू नकोस जमिल. ज्याप्रमाणे राणी नताशा म्हणायची, कुणाला वाटतही नसताना; कल्पनाही नसताना, सत्य गमतीशीररीत्या बाहेर येतं; तसंच एके दिवशी सत्य नक्की बाहेर पडेल. सूर्यप्रकाशाइतकं स्वच्छ. एके दिवशी जगाला सत्य काय आहे, ते कळेलच."

◆

रक्षणकर्ता जमिल

ग्रँड मासा हॉटेलच्या सहाव्या मजल्यावरच्या खोलीतून जमिलने नाराजीने खालच्या चौकाकडे पाहिलं. तो गोंधळला होता, आणि रागावलाही होता. चौकात त्या पुतळ्याविषयी त्याने जे काही ऐकलं होतं, त्यामुळे तो अस्वस्थ झाला होता. त्याचं मन विचलित झालं होतं. शेकडो पर्यटक त्या चौकात पुतळ्याभोवती जमल्याचं त्याने पाहिलं.

''ह्या लोकांकडे बघ!'' त्याचा धीरगंभीर आवाज खोलीभर पसरून, भरून राहिला. ''रात्रंदिवस त्या राक्षसाच्या पुतळ्यासमोर कसे झुकताहेत, बघ...''

हस्क त्याच्याजवळ येऊन खिडकीत उभी राहिली. प्रकाशाने न्हाणाऱ्या मासा चौकात, कॅमेऱ्याच्या फ्लॅशचे दिवे लुकलुकले. त्या खोलीमध्ये त्यांना स्पष्ट आवाज ऐकू येत होते – ''मासा अमर रहे! मासा अमर रहे!''

हस्कला एक माहितीपत्रिका दाखवीत तो म्हणाला, ''हे बघ, इथे मासा म्युझियमपण आहे. तिथे मासाचे मृतावशेष ठेवलेत. तिथे जाऊन लोक त्याला श्रद्धांजली वाहतात.'' जनिलचा चेहरा कसनुसा झाला. ''...आणि हे एक बघ... पुढच्या आठवड्यात दोन महत्त्वाचे दिवस साजरे करण्यासाठी आठवडाभर मोठे समारंभ असणार आहेत. मासाने ज्या दिवशी हे बेट वाचवलं तो दिवस आणि मासाच्या मरणाचा दिवस.''

''मला नाही समजलं.''

थोडं थांबून जमिलनं हस्कला सांगितलं, ''पुढच्या आठवड्यात मासा बेट वाचवण्याच्या घटनेला बरोब्बर वीस वर्षं होतील. आणि अगदी तेव्हाच तीन बकऱ्यांची योजना फत्ते करून माझ्या साहसपर्वाला सुरुवात करण्यालाही एकोणीस वर्षं होतील.'' जमिल निराश झाला असल्याचं त्याच्या चेहऱ्यावरून स्पष्टपणे कळत होतं.

आतापर्यंत ठाम आणि सकारात्मक असलेली हस्कही थोडीशी निराश झाली.

“म्हणजे तुला असं म्हणायचंय का की, या अवस्थेपर्यंत येण्यासाठीच, हे पाहण्यासाठी आपण इतक्या दिव्यातून बाहेर पडलो? हे अगदी अविश्वसनीय आहे. हे खरं नाही. मला कुणीतरी सांगावं की, हे सारं स्वप्न आहे.” हस्कने जमिलच्या बॅगमधून सोनेरी किल्ली काढली, ती बिछान्यावर ठेवत म्हणाली, “आपण आज काय करणार आहोत?”

“माहीत नाही,” जमिल हताशपणे म्हणाला. त्या दिवशीच्या अनुभवांचा विचार करू लागल्यावर जमिल स्वत:लाच एक प्रश्न विचारू लागला. तो प्रश्न होता, ‘बेटावर परतण्याची कल्पना खरंच योग्य होती की नाही?’

“आपण रासमारात मध्येच थांबणं योग्य नव्हतं. आणि इथे परत येण्यापेक्षा हे बेट माझ्या आठवणीतच राहिलेलं बरं होतं.” जमिलने या बेटासाठी केलेल्या कामगिरीचा त्याला खूप अभिमान होता. त्याबद्दल त्याला कोणत्याही बक्षिसाची अपेक्षा नव्हती; पण हे असे विचित्र बदल त्याला अस्वस्थ करीत होते. खेदाने डोकं हलवत तो म्हणाला, “मी इथला कधीच नव्हतो. मी माझ्या – स्वभूमीतच परका झालो आहे. माझं सुदैवच म्हणायचं की, मी किल्लीसाठी लढताना मेलो नाही ते...”

“हो ना, नाहीतर ते सगळंच वाया गेलं असतं.”

“पण चिमेरांशी लढताना खूप मजा आली,” असं म्हणताना तो हसला! बऱ्याच वेळाने त्याच्या चेहऱ्यावर हास्य उमललं होतं. “कसं काय माहीत नाही; पण मला असं वाटू लागलं होतं की, नव्या वातावरणात ती किल्ली एक निरुपयोगी वस्तूच ठरणार म्हणून! पण काहीही असो, ती मिळवण्यात खरंच एक आनंद होता. शोकाकुल माणसांच्या प्रदेशातला तो म्हातारा म्हणायचा, किल्ली मिळवण्यापर्यंतचा प्रवासच काय तो महत्त्वाचा आहे! खरंच, या सगळ्यात मला खूप काही शिकायला मिळालं. मला खातरी आहे, ते अनुभव वाया जाणारे नाहीत. आणि हो, किल्लीच्या शोधासाठी मी बाहेर पडलोच नसतो, तर आपली भेटच झाली नसती. आज आपण एकमेकांसोबत नसतो...”

“...आणि आनंदातही नसतो.” हस्कने हसत वाक्य पूर्ण केलं.

हस्कजवळ जात जमिल म्हणाला, “अगदी बरोबर. उद्या दुपारी आपण न्यू-फाउंड-लँडला जाऊ. ही जागा आपल्यासाठी योग्य नाही.”

हस्कने एकदा त्याच्याकडे; एकदा खाली, चौकाकडे पाहिलं. “या बेटावर मी जे ऐकतेय, पाहतेय त्यावर माझा विश्वास बसेल असं मला अजिबात वाटत नाही. आणि आपण इथल्या मूळ तातासीवासीयांबरोबर इथे निवांत राहण्याची कल्पना सत्यात येईल, याबद्दलही मी जरा साशंकच आहे.”

“मी सहमत आहे, तुझ्याशी.”

“मला तुझ्या मित्रांना आणि नातेवाइकांना भेटायचं आहे. त्यांना आपण सारं

काही सांगू या. मला खातरी आहे, त्यांना या किल्लीचं महत्त्व समजेल.'' हस्कने तिला जे वाटत होतं, ते सांगितलं.

''हो, या इथल्या लोकांना किल्लीविषयी काहीही माहिती नाहीये, आणि त्यांना त्याची गरजही दिसत नाहीये. त्यांच्यासाठी त्यांचा राक्षसच सगळं काही आहे.''

''...आणि आपल्यासाठी – किल्ली!''

दुसऱ्या दिवशी सकाळी त्यांनी सामानाची बांधाबांध केली. मासा चौकात पुन्हा एक फेरफटका मारून, ते दुपारी न्यू-फाउंड-लँडकडे निघण्यास तयार झाले.

''या चौकाखाली जमिनीत एक अत्याधुनिक शॉपिंग सेंटर असल्याचं, मी एका माहितीपत्रकात वाचलं. आपण न्यू-फाउंड-लँडला जाण्यापूर्वी एक चक्कर तिथे टाकायला हवी.'' हस्कने सुचवलं.

''ठीक आहे. तसा वेळही आहे आपल्याकडे.''

लहानपणी व्हायची तेवढी उन्हाची जाणीव, आता रस्त्यावरून चालताना होत नसल्याचं, जमिलला जाणवलं. त्याला वाटलं, या उंच इमारतींनी उन्हाला अडवून ठेवलंय. ज्या सूर्यप्रकाशाचं आणि तेजाचं त्याला कौतुक वाटे, ते त्याला आढळत नव्हतं. नंतर जमिलनं हस्कला विचारलं, ''तुला जाणवतंय का, आज लोक किती विचित्रपणे वागताहेत ते?''

''विचित्र गोष्टीच कशा लक्षात येतात नेहमी तुझ्या! तुला सारखं वाटतं, सगळं अगदी वीस वर्षांपूर्वीसारखंच असायला हवं.'' हस्क वैतागून म्हणाली.

तो चटकन म्हणाला, ''नीट बघ, लोक टीव्हीच्या पडद्याला चिकटवल्यासारखे बसलेत.''

''तिथे फुटबॉल किंवा लॉटरीसारखं; काहीतरी मनोरंजक चाललं असेल.''

पण जमिलला मात्र तसं वाटलं नाही. नेहमीच्या घटनांपेक्षा काहीतरी वेगळंच तिथे घडत असलं पाहिजे, असं त्याला वाटलं. कॅफेमधल्या एका घोळक्याजवळ जात त्याने विचारलं, ''गुड मॉर्निंग! काय चाललंय ते, प्लीज, मला सांगाल का?''

''एक मोठा भूकंप होण्याची शक्यता आहे,'' एक माणूस म्हणाला. त्याच्या डोळ्यांत भीती आणि चिंता स्पष्टपणे दिसत होती.

''कुठं?''

''इथंच. आणखी कुठं?''

''मला काही समजलं नाही.'' जमिल पुढे म्हणाला.

''शास्त्रज्ञांनी भाकीत वर्तवलंय की, काही दिवसांतच इथे आणखी एक मोठा भूकंप होणार आहे. आतातरी तुम्हाला समजलं ना? जा आणि वर्तमानपत्र विकत घ्या किंवा बातम्या पाहण्यासाठी फी भरा.''

"धन्यवाद!" जमिलला नाइलाजाने तिथून ओढत हस्क म्हणाली. त्यांनी *'मासा टाइम्स'*, *'दैनिक मोतीमत'* आणि *'ग्रँड मासा न्यूज'* नावाची वर्तमानपत्रं खरेदी केली.

जमिलने वर्तमानपत्रातले मथळे हस्कला वाचून दाखवले –

'जगभरातल्या वैज्ञानिकांच्या चमूने मोत्यांच्या बेटासंबंधीचे दशकभर चाललेले भूगर्भशास्त्रीय संशोधन पूर्ण केले;

'वैज्ञानिकांना खातरी आहे की, बेटांभोवती लवकरच मोठा भूकंप होणार आहे. काही दिवसांतच होणाऱ्या या भूकंपाची मालिका प्रलयंकारी असेल, अशीही शक्यता वर्तवण्यात आली आहे;

'वैज्ञानिकांना बेटांखालून जाणारी भूकंपरेषा सापडली आहे. ग्रँड मासा बेटाच्या पलीकडे भूकंपनाभी असून, त्यामुळे वीस मीटर उंचीच्या लाटा निर्माण होऊ शकतात आणि त्या बेटांवरील सर्वकाही नष्ट करू शकतात;

'बेटांवरून लवकरात लवकर स्थलांतर करणे आवश्यक;

'वैज्ञानिकांना विश्वास आहे की, प्राचीन सोनेरी किल्लीच अशी एकमेव वस्तू आहे, जी या बेटांना वाचवू शकते;

'सोनेरी किल्लीची अर्धी बाजू बेटावर आहे;

'उरलेली अर्धी बाजू शोधण्याची जणू स्पर्धाच बेटांवर सुरू आहे; परंतु कुणालाही तिचा नक्की ठावठिकाणा माहिती नाही.'

जमिल आणि हस्कने परस्परांकडे अविश्वसनीयरीत्या पाहिले.

"माझा तर यावर विश्वासच बसत नाहीये!" हस्क किंचाळलीच. "अखेर माझी आजी जे काय म्हणाली, ते खरं होतं तर!"

"होय, हाकुरी बरोबर असू असते." जमिल शांतपणे मान हलवीत म्हणाला. "काल आपल्याला वाटलं होतं की, ती किल्ली निरुपयोगी आहे...."

"आणि आज तिचं असणं म्हणजे एक सनसनाटी ठरू शकेल."

"काही घटना उगाच घडत नसतात," जमिल हसून म्हणाला.

"तू त्यांना किल्ली देशील?"

"नक्कीच!" जमिल कोणतेही आढेवेढे न घेता म्हणाला. "जसं तुझी आजी म्हणायची, विचित्र गोष्टी घडतील असं तुम्हाला वाटू लागतं, तेव्हा त्या घडतातच."

हस्क भारावून गेली होती. "आता तुला कळेल, ती तुला 'मिंग' – भाग्यवान ताऱ्यांखाली जन्मलेली व्यक्ती असं का म्हणायची ते! ही व्यक्ती म्हणजे अशी साहसवीर की, जी त्याच्या इच्छित ध्येयापर्यंत पोहोचते."

आगीची पूर्वसूचना देणारी गाडी निघून गेल्यानंतर ते दोघे बिल्डिंगच्या बाहेर पडले. लाउडस्पीकरवरून संदेश दिला जात होता – 'मोत्यांच्या बेटांवरून दूर जा. हे बेट मोकळे करण्यासाठी तुमच्याकडे फक्त चोवीस तास आहेत.'

जमिलने आत्मविश्वासाने सांगितलं की, सोनेरी किल्लीचा अर्धा भाग कुठे आहे हे त्याला माहीत आहे. त्याला त्या होस्टेलच्या कर्मचाऱ्याने सुचवलं, "तुम्ही तातडीने वर्ल्ड सायंटिफिक रिसर्च सेंटरमध्ये जा. ते अगदी कोपऱ्यावरच आहे." ती दोघं रस्त्यावरच्या सर्वांत उंच इमारतीकडे धावत सुटली. मोठ्या ठशात त्या इमारतीवर लिहिलं होतं – 'समद टॉवरमध्ये आपले स्वागत!'. जमिलला ते वाक्य वाचून खूप आनंद झाला.

सोनेरी किल्लीचा अर्धा भाग कुठे आहे, हे माहीत असल्याचं सुरक्षारक्षकाला पटवून देणं, जमिलला खूप अवघड गेलं. खूप वेळ वाद घातल्यानंतर, जमिल एका व्यक्तिपाशी पोहोचला. त्याला वाटलं की, तोच इथला संचालक असावा.

"माझं नाव जमिल आणि सोनेरी किल्लीचा अर्धा भाग कुठे ठेवलाय, हे मी आपल्याला सांगू इच्छितो."

"तुझी उंची, खोल आवाज आणि तुझी वावरण्याची पद्धत यावरून तू नक्कीच तातासीय वाटतोएस." ती व्यक्ती म्हणाली. तिने जमिलला तिच्या मागे यायला सांगितलं. थोडं चालल्यानंतर तो माणूस थांबला. जमिलला बारकाईने न्याहाळत तो कुजबुजला, "म्हणजे तू तो जमिल तर नव्हेस; ज्याने एकोणीस वर्षांपूर्वी राक्षसाला चकवलं होतं?"

"होय." मान हलवत अगदी हळू आवाजात जमिलने उत्तर दिलं.

"इथे तुझे पुन्हा स्वागत आहे!" तो माणूस हसतमुखाने म्हणाला.

पंचविसाव्या मजल्यावर गेल्यावर संचालक जमिलला म्हणाले, "मोत्यांच्या बेटांवरील प्रत्येक इमारत, आठ रिश्टर स्केलचा भूकंप सहन करू शकेल, अशा पद्धतीने बांधलेली आहे; पण आम्हाला वाटतंय की, येत्या चोवीस तासांदरम्यान होणारा भूकंप त्याहूनही जास्त तीव्रतेचा, म्हणजे किमान १० रिश्टर स्केलचा असेल. होय, तो मोठा असल्याची आम्हाला खातरीच आहे."

"तुम्हाला काय वाटतंय, भूकंप एकदाच होईल की वारंवार?" हस्कने विचारलं.

"*मोठा* भूकंप होईल हे निश्चितच; पण आमच्या माहितीवरून असं दिसतंय की, एकाहून अधिक धक्के बसू शकतील. एकाचवेळी प्रचंड शक्तिशाली असे अनेक भूकंप होऊ शकतील. एक जमिनीवर आणि इतर समुद्रात."

"तुम्ही त्या जुन्या किल्लीच्या शोधात का आहात?" जमिलने विचारलं.

"तिचा नेमका उपयोग काय?" हस्कने पुढे विचारलं.

"पृथ्वीच्या पोटात खोलवर संवेदक ठेवून, भूकंप होण्याची कारणं नियंत्रित करता येणं, आता वैज्ञानिकांना शक्य झालं आहे. सर्व बेटांच्या सभोवती मोठी विवरं खणून दाब बाहेर पाडणं, आता शक्य झालं आहे. या दाबांमुळेच भूगर्भातील स्तर

एकमेकांना रेटू लागतात. तुम्हाला माहीत असेलच, भूकंपांचे हे प्रमुख कारण असतं. या प्रक्रियेत आम्हाला एक गोष्ट समजली आहे की, संभाव्य भूकंप आपण टाळू शकतो, ते फक्त भूगर्भातील उष्णता मुक्त करून. नेमका इथेच त्या सोनेरी किल्लीचा उपयोग आहे.''

''ती 'देवाची देणगी'च आहे.'' जमिल म्हणाला.

''होय, काही वर्षांपूर्वी तिला याच नावाने संबोधले जाई.''

''पण त्या सोनेरी पेटीत बंदिस्त ठेवलेल्या किल्लीचं काय?'' जमिलने विचारलं.

''तुला ती कशी काय माहिती?'' संचालकांनी हसत विचारलं.

''मी काही वर्षांपूर्वी किल्लीच्या रक्षणकर्त्या ब्रिगेडचा सदस्य होतो आणि आम्हीच तिची ने-आण करायचो.''

''मी म्हणालोच होतो, तू मूळ ताताशियन लोकांसारखा दिसतोयस. तुम्ही रक्षण करत असलेली किल्ली नकली होती. आज ती काहीच कामाची नाहीये.''

''वैज्ञानिक नवीन किल्ली का बनवू शकत नाहीत?''

''माहिती असलेली प्रत्येक युक्ती आम्ही करून पाहिली, पण व्यर्थ! यावरून असा संकेत मिळतो की, त्या सोनेरी किल्लीचा दुसरा भाग आपण वापरला, तरच ती उपयोगात येईल. आमचा असा विश्वास आहे की, जेव्हा ते दोन्ही भाग एकमेकांत घट्ट बसवले जातील, तेव्हा ती काम करेल.''

''तुम्ही मला स्पष्टपणे सांगाल का, की नक्की काय घडतंय?'' हस्क विनवणीच्या स्वरात म्हणाली. ''मी खूप घाबरलेय. मला इथे मरायची अजिबात इच्छा नाही.''

संचालकांनी त्यांना एक विशाल पडदा असलेल्या कॉम्प्यूटरसमोर नेलं. त्यांनी माउसच्या क्लिकबरोबर ग्रँड मासा बेट आणि समुद्रतळाचे फोटो दाखवले. ''हे प्रत्यक्ष फोटो. नीट पहा, भूगर्भातील स्तर एकमेकांजवळ येण्यासाठी कशा हालचाली करताहेत ते.''

''मला खूप भीती वाटतेय.'' हस्क ओरडतच म्हणाली.

''घाबरू नकोस, अगं. हे काही लगेच होणार नाहीये. कळलं का?'' जमिलने तिला धीर दिला.

''हे आत्ताच घडलं, तर? जमिल आपण पंचविसाव्या मजल्यावर आहोत. मला खूप भीती वाटतेय.''

''काळजी करू नकोस, आपण सुखरूप असू.''

संचालकांनी माउसद्वारे सादरीकरण पुढे चालू ठेवलं. ''हे आहेत निदर्शक. त्यांचा रंग लाल झाल्यास भूकंप होईल. आता तुम्हाला ते नारिंगी रंगाचे दिसतील; पण कोणत्याही क्षणी रंग बदलू शकतो. आत्ताच्या निरीक्षणांनुसार येत्या चोवीस

तासांदरम्यान ते लाल होऊ शकतात.''

''जमिल, मला इथे मरायचं नाहीये. कळलं का?'' हस्क उदासपणे म्हणाली.

''हस्क, इथून बाहेर पडायला किंवा सारं नीट व्हायला पुरेसा वेळ अजूनही आहे.''

संचालकांनी एक काल्पनिक प्रात्यक्षिक दाखवलं. त्यात किल्ली लावताच दाब कसा मुक्त होईल आणि संकट कसं टळेल, हे दाखवण्यात आलं होतं. ''तुम्ही हे बघितलंच की, योग्य किल्लीद्वारे भविष्यातील प्रत्येक संभाव्य भूकंप टाळता येतील. कारण जेव्हा जेव्हा तशी परिस्थिती उद्‌भवेल, तेव्हा आम्ही इथूनच पृथ्वीच्या अंतरंगातील वाढलेली उष्णता किंवा दाब मुक्त करू शकू,'' कॉम्प्यूटरसमोरील भिंतीतील छिद्राकडे बोट दाखवत संचालक म्हणाले.

जमिलला या साऱ्यावर विश्वास ठेवणं कठीण होतं. संचालक म्हणाले, ''परिस्थिती बिकट आहे, आणि आम्हाला किल्लीच्या अर्ध्या भागाची तत्काळ गरज आहे. ज्यामुळे हे बेट नष्ट होण्यापासून वाचू शकेल.''

''न्यू-फाउंड-लँडचे काय? ते सुरक्षित आहे?''

''होय,'' संचालकांनी सांगितलं. ''न्यू-फाउंड-लँड आणि या बेटांमध्ये असणारी पर्वतरांग दाब शोषून घेईल. त्यामुळे तिथली वसाहत उद्‌ध्वस्त करण्याच्या त्सुनामीसारख्या कोणत्याही संकटाला टाळू शकेल.''

''मी तुला सांगितलंच होतं की, आपण न्यू-फाउंड-लँडला जाऊ. मी या यंत्रावर विश्वास ठेवू शकत नाही आणि या बेटावरची कोणतीही गोष्ट मला खरी वाटत नाही.'' हस्क म्हणाली.

''कृपया शांत हो, हस्क.'' जमिल कळकळीने म्हणाला.

''ही युक्ती फसलीच, तर काय?'' हस्कने प्रश्न केला.

''मी पहिल्या भूकंपातून वाचलोय आणि आपण या भूकंपातूनही सुखरूप बाहेर पडू. माझ्यावर विश्वास ठेव.'' खळखळून हसत जमिल म्हणाला.

''किल्ली निश्चितच काम करेल,'' हस्ककडे पाहून संचालकांनीही पुस्ती जोडली. ''आम्ही आशावादी आहोत.''

''वेळ अगदी थोडा असूनही तुम्ही आम्हाला सगळं सविस्तरपणे सांगितलंत, त्याबद्दल आभार!'' जमिल शांतपणे म्हणाला. ''मी त्या किल्लीचा अर्धा भाग तुम्हाला मिळवून देऊ शकतो. मला माहित्येय तो कुठं आहे ते. दोन तासांच्या आत मी तो इथे आणेन.'' जमिल इतक्यात त्या किल्ल्या द्यायला तयार नव्हता. त्याला या साऱ्या घडामोडींवर थोडा विचार करायचा होता.

वीस वर्षांपूर्वीच्या भूकंपातून तो कशाप्रकारे बचावला, हे जमिलने संचालकांना सांगितलं. त्याने राक्षसाला कसं चकवून ठार मारलं, अनेक ठिकाणी त्याने कसा

प्रवास केला आणि दोन दिवसांपूर्वीच त्या किल्लीचा अर्धा भाग त्याने कसा मिळवला, हेही त्याने संचालकांना सांगितलं.

"अगदी वेळेवर मिळवलास," आनंदाने भारावलेले संचालक म्हणाले. "तुझ्याबद्दल, प्राचीन किल्लीबद्दल आणि तिच्या महत्त्वाबद्दल आम्हाला समजलं आहे, पण आमचा इतिहास नव्याने लिहिला गेलाय. तो इतका बदललाय की, खऱ्या गोष्टी दंतकथा बनल्या आहेत आणि राक्षसाचे उदात्तीकरण झालंय."

"मी तुम्हाला दोन तासांनी भेटेन."

"मी तुझी वाट पाहेन."

दोघांनी विश्वासाने हस्तांदोलन केलं.

बरोबर दोन तासांनी ते 'टॉवर ऑफ समद'मध्ये पोहोचले. जसे ते इमारतीकडे जाऊ लागले, टीव्ही कॅमेऱ्यांनी त्याला 'कैद' केलं! त्यांना दूरदर्शनवर दाखवलं गेलं. जमिलने आपली थैली अधिकच घट्ट पकडली. ते शांतपणे चालू लागले. हस्क जमिलकडे खूश होऊन पाहत होती, पण तो काहीसा उदास दिसत होता. "सगळं काही ठीक होईल." इमारतींच्या पायऱ्यांपाशी जाताना ती हळू आवाजात म्हणाली.

एक टीव्ही पत्रकार पुढे सरसावला. "जमिल, मला सांग, मोत्यांच्या बेटांचं भवितव्य ठरवणारी किल्ली तुझ्याजवळ आहे, याबद्दल तुला काय वाटतंय?"

"मला काही बोलायचं नाही."

"ही फार मोठी जबाबदारी आहे." पत्रकार पुढे म्हणाला.

"मला काही बोलायचं नाही."

"आणि हे खरं आहे का की, ती मिळवायला तुला वाळवंट ओलांडायला लागलं आणि चिमेरांशी लढावं लागलं?"

"होय."

"तुला ठाऊक आहे का की, तुझ्या थैलीत जे आहे, त्यामुळे भूकंप टाळण्याचा एक नवा वैज्ञानिक सिद्धान्त वैध ठरू शकतो?"

"मला काहीही बोलायचं नाही."

"किल्लीचा उपयोग झालाच, तर या बेटांचा इतिहास नव्याने लिहावा लागेल."

"आपण अशी आशा करू या की, तिचा नक्की उपयोग होईल."

"तुला काही सांगायचं आहे का?"

"हस्कने मला दिलेल्या आधाराबद्दल मी तिचे आभार मानू इच्छितो."

समद टॉवरच्या पंचविसाव्या मजल्यावर जमिलने टीव्ही कॅमेऱ्यांच्या समोर आपली थैली उघडली आणि किल्ली संचालकांच्या स्वाधीन केली. संचालकांनी तिचं चुंबन घेतलं आणि ती पाच वैज्ञानिकांच्या चमूकडे सुपुर्द केली. त्यांनी किल्लीचं

परीक्षण केलं, मोजमाप केलं आणि वजन पडताळून पाहिलं. त्यांनी एकमेकांकडे पाहत होकारार्थी माना डोलावल्या. पहिली अर्धी किल्ली ठेवलेल्या ठिकाणी ते गेले आणि त्यांनी किल्लीचे दोन्ही भाग एकमेकांत घट्ट बसवले. घट्ट बसताच सर्वांच्या चेहऱ्यावर उत्साही भाव फुलले.

"अरे वा! हीच खरी किल्ली," समद टॉवरच्या पंचविसाव्या मजल्यावर टीव्ही पत्रकार थेट वृत्तान्त देताना किंचाळला. शास्त्रज्ञांनी जमिलला पुढे बोलावलं आणि छिद्रात किल्ली घालण्याची विनंती केली.

"हस्कने मला मदत केली, तर चालेल?"

"निश्चितच," संचालक म्हणाले. "किल्ली मिळवण्यात तिने फार महत्त्वाची भूमिका बजावली आहे."

जमिल आणि हस्कने किल्ली हळुवार सरकवली आणि वैज्ञानिकांच्या मार्गदर्शनानुसार फिरवली. त्यांनी ती किल्ली हळुवारपणे सरकवताच त्यांना सांगण्यात आलं की, बेटांभोवती खणलेल्या बारा विवरांमधून वायू बाहेर पडायला सुरुवात झालेली आहे. संचालकांनी कॉम्प्यूटरच्या पडद्यावर आपली नजर खिळवून ठेवली आणि इतर वैज्ञानिकांना सांगितलं, "दाब हळूहळू कमी होतोय! दाब कमी होतोय! भूगर्भातील स्तर सामान्य पातळीत आले आहेत... हिरवा रंग दिसायला लागलाय... हिरवा रंग दिसतोय.... सगळी विवरं कार्यरत आहेत...."

तीस मिनिटांनी संचालकांनी जाहीर केलं, "भूकंपमापक यंत्र सर्व काही सामान्य असल्याचं दाखवताहेत! किल्लीचा उपयोग झालाय! मोत्यांची बेटं वाचवली गेलीयेत!!" वैज्ञानिकांच्या चमूने जमिल आणि हस्कला आलिंगन दिलं, आणि त्यांचे आभार मानले.

"एक मोठे संकट टाळले गेले; एक मोठी सुटका झाली!" जमिलला मिठीत घेऊन संचालक म्हणाले. "तू सर्वांना; या बेटांना वाचवलेस. तू आमचा रक्षणकर्ता आहेस."

◆

प्रारंभ

एका भल्या पहाटे, तातासी द्वीपकल्पावर जमिलने डोळे उघडले. त्याने सभोवतीचं जीवन पाहिलं; जग न्याहाळलं. तो खुदकन हसला. तो खूश होता, कारण त्या दिवशी माजिदचाचा त्यांच्याकडे येणार होते. जमिलला माहीत होतं की, माजिदचाचा त्याच्यासाठी नक्की काहीतरी भेटवस्तू आणणार. ते जेव्हा यायचे, तेव्हा काहीतरी भेट आणायचेच. मागच्या वर्षी, माजिदचाचांनी जमिलला हातांनी विणलेली रंगीबेरंगी टोपी दिली होती. जमिल ती नेहमी अभिमानाने घाली, कारण बेटावर दुसऱ्या कोणाकडेही तसली टोपी नव्हती.

पहाटे, किलबिलणाऱ्या पक्ष्यांचा आवाज जमिलला ऐकू येत होता. या आवाजांना तो इतका सरावलेला होता की, कोणत्या वेळी, कोणता पक्षी गातो, हे त्याला बरोब्बर माहीत झाले होते. जणू पक्षी एकामागून एक सुरात, एका रांगेत गाताहेत असं वाटत होतं. एका विशिष्ट पक्ष्याचे गाणे सुरू झाल्यावर जमिलला जाणवायचे की, आता उठायची वेळ झाली आहे. आज मात्र तो पक्षी गायला लागण्याच्या अगोदरच जमिल उठून बसला होता. आता तो आपल्या आजोबांबरोबर सकाळच्या समुद्रस्नानाला जाणार होता. तेवढं अंतर चालता यायला लागल्यापासून जमिल रोजच समुद्रस्नानासाठी जाऊ लागला. जमिल आणि त्याचे आजोबा – कमाल, पहाटेच्या प्रकाशात 'जादूई खिंड' नावाच्या लोकप्रिय ठिकाणाकडे चालत जायचे. जादूई खिंड हा जमिनीचा पट्टा होता. त्या पट्ट्यामुळे मुख्य भूमी द्वीपकल्पाशी जोडली होती.

कमाल लाकडी घरातून प्रथम बाहेर पडत असे. जमिल आज्ञाधारकपणे त्याच्या मागोमाग जात असे. जमिलला अचूक जाग येणं, आजोबांची नक्कल करत ओळोखेपिळोखे देणं, आजोबांसारखे कपडे घालणं, प्रार्थना करणं आणि घराबाहेर पडताना पहिल्यांदा उजवं पाऊल बाहेर टाकणं.... जमिलला हा रोजचा कार्यक्रम खूप आवडत असे. जमिल आजोबांच्या प्रार्थना म्हणण्याचीही नक्कल करे. 'माझे

पाय मला योग्य मार्गाकडे घेऊन जावोत.' आजोबांना वाटे की, ते घरी नसताना या प्रार्थना; त्यांच्या कुटुंबाची आणि मालमत्तेची काळजी घेतात.

सकाळच्या नीरव शांततेत ते दोघं जादूई खिंडीकडे जात असत. आज मात्र कमाल शांततेचा भंग करीत म्हणाला, "तू माझ्यापेक्षा खूपच भराभरा चालतोस. जरा हळू चाल बघू." जमिलने आपली गती कमी केली आणि त्या वृद्ध माणसापाठोपाठ चालू लागला.

"माजिदचाचा केव्हा येणार आहेत?" कालपासून जमिलने हा प्रश्न अनेकदा विचारला होता.

"दुपारी," कमालने उत्तर दिलं.

"मी तुमच्यासोबत बंदरावर येऊ का?"

"नक्कीच."

जादूई खिंडीत जाईपर्यंत ते काहीही बोलले नाहीत. त्या वृद्ध माणसाने नेहमीप्रमाणेच सगळ्या गोष्टी केल्या. त्याने प्रथम उजव्या हाताने, नंतर उजव्या पायाने पाण्याचा अंदाज घेतला. नंतर समुद्रात उडी घेण्यापूर्वी त्याने प्रार्थना केली. हळूहळू पोहत तो इतका दूर गेला की, पहाटेच्या धूसर प्रकाशात जमिलला तो दिसेनासा झाला. नेहमी जमिल खिंडीजवळ जिथे पाण्याचा आवाज ऐकू येई, तिथपर्यंत भटकून यायचा; नि आजोबांनी ठेवलेल्या कपड्यांच्या ठिकाणी परत यायचा. आज जमिल नेहमीप्रमाणे न भटकता आजोबांच्या कपड्यांपाशीच बसून राहिला. किनाऱ्याकडे पोहत येणाऱ्या आजोबांकडे तो कौतुकाने आणि आदराने पाहत राहिला. त्याचे त्याच्या आजोबांवर खूप प्रेम होते. जमिल पाच वर्षांचा असताना, त्याच्या आई-वडिलांनी आपलं घर सोडून द्वीपकल्पाच्या 'बारिताए' या भागात वास्तव्य करण्याचा निर्णय घेतला. त्यांनी जमिलला त्याच्या आजी-आजोबांपाशी ठेवलं, कारण त्यांच्या कामाच्या व्यापात जमिलकडे पुरेसं लक्ष देणं त्यांना जमलं नसतं. तो त्यांचा एकुलता एक नातू होता. म्हणून आजी-आजोबांनीही त्याच्यावर मायेची पाखर घातली.

आता सूर्य हळूहळू वर चढत होता.

"दररोज पोहणं आवश्यक असतं," समुद्राच्या आरोग्यदायी गुणांचं महत्त्व पटवून देत कमाल म्हणाला, "त्यामुळे दिवसभर तुम्ही निरोगी आणि आनंदी राहता."

जादूई खिंड हा विशिष्ट असा जमिनीचा सरळ पट्टा होता, ज्याने द्वीपकल्पाला मुख्य भूमीशी जोडलं होतं. एक दंतकथा अशी होती की, जादूई खिंड मुळातलं एक बेट होतं. इथे पहिल्यांदा जेव्हा लोक वस्तीसाठी आले, तेव्हा ते समुद्र ओलांडू शकले नव्हते. त्या वेळी त्यांनी देवाची करुणा भाकली. वरदान म्हणून, देवाने त्यांना

एक अरुंद सरळ रस्ता तयार करून दिला.

दुसरी दंतकथा अशी होती की, पहिल्यांदा वस्ती करायला आलेले लोक, दूरच्या देशातले परंपराविरोधी होते. त्यांच्या देशातले सैनिक त्यांचा पाठलाग करत होते. ते समुद्रकिनारी आल्यावर जेव्हा तो ओलांडू शकले नाहीत; तेव्हा त्यांनी प्रार्थना केली. त्यांच्या प्रार्थनेला प्रतिसाद म्हणून देवाने ही निर्माण केली. त्यांनी या खिंडीतून समुद्र ओलांडताच मोठ्या भरतीने साऱ्या खिंडीत पाणी भरलं गेलं. पाठलाग करणाऱ्या सैनिकांना वाटलं, त्यांच्या विरोधकांना जलसमाधी मिळाली आहे. म्हणून सैनिक माघारी वळून निघून गेले.

आता जमिल आणि त्याचे आजोबा 'रहिवाशांचा थांबा' नावाच्या ठिकाणापाशी पोहोचले. पक्ष्यांना निर्विघ्नपणे उडता येईल, असा उजेड पडला होता. जमिल थांबला आणि त्याने एका झाडावर बसलेल्या पक्ष्यांची संख्या मोजून बघितली. साधारणपणे तो वीसपर्यंत मोजे, मग प्रयत्न सोडून देई. त्याने खाली वाकलेली एक फांदी हलवून पक्ष्यांना उडवण्याचा प्रयत्न करून पाहिला.

"तुम्हाला समाधान लाभो," कमालला अभिवादन करीत एक तरुण म्हणाला.

"तुलाही ते लाभो." कमाल अगदी अदबीने म्हणाला.

"सदासर्वकाळ समाधान," जमिल मध्येच भाग घेत म्हणाला.

एका अनाहूताचे अभिष्टचिंतन केल्याबद्दल कमालने जमिलला शाबासकी दिली. "तुला माहितेय आपण सदासर्वकाळ समाधान का चिंतितो?"

"नाही."

"कारण आपल्याला लढाई ही माहीतच नाही."

गॅरियोनमधील लाकडी घरापर्यंत येईतो अगदी लख्ख उजाडलं होतं. "घरातल्या स्त्रियांना समाधान लाभो." आपले आगमन सूचित करीत कमाल म्हणाला.

"घरी परतलेल्या पुरुषाला समाधान लाभो," लैलाने, कमालच्या बायकोने प्रतिसाद दिला.

"पुरुषांना म्हण!" कमालने लैलाच्या लक्षात आणून दिलं की, जमिल आता काही अगदी छोटा राहिलेला नाही.

"माफ करा, पुरुषांना म्हणते. जमिल आता छोटा राहिलेला नाही."

"होय."

"मग या तरुणाने समुद्रात डुबी मारली की नाही?"

"नाही; पण ती वेळ येईल." कमाल ठामपणे म्हणाला. "पाहुण्यांच्या स्वागतासाठी सर्व तयारी झालीये ना?"

"होय," लैला म्हणाली आणि आतल्या बाजूला निघून गेली. ती मासा पिळून त्यातील तेल काढत होती. ते फारच कौशल्याचं, नाजूक आणि वेळखाऊ काम

असल्याचं जमिलला ठाऊक होतं.

"आताशा माशातून काही फारसं तेल निघत नाही," ती तक्रारीच्या स्वरात म्हणाली. "आता आकारातसुद्धा बदल झालाय त्यांच्या. असे काय मासे पकडताहेत आता? तेल काढण्यासाठी ते फारच कठीण असतात. आमच्या तरुणपणी असं नव्हतं. भरपूर तेल निघायचं त्या वेळी."

कमाल म्हणाला, "बरोबर आहे तुझं. तेव्हा मासे आपल्याला समृद्धी द्यायचे. सगळीकडे मासे असायचे तेव्हा. आम्ही तर फक्त जाळं आणि टोपल्या घेऊन चालत मासे पकडायचो. आता हे असल्या प्रकारचे मासे पकडायलाही समुद्रात खूप दूरवर जावं लागतं."

* * *

माजिद बोटीवरून उतरले. लांब टोपी आणि शेरवानी घातलेल्या कमालने अत्तराने सुगंधित झालेले हात फैलावून त्यांचं स्वागत केलं, "आमच्या लाडक्या द्वीपकल्पावर आपलं स्वागत असो."

"तुम्हाला पुन्हा भेटताना मला खूपच आनंद होतोय," एकमेकांना आलिंगन देताना माजिद म्हणाले. माजिदचाचा आपल्या मऊ लाकडाच्या काठीवर थोडे झुकले आणि लांब दाढीतून बोटे फिरवू लागले.

आपल्या मित्राला अजूनही पकडून ठेवत कमाल म्हणाले, "आम्हाला भेटण्याची अगदी योग्य वेळ निवडलीत आपण."

हळुवार खोकत माजिद उत्तरले, "हा 'मावळतीचा ऋतू' मला नेहमीच आवडतो."

"होय, खरोखरच हा चांगला काळ आहे. या काळात नैसर्गिक देणगी म्हणून छान स्वच्छ सूर्यप्रकाश मिळतो."

जिवलग मित्रांप्रमाणे त्यांनी सात वेळा हस्तांदोलन केलं आणि पुन्हा एकमेकांना आलिंगन दिलं. जमिलला लोक एकमेकांशी किती वेळा हस्तांदोलन करतात, हे मोजण्यात मजा वाटायची. कारण त्या संख्येवर त्यांच्यातील नातं स्पष्ट व्हायचं. पूर्णपणे अनोळखी असणाऱ्यांशी एकदा; ओळखीच्यांबरोबर तीनदा आणि अगदी जिवाभावाचा असेल, तर सात वेळा.

"होय, आणि जवळ-जवळ दिवसाचे तेरा तास सूर्यप्रकाश असल्याने इथल्या लोकांच्या चेहऱ्यावरची छटा काही औरच असते." ते थांबले. "खूप सुंदर ठिकाण आहे हे! जेव्हा जेव्हा मी इथे येतो, तेव्हा तेव्हा खूप छान वाटतं मला."

"सूर्यामुळे."

"तुमचं बरोबर आहे. त्यामुळे माझं हृदय अगदी हलकं होतं, माझा आजार

पळून जातो... माझे दुखरे सांधेसुद्धा बरे होतात.'' माजिद मोठ्याने हसत म्हणाले.

''माजिद, हे जरा अतिच झालं बरं.''

''तसं नाही; पण मला खरंच इथे तरुण झाल्यासारखं वाटतं!'' माजिद जमिलकडे वळून म्हणाले, ''छोटू कसा आहे?''

''मी मजेत.''

''आता तू किती वर्षांचा झालास?''

''तेरा.''

माजिद म्हणाले, ''वेळ कसा भरकन निघून जातो!'' मग जमिलला म्हणाले, ''म्हणजे मला स्थलांतरित होऊन दहा वर्षं झाली?''

''होय नक्कीच.''

बंदरातून गॅरियोनकडे जाताना जमिलने माजिदचाचांची थैली आपल्याकडे घेतली. फक्त सूर्यप्रकाशासाठी लोक आपली घरे सोडून द्वीपकल्पाकडे का येत असतात, या गोष्टीचा तो विचार करू लागला. त्याला असंही कळलं की, या ऋतूमध्ये द्वीपकल्पाला अनेक प्रवासी भेट देतात. या दिवसांमध्ये दक्षिणेकडून लहान लहान ढगांचे पुंजके वाहत येतात आणि आकाशभर पसरतात. सगळं आकाश रंगीबेरंगी करून टाकतात. या दिवसांत, विशेषत: दुपारनंतर, विविधरंगी तेजस्वी रंगच्छटांनी आकाश रंगून जातं.

घरी आल्यावर जमिल त्याला मिळणाऱ्या भेटवस्तूसाठी आतुर झाला होता. पण तरी त्याला ती कुणीतरी देईपर्यंत वाट बघणे भाग होते. त्याच्याबद्दल कुणाला विचारणे शहाणपणाचे झाले नसते. जमिल शांतपणे वाट बघत राहिला. मावळत्या सूर्याकडे तोंड करून माजिदचाचा अंगणात बसले. तो वृद्ध त्याच्या स्मृतीत ते दृश्य साठवत; तिथे अगदी शांत बसला होता. थोड्या वेळाने माजिदचाचा उभे राहिले आणि आकाशाकडे बघत त्यांनी आपले हात प्रार्थनेसाठी उंचावले. जमिलला ती प्रार्थना ठाऊक होता. तोही माजिदचाचांच्या प्रार्थनेत सामील झाला.

''*आम्ही खूप भाग्यवान आहोत, कारण आम्ही स्वर्गापासून एकच पाऊल दूर आहोत.*''

माजिदने जमिलला सांगितलं, ''खेळायला जा. मी तुला नंतर भेटेन. मावळण्यापूर्वी सूर्यप्रकाशाचा आनंद मला घ्यायचा आहे.''

जमिल दीपगृहाशी आला. तिथे बशीर आणि शेजारची मुलं खेळतात, हे त्याला चांगलं माहीत होतं.

अगदी घाबरट स्वरात बशीर म्हणाला, ''आम्ही राक्षसासारखं दिसणारं काहीतरी पाहिलंय.''

''खरंच? केव्हा? कुठे?'' समुद्राकडे पाहत जमिलने विचारलं.

"तू यायच्या अगोदर थोड्या वेळापूर्वी, त्या तिकडे खूप दूरवर – " समुद्रात दूर अंतरावर बघत बशीर म्हणाला. बशीर एका कोळ्याचा मुलगा होता आणि ते लोक दीपगृहाच्या शेजारीच राहत. बशीर जमिलपेक्षा छोटा होता.

"मी इथे नसतानाच तुम्हाला कसा काय राक्षस दिसतो नेहमी?" जमिलने विचारलं.

"कारण राक्षसाला वाटत असावं की, तू त्याला बघू नयेस!"

"मला राक्षस पाहायचा आहे."

"माझ्या आईला वाटतं राक्षसबिक्षस काही नसतं; पण माझ्या बाबांनी ते लहान असताना एकदा राक्षस पाहिलाय."

"असंही असेल कदाचित की, राक्षस फक्त लहान मुलांनाच दिसतो; मोठ्या माणसांना दिसत नाही."

समुद्रावरून त्रिकोणी आकारात पांढऱ्या पक्ष्यांचा एक थवा उडत चालला होता. मुलं त्यांना 'लिक-लिक' म्हणायची. मुलांनी गायला सुरुवात केली.

लिक-लिक आम्हा पाऊस द्या
लिक-लिक आमचं भाग्य उजळा
लिक-लिक आम्हा खेळ द्या
राक्षस आम्हा पाहू द्या

जमिल घरी येईतो अंधार पडला होता. टेबलावर एक बंद खोकं त्याची वाट पाहत होतं. मोठ्यांची परवानगी घेऊन, मोठ्या उत्सुकतेने त्याने ते उघडलं. त्यात एक लाकडी किल्ली होती. जमिलचा चेहरा उतरला. त्याला हे कळेनासं झालं की, माजिदचाचांनी असली भेट कशाला आणली असेल?

"ही लाकडी किल्ली फक्त तुझ्यासाठीच! आमच्या शहरातील प्रसिद्ध कारागिराकडून कोरून घेतली आहे. हे यशाचे प्रतीक आहे. यामुळे तुझ्यासाठी सगळी दारं खुली व्हावीत, अशी माझी सदिच्छा! नीट बघ, त्यावर मी तुझं नाव लिहिलंय."

जमिलने माजिदचाचांचे आभार मानले.

"कुणास ठाऊक... कदाचित आपल्या किल्लीचा अर्धा भाग तो परत मिळवूही शकेल," लैला म्हणाली. "तो अर्धा भाग परत मिळावा, अशी मी नेहमी प्रार्थना करते. इथलं जीवन आता असह्य होऊ लागलंय. थोडातरी शुद्धपणा इथे परत मिळवण्यासाठी आपल्याला किल्लीची गरज आहे."

"हे झालं एक स्वप्न!" कमाल उत्तरला.

"जमिलच किल्ली परत आणणारा असो," लैलाने प्रार्थना केली.

"सोनेरी किल्लीचा अर्धा भाग आता कुठे आहे, कुणाला कल्पना आहे?"

"कुणालाही माहीत नाही आणि कुणाला याची चिंताही पडलेली नाही."

दुसऱ्या दिवशी जमिलने आपली भेटवस्तू मित्रांना दाखवली. ''माजिदचाचा म्हणतात की, ही एक जादूची किल्ली आहे आणि हिने सगळे दरवाजे उघडू शकतात. मला वाटतंय मी एक दिवस राक्षसाला पकडून एका खोलीत डांबून ठेवीन; म्हणजे तो पुन्हा बाहेर येऊच शकणार नाही.''

''पण राक्षसाला पकडण्यासाठी किल्लीचा काय उपयोग?'' बशीरने शंका उपस्थित केली.

''मी माझ्या हाताने त्याला पकडेन.'' जमिल म्हणाला.

''तू थट्टा करतोयस. तुला माहित्येय की, राक्षस आकाराने प्रचंड असतात.''

''किती मोठे?''

''या दीपगृहाएवढे.''

''अरेच्चा; साध्या घराच्या तिप्पट उंचीचे असतात म्हणजे.''

''ते काहीही असू दे. तुझी किल्ली ही एक साधी किल्ली आहे. ते काही मजबूत कुलूप नाही.'' बशीरने जमिलची कल्पना उडवून लावली.

* * *

त्या दिवसानंतर एकदा, जमिल विश्रांती घेत असताना, त्याने त्याचे आजोबा आणि पाहुणे यांमधील संभाषण ऐकलं.

''आज तुम्ही कुठे गेला होतात?'' कमालने माजिदला विचारलं.

''समद हाउसमधील माझ्या एक जुन्या मित्राला भेटायला गेलो होतो.''

''तिकडे कसं आहे वातावरण?''

''फारसं चांगलं नाही.'' माजिदने उत्तर दिलं.

''मी क्वचितच तिकडे जातो. असं ऐकून आहे की, तिथे बरेच बदल झालेत.''

''होय, आजकाल शिक्षणाकडे म्हणावं तसं लक्ष दिलं जात नाही. समद प्रमुख असताना वेगळं होतं.''

''होय, बरोबर. तेव्हा समदच्या हाताखाली शिक्षण घ्यायला इथे जगभरातून लोक यायचे. समद एक मोठा वैज्ञानिक अन् संशोधक म्हणून प्रसिद्ध होता.'' कमालने सहमती दर्शवली.

* * *

द्वीपकल्पावर वाढणाऱ्या तातासी नावाच्या झुडपावरून त्या द्वीपाला 'तातासी' असं नाव पडलं. ते इथे कसं आलं, याची कोणालाही माहिती नव्हती. काहींना वाटे,

पूर्वीपासून ते झुडूप तिथेच वाढत असेल; तर काहींना वाटे, परदेशी खलाश्यांनी ते इथे आणलं. तातासी खूप उपयुक्त आणि किमती होतं. त्याची पानं चहा, सूप, आमटी आणि औषधं यांसाठी वापरली जायची. फुलांपासून सुगंधी द्रव्यं तयार केली जायची आणि वाळवून इतर घटकांसोबत वापरून उत्साहवर्धक आणि आरोग्यदायी पेयं तयार केली जायची. मुळापासून विशेषत: सर्दी, खोकला आणि पोटाच्या तक्रारींवरील औषधं बनवली जायची. बियांपासून मसाले आणि साबण तयार होत.

कालांतराने या झुडपांचा उपयोग करणारे उद्योग उभे राहिले. 'तातासीची तेजी' नावाच्या कालखंडातच कमाल या द्वीपकल्पावर आला आणि गॅरियोनवर स्थायिक झाला. तिथे त्याचे एक शेत होते. गरज वाढण्याबरोबरच तातासीचे उत्पादन वाढवण्याची तंत्रंसुद्धा विकसित झाली. ज्या भागात पूर्वी तातासीचं उत्पादन घेतलं जात नसे, तिथेही त्याच्या लागवडीचे यशस्वी प्रयत्न केले गेले. सामान्यत: तातासी कापणीला यायला नैसर्गिकरीत्या दोन वर्षं लागत; परंतु नव्या तंत्राने एका वर्षात लागायला लागले. वर्षभर तातासीची लागवड करता येईल, अशी हरितगृहं बनवण्यात आली. अशा काही नव्या प्रजाती शोधण्यात आल्या, ज्या फक्त सहा महिन्यांत मुबलक उत्पादन देऊ लागल्या. सामान्यत: तातासीची उंची पुरुषभर असे; पण नव्या जाती त्याच्या तिप्पट उंचीच्या असत.

ते दोघं म्हातारे त्या झुडपाबद्दल बोलत होते. त्या दोघांच्या आयुष्यात त्या बाबींना खूप काही अर्थ होता.

''कठीण काळ होता तो. शेतावर खूप काबाडकष्ट करायला लागायचे आम्हाला.''

''ते एक आव्हानच असायचं अन् संपत्तीचं समान वाटप व्हायचं, ज्यामुळे आमच्यात एकी होती आणि आम्ही सर्व जण सुखी होतो.''

''आता हे झुडूपच आमच्या दु:खाचं कारण होतंय. नक्कीच ते आम्हाला विनाशाकडे नेईल.'' कमाल खिन्नपणे म्हणाला.

''हं...'' आपल्या पिकलेल्या दाढीतून बोटे फिरवत माजिदने क्षणभर विचार केला. ''मला खरंच या द्वीपकल्पाची चिंता वाटते. काही अशा गोष्टी पाहून मी अस्वस्थ झालो. काही छोट्या छोट्या गोष्टी आता नव्यानेच घडू लागल्याहेत. उदाहरणार्थ, लोक ज्याप्रकारे एकमेकांशी अगदी मोजकं बोलताहेत, त्यामुळे मला खरंच आश्चर्याचा धक्का बसला. आणि जेव्हा केव्हा ते एकमेकांशी बोलतात, पैशांचाच विषय असतो. आणि मी असेही काही शब्दप्रयोग ऐकले जे पूर्वी इथे अस्तित्वात नव्हते. 'मी किती छापणार आहे?' 'माझ्यासाठी त्यात किती असणार आहेत?' हाउस ऑफ समदमध्ये मला सांगण्यात आलं की, लोक आता फक्त ज्ञानासाठी शिकायला येत नाहीत.''

''हे सारं तातासीमुळे आलं.'' कमालने संभाषण पुढे चालू ठेवलं. ''आम्ही या

झुडपावर इतके अवलंबून राहू लागलो की, त्यामुळे आमच्या जीवनावर होणाऱ्या नकारात्मक परिणामांचं भानच आम्हाला राहिलं नाही. पूर्वी लोक ज्याला 'पाप' म्हणून हिणवायचे, ते आता व्यवहाराचा भाग झालंय. पूर्वी आमच्या लेखी पैसा साठवत जगण्याला कधी महत्त्व नसे. आम्ही तेवढेच घ्यायचो किंवा एकमेकांत वाटायचो, ज्यामुळे आमच्या गरजा पूर्ण होत.''

''ते बरोबर आहे.'' माजिदने दुजोरा दिला.

''आता लोक वस्तू दडवण्यासाठी मोठाली घरं बांधतात.'' कमालने तातासीच्या उत्साहवर्धक पेयाचा घोट घेतला आणि वाळवलेल्या माशाचा एक तुकडा तोंडात टाकला. ''जे एक वरदान झाले असते, तोच आता शाप म्हणून सिद्ध झालाय. हे औषधी झुडूप लोकांना रोगट करतंय.''

''अहो, त्या योजनंचं काय झालं – 'प्रत्येकाला मधाचा थेंब' नावाची?'' माजिदने विचारलं.

''काही वर्षांपूर्वीच ती गुंडाळली गेली. आम्ही सर्व जण तातासीपासून अधिकाधिक नफा मिळवण्यात गुंतलोय आणि नव्या राजालाही या उद्योगातून मिळणारी मिळकत जनतेत वाटायची नाही.''

''ह्या एवढ्या पैशांचं तो काय करतो?''

''बारिताएच्या टेकडीवर तो खूप मोठा प्रासाद बांधतोय.''

''जग गमतीनं भरलेलंय!''

◆

जुळ्या शोकांतिका

जमिलला लाकडी किल्लीचं स्वप्न पडलं. त्यात त्याला दिसलं, ती किल्ली त्याला जमिनीपासून वर उचलतेय. आणि तिने त्याला इतकं वर उचललंय की, तो आता हवेत तरंगायला लागला आहे. पुढे त्याला असं दिसलं की, तो पाण्याखालीसुद्धा सहजतेने पोहू शकतोय. किल्लीमुळे तो हवेत मुक्त विहरू शकतोय. हे सारं त्यांच्या द्वीपकल्पाच्या बाहेर कुठंतरी घडतंय आणि खूप मुलं हा चमत्कार पाहताहेत. लोकांची प्रचंड गर्दी ही जादू पाहण्यासाठी जमली होती. शेवटच्या दृश्यात जमिल समुद्रकिनाऱ्यावर गोलाकार लोळतोय; पण वाळूचा कणही त्याच्या अंगाला चिकटत नाहीये. या साऱ्या दृश्यांत त्याने ती किल्ली आपल्या हातात धरून ठेवली आहे. तो जागा झाला. त्याला चांगलं आठवत होतं की, किल्ली अदृश्य होताच स्वप्न पूर्ण झालं होतं. त्याला माहीत नव्हतं की, किल्ली कुठे गेली आणि दिवसा तो हेही सांगू शकत नव्हता की, अशी एखादी किल्ली त्याला सापडली होती किंवा काय. समाधानाची बाब एवढीच की, माजिदचाचांनी दिलेली लाकडी किल्ली त्याच्या बिछान्याशेजारीच ठेवलेली होती. स्वप्नातल्या हरवलेल्या किल्लीने त्याचा दिवस अगदी उदासवाणा केला. जरी त्याच्याकडे खरीखुरी लाकडी किल्ली होती, तरीही स्वप्नातील हरवलेल्या किल्लीची हुरहूर त्याच्या स्पष्टीकरणाच्या पलीकडची होती.

संध्याकाळी ते दोन वृद्ध व्हरांड्यात गप्पागोष्टी करायला बसल्यावर जमिलने त्यांना त्या द्वीपकल्पावरील सोनेरी किल्लीबद्दल विचारलं. त्याने तिच्याबद्दलच्या पुष्कळ गोष्टी ऐकल्या होत्या आणि तिच्याभोवतीच्या गूढ वलयामुळे जमिलने स्वत:हून किल्लीच्या रक्षकसेनेचे स्वयंसेवकपद स्वीकारलं होतं.

कमाल आजोबांनी बोलायला सुरुवात केली, ''माजिद आणि मी इथे वास्तव्यास यायच्या अगोदर इथल्या लोकांची अवस्था खूप वाईट होती. दुष्काळ, अवर्षण, रोगराई आणि पूर त्यांच्या पाचवीलाच पुजलेले होते. हे सारं सुरू होण्याआधी एक शक्तिशाली भूकंप होऊन गेला होता. लोकांनी एका विशिष्ट दिवशी देवाकडे

क्षमायाचना करायची ठरवली, कारण त्यांच्या वाईट वर्तनामुळेच त्यांना या दुर्दैवाला तोंड द्यावं लागतंय, हे त्यांना समजलं होतं. त्यानंतर एका वर्षाने त्याच्या लक्षात आलं की, स्थितीत चांगली सुधारणा झालेली आहे. त्यांची भरभराट होऊ लागलेली आहे. यानंतर त्यांनी देवाला धन्यवाद देण्यासाठी एक दिवस निश्चित केला. त्याला त्यांनी 'नवनिर्माण दिवस' असं नाव दिलं. त्या दिवशी काही असामान्य घटना घडायला लागल्या. पहिल्यांदा, बराच वेळ सूर्य ढगांनी काहीसा झाकला गेला. संध्याकाळी त्यांना जाणवलं की, रहस्यमय प्रकाश सगळीकडे पसरलाय. लोक धास्तावले. द्वीपकल्पाच्या एका भागातून लोकांनी दुसऱ्या भागात स्थलांतर करताना वीज कडाडली. ते दोन्ही भाग काही काळ तेजाळून निघाले. त्या प्रकाशाचा स्रोत जाणून घेण्याचा काही रहिवाशांनी प्रयत्न केला. दोन्ही प्रकाशमान भागांत सोनेरी किल्लीचे दोन समान तुकडे सापडल्यावर तर त्यांच्या आश्चर्याला पारावार उरला नाही.''

कमाल पुढे बोलू लागला, ''ही दैवी भेट एकत्र बसवण्यात येऊन तिला सुरक्षित ठेवण्यात आलं. कालांतराने त्या किल्लीला शांती, समृद्धी, ऐक्य आणि स्थैर्याचं प्रतीक मानण्यात येऊ लागलं. तुझ्या एव्हाना हे लक्षात आलं असेल की, नवनिर्माणाच्या दिवशी लोक किल्लीला स्पर्श करून संरक्षण आणि आशीर्वादासाठी प्रार्थना करायला रांगा लावत असतात. तू जन्माला यायच्या काही दिवस अगोदर नवनिर्माणाच्या दिवशी एक आगळी गोष्ट घडली. लोकांना असं सांगण्यात आलं की, त्यांनी किल्लीला स्पर्श करू नये. काही लोकांनी असं सांगायला सुरुवात केली की, जी किल्ली त्यांना पाहण्यासाठी ठेवली आहे, ती जुन्या किल्लीसारखी दिसत नाहीये. एका वर्षानंतर लोकांच्या लक्षात आलं की, नवी किल्ली पेटीत ठेवलेली आहे. म्हणजेच लोक तिला यापुढे स्पर्श करू शकणार नाहीत. त्या दिवसापासून इथे अनेक दुर्घटना घडायला सुरुवात झाली. एकापाठोपाठ एक अशा आपत्ती कोसळायला लागल्या. जुन्या किल्लीच्या नाहीसं होण्यानं किमान नवनिर्माणाच्या दिवशी तरी विपरीत परिणाम होत असतो.''

''होय आजोबा,'' जमिल गप्पांत सामील झाला, ''मागच्या वर्षी जेव्हा मी प्रार्थना म्हणायचं ठरवलं, तेव्हा माझं तोंड अजिबात उघडू शकलं नव्हतं. माझा दोस्त बशीरला अगदी विचित्र अनुभव आला. तो प्रार्थना म्हणू शकत होता, पण ती उलटी; शेवटच्या ओळीपासून पहिल्या ओळीपर्यंत. साध्यासुध्या कसरतीसुद्धा आम्हा दोघांना करता आल्या नाहीत. जणूकाही आमचे पायच जमिनीत गाडले गेले होते. फार भीतिदायक होतं ते.''

''मी खूप गोंधळलो होतो,'' कमालने बोलायला सुरुवात केली, ''पूर्ण दिवसभर माझ्या मनात विचित्र विचार येत राहिले. मी स्वत:ला समजावलं की, ते म्हातारपणामुळे

येत असतील. मी तातासीचं उत्साहवर्धक पेय खूपदा प्यायलो; पण माझा गोंधळ संपला नाही. जेव्हा सूर्यास्त झाला तेव्हा लोक नेहमीप्रमाणे नाचले नाहीत की त्यांनी कसलाही आनंद साजरा केला नाही. ते अगदी स्तब्ध राहिले. हा तर आमच्यासाठी मोठा धक्का होता. काहीतरी हरवलं होतं; पण काय ते कुणालाच कळत नव्हतं. जेव्हा आम्ही अंथरुणावर पाठ टेकणार होतो, तेव्हाच कसलीही पूर्वसूचना नसताना आकाशात एक प्रकाशाचा पडदा नाचू लागला. तसा मी पहिल्यांदा कधीच पाहिला नव्हता. मला खूप थकवा आला होता. खूप लोक घाबरलेले होते.''

''होय;'' जमिलने दुजोरा दिला, ''मी खूप उत्तेजित झालो होतो; परंतु ते दृश्य बघून बऱ्याच जणांना चक्कर आली आणि खूप जण भीतीने किंचाळत राहिले.''

कमाल म्हणाला, ''बाहेर आल्यावर समजलं की, प्रकाश अधिकाधिक तेजस्वी होतोय. दृश्यं विविध आकारांची आणि हिंस्र स्वरूपाची होऊ लागली आहेत. अनेक रंगांचे प्रकाश त्या वेळी आकाशात नाचताना दिसत होते.''

अंगणाच्या एका विशिष्ट जागेवर येत कमाल म्हणाला, ''इथून, ते सर्व भुताटकी प्रकाश मला दिसत होते. अचानक ते गायब झाले आणि सारा द्वीपकल्प उजळून निघाला. असं वाटलं की, प्रचंड मोठा दिवा एकदम लावलाय. नाही का जमिल?''

''होय, मला आठवतंय प्रकाशाच्या नदीसारखा लाल रंगाचा झोत प्रथम आकाशभर वाहू लागला आणि नंतर अदृश्य झाला. त्यानंतर सारे रंग अचानक बाहेर आले. इतकं स्वच्छ झालं की, आम्ही आनंदानं नाचत-गात रस्त्यावरून फिरू लागलो. अचानक रात्रीचं रूपांतर दिवसात झालं होतं.''

''कशामुळे हे सारं घडत होतं?'' माजिदने काळजीने विचारलं.

''कुणालाच माहिती नाही; पण एकंदर ते सगळं भीतिदायक होतं.'' कमाल म्हणाला. ''मी ती रात्र कधीच विसरणार नाही, त्या रात्री आकाशाला आग लागली होती.''

''याचा किल्लीशी काही संबंध होता?''

''कदाचित. काही लोकांना असं वाटत होतं की, द्वीपकल्पावर असणारा किल्लीचा अर्धा भाग हरवलेला होता आणि म्हणून ज्या आकाशानं ती किल्ली आम्हाला दिली, ते रागावलं होतं. काहींना वाटत होतं की, तो प्रकाश येणाऱ्या चांगल्या घटनांची खूण होती. माझ्यामते, पुढे द्वीपकल्पावर कोसळणार असणाऱ्या भयाची ती जाणीव होती.''

''द्वीपकल्पावर त्या किल्लीचा दुसरा अर्धा भाग परत आणणं शक्य आहे?'' कमाल बोलायचा थांबल्यानंतर जमिलने विचारलं.

''होय, पण ते तेव्हाच, जेव्हा त्याचा ठावठिकाणा तुम्हाला माहिती असेल. या

क्षणी तरी तो आपल्याला माहिती नाही. माझं असं स्वप्न आहे, एखाद्या धाडसी मोहिमेवर जावं आणि काहीही करून ती किल्ली परत आणावी; पण अशी स्वप्नं बघण्याएवढा मी तरुण राहिलो नाही आता!''

''तातासीचं पेयसुद्धा गेलेली वर्षं परत आणू शकणार नाहीत,'' माजिद गंमतीने म्हणाला आणि जमिलकडे वळून बोलला, ''ती किल्ली परत मिळवणं शक्य आहे. आयुष्यात अनेक अशक्य गोष्टी शक्य होतात.''

''तुम्हाला वाटतंय की, मी ती परत आणू शकेन?''

''काय गमतीदार प्रश्न आहे!'' माजिद म्हणाला. ''तू विचार करतो आहेस, याचाच अर्थ तुझ्यात ती क्षमता आहे!'' माजिद बोलायचे थांबले आणि त्यांनी जमिलच्या खांद्यावर हात ठेवला. ''तू काहीतरी करायचं स्वप्न पाहिलंस, मन लावून, प्रामाणिकपणे ते कृतीत उतवरण्यासाठी प्रयत्न केलेस, त्या मार्गावर राहिलास, तर तुझ्या मार्गावर नशीब तुला साथ देईलच! तुझ्यासाठी ते, अशक्यप्राय गोष्टीही शक्य करून दाखवेल.''

''दुसऱ्या शब्दांत सांगायचं तर, शोधाल तर गवसेल!'' कमालने चर्चेचा समारोप केला.

* * *

नवीन राजवाड्याच्या उद्‌घाटनानिमित्त महिनाभर चाललेल्या विविध समारंभांनी जमिलची खूप दमछाक झाली. शेवटच्या दिवशी काही लोक किल्ली असणारी पेटी नव्या राजवाड्याच्या दरवाजापर्यंत वाहून नेणार होते. जमिलचा समावेश या समूहात असल्याने तो या क्षणाची आतुरतेने वाट पाहत होता. जमिल खूप उत्साहित झाला होता. त्याने आणि त्याच्या समूहाने या कार्यक्रमाचा इतका सराव केला होता की, तो हे अभिमानाने सांगू शकत होता, ''अगदी डोळे झाकूनसुद्धा मी मला दिलेलं काम करू शकतो.''

नवीन राजवाड्याच्या उद्‌घाटनाच्या आदल्या दिवशी कमालने सांकेतिक शब्दांत जमिलला बजावलं, ''आकाशातून दिला जाणारा शाप विसरू नकोस.''

''काय म्हणायचंय तुम्हाला?''

''आज आकाशाकडे पाहिलं आहेस तू?''

''नाही, काय झालंय तिथे?''

''लोक मजा करण्यात इतके दंग झालेत की, जीवनातल्या महत्त्वाच्या बाबींकडे त्यांचं लक्षच जात नाहीये. द्वीपकल्पावर आकाशात सूचक चिन्हं दिसताहेत; परंतु फार थोड्या लोकांच्या हे लक्षात आलं असेल.''

जमिलने आपल्या आजोबांकडे लक्ष दिलं नाही. तो समारंभामध्ये पूर्ण बुडून गेला होता. जेव्हा त्यानं अजाणतेपणे आकाशाकडे पाहिलं, तेव्हा ढगांची विचित्र रचना त्याच्या लक्षात आली. त्याला हे कळलं नाही की, कोरड्या ऋतूत सहसा न आढळणारे ढग आता कसे काय जमलेत. पण त्यानं हे फारसं विचारात घेतलं नाही आणि तो उत्सवांमध्ये रमून गेला.

किल्लीच्या रक्षणकर्त्या ब्रिगेडमधील चार-चार लोकांच्या गटाने सोनेरी पेटी वाहून आणली. जवळ-जवळ दोनशे मीटर अंतरावर आल्यावर दुसऱ्या गटाला ती पेटी सोपवली गेली. जमिलचा गट सर्वांत शेवटी होता. सोनेरी पेटी जवळ येताच जमिलच्या हृदयाचे ठोके वाढू लागले. काहीही चूक न करता, सराव केल्याप्रमाणे पेटी सोपवली गेली. ते हळूहळू पुढे सरकू लागले. जमिल सर्वांत पुढे होता. ते राजवाड्याजवळ पोहोचले. लोकांनी टाळ्या वाजवून त्यांचं कौतुक केलं.

पुढे सरकताना जमिलला खूप अभिमान वाटत होता आणि त्याच्या चेहऱ्यावर स्मितहास्य होतं. आवतीभोवती खूप गोंगाट असतानाही त्याच्या कानांत कमालचे शब्द घुमत होते – ''ही किल्ली खरी नाही. ही खोटी किल्ली द्वीपकल्पाला वाचवू शकणार नाही.'' पण कमालचा आवाज काही इतका दमदार नव्हता की, ज्यामुळे जमिलचा उत्साह कमी होणार होता, कर्तव्याची भावना कमी होणार होती. जमिल अभिमानाने आणि समाधानाने पुढे सरकत राहिला.

जमिलसहित इतरांनी किल्ली ठेवलेली सोनेरी पेटी राजवाड्याच्या प्रचंड दरवाजांसमोर पायऱ्या चढत आणली. पेटी तिथे येताच राजा, राणी, राजकुमारी, राजकुमार आणि इतर सन्माननीय सदस्य उठून उभे राहिले. जमिलने आज्ञा दिली आणि पूर्वीच ठरवून दिलेल्या ठिकाणी तो गट थांबला. त्यांनी दोन रक्षकांकडे ती पेटी सुपुर्द केली. त्यांनी ती उघडून त्यातील किल्ली राजाकडे दिली. आपल्या छोट्या भाषणात राजाने तातासी द्वीपकल्पावरील लोकांसाठी उज्ज्वल भविष्याचं आश्वासन दिलं. राजाने अगदी दिमाखात दरवाजे उघडले. टाळ्यांचा प्रचंड गजर आणि जयजयकाराने आसमंत दुमदुमला.

* * *

''सर्व काही व्यवस्थित पार पडल्यामुळे मी खूप खुशीत आहे.'' बशीर म्हणाला.

''होय, मीसुद्धा खूप उत्तेजित झालोय. मी राजाच्या खूप जवळ होतो आणि राणीसाहेब आपल्याकडे कशा पाहत होत्या बघितलंस? मी अगदी जवळून किल्ली बघितली. मी खूप आनंदित आहे.''

''मी खूप थकलोय. चल, जाऊ या.''

ती दोघं मुलं गॅरियोनकडे निघाली. द्वीपकल्पावर सर्वत्र फटाक्यांची आतषबाजी सुरू होती. अर्ध्या तासानंतर पावसाला सुरुवात झाली. जमिलने बशीरकडे पाहिलं. दोघंही स्तंभित झाले.

"काय चाललंय?" बशीरने जमिलला विचारलं.

"काही माहीत नाही."

"कदाचित हा उत्सवाचा एक भाग असावा."

"मला नाही तसं वाटत."

त्यांना भीती वाटू लागली. वातावरणात काहीतरी नक्कीच वेगळं होतं. "काहीतरी विचित्र घडतंय." त्यांची भीती पक्की करत कुणीतरी ओरडलं. "हे नेहमीसारखं नाहीये." आणखी कुणीतरी ओरडलं.

त्यांनी गॅरियोनच्या दिशेने पळायला सुरुवात केली. दूरवर चमकणाऱ्या विजेने सारं आकाश उजळून निघालं, पाठोपाठ विजेचा कडकडाट झाला. "हे भीतिदायक आहे." तो स्वत:शीच म्हणाला. काय चाललंय, हे त्या दोघा मुलांच्या लक्षात येत नव्हतं. वीज अगदी प्रेक्षणीय असल्यासारखी चमकत होती. दोघं गोंधळून उभे राहिले. आकाशात तीन प्रकारच्या विजा त्यांनी पाहिल्या – एक आकाशात तरंगत टिकून राहिली. दुसरी आकाशातून जमिनीवर पोहोचणारी आणि तिसरी जमिनीवरून आकाशाकडे झेपावणारी.

"तिच्याकडे बघ, ती जमिनीवरून वरच्या दिशेने निघाली आहे." जमिल म्हणाला.

जमिल आणि बशीरला जे चाललंय तो समारंभाचा भाग आहे किंवा काय; ते समजेनासं झालं होतं. "राजा चिरायू होवो! किल्ली चिरायू होवो!" असं ओरडणाऱ्या मुलांकडे त्यांनी आता पूर्ण दुर्लक्ष केलं होतं.

दरम्यानच्या काळात विजा अधिकाधिक प्रमाणात चमकत होत्या आणि अगदी जवळ-जवळ येताना दिसत होत्या. "ओह!" जेव्हा प्रचंड मोठा विजेचा लोळ जमिनीकडे झेपावला तेव्हा जमिल उद्गारला. वीज जितकी जवळ येऊ लागली तितकी अधिक भीती वाटू लागली. ते दृश्य आता त्यांना प्रेक्षणीय वाटेनासं झालं. विजेच्या कडकडाटात लोकांना विजेचे लहान धक्के बसू लागल्याने, ते असाहाय्यपणे वाट दिसेल तिकडे सैरावैरा पळू लागले.

"माझ्या सर्वांगाला कुणीतरी चावतंय, असं वाटतंय." अंधारातून बशीर किंचाळला. जमिलने त्याच स्थितीत गॅरियोनकडे धावत जाण्याचा प्रयत्न केला; पण शक्तिशाली विजेच्या कडकडाटाने संपूर्ण प्रदेश हलवला आणि जमिल जागीच थांबला. त्याला काहीच सुचत नव्हतं. सभोवती सर्वत्र विजेने रौद्र रूप धारण केलं होतं. त्यानंतर विजा अचानक बंद झाल्या. एकाएकी निर्माण झालेल्या सन्नाट्यामुळे

सगळे जण गोंधळून गेले. जमिलला त्याच्या बारिताएमध्ये असणाऱ्या आईवडिलांची खूप काळजी वाटू लागली. गॅरियोनमध्ये असणाऱ्या त्याच्या आजी-आजोबांना भेटण्यासाठी तो व्याकूळ झाला.

जमिलला वाटले की, त्याच्या पायाखालची जमीन थरथरते आहे. तसं वारंवार होऊ लागलं. अनेक ठिकाणी उद्रेक झाल्यासारखं वाटत होतं; पण नेमकं काय होतंय ते कळत नव्हतं. त्यानं दूरवर समुद्रात आगीच्या ज्वाला पाहिल्या. त्या जवळ येत नाहीयेत, हे पाहून मात्र त्याला धीर आला. जमिलनं स्वत:ला समजावलं की, समुद्रात ज्वालामुखीचा उद्रेक झालेला असावा. काय करायचं, हे ठरवता न आल्यानं तो एका जागीच खिळून राहिला. उद्रेक पुन्हा काही काळ सुरू राहिला.

हळूहळू संपूर्ण द्वीपकल्पावर दाट धुकं पसरू लागलं. जमिलला ठसका लागू लागला. तो जवळच्या घरात पळत गेला आणि त्याने खिडक्या लावून घेतल्या. त्याला आपण सुरक्षित आहोत, असं वाटतंय न वाटतंय; तोच द्वीपकल्पाला मोठ्या क्षमतेचा भूकंपाचा धक्का जाणवला. ते घर पूर्ण हादरलं. भिंतींना तडे गेले आणि छताचा काही भाग कोसळला. जमिल घाबरून किंचाळत त्या घराबाहेर पडला. त्याच्या आवतीभोवती अनेक घरं कोसळत होती. लोक रडत किंचाळत इतस्तत: पळताना दिसत होती. जवळून-दुरून सर्वत्र आरोळ्यांचे, किंचाळण्याचे आवाज येत होते. जमिलच्या अंगातले त्राण भीतीमुळे नाहीसे झालेले होते. अंधारात जमिल फक्त डोळे मिटून बसू शकत होता. त्याच्या आजूबाजूला जे काय चाललंय, ते बघणं आता त्याला नकोसं वाटत होतं. त्याला कळत होतं की, आता इथून उठावं, जिवंत असण्याबद्दल देवाचे आभार मानावेत आणि गॅरियोन किंवा बारिताएमधील लोकांना मदत करण्यासाठी पळत जावं; पण ते त्याच्या आवाक्याबाहेरचं होतं. अंधारात तो हुंदके देऊन रडू लागला.

उद्ध्वस्त झालेल्या घरांवर आणि ढिगाऱ्यांवर सूर्यप्रकाश पडल्याचं जाणवल्यावर जमिलने डोळे उघडले. बाबूलोसाच्या सर्वांत उंच ठिकाणावरून त्याला दिसत होतं की, बरीचशी घरं भुईसपाट झाली आहेत. आपत्तीचा आवाका बघून तो आश्चर्यचकित झाला. भूकंपानंतर बऱ्याच घरांना आगी लागल्या होत्या. इतर भागात पूरपरिस्थिती निर्माण झाली होती. जणू एखादा प्रचंड राक्षस द्वीपकल्पावरून घरांना लाथा मारत; तुडवत; आगी लावत गेला असल्यासारखं वाटत होतं. काही जुनी लाकडी घरं सोडली, तर जवळ-जवळ सर्व घरं दगडमातीचे ढिगारे झाली होती.

'इथे पूर्वी बारिताए होतं', असं सांगायला लागलं असतं इतकी वाईट परिस्थिती झाली होता. ढिगाऱ्यामधून जमिल चालत निघाला. नवीन राजवाड्यासह तिथला निम्मा प्रदेश समुद्रात बुडला होता. जमिल एका उंचवट्याच्या टोकाशी बसला. तिथून त्याला उद्ध्वस्त झालेल्या राजवाड्याचे समुद्रात कोसळलेले काही भाग स्पष्ट

दिसले. त्याच्या मनात विचार आला, 'आईवडिलांना अशा परिस्थितीतून केवळ एखादा चमत्कारच सुखरूप वाचवू शकतो!' या विचाराने त्याला रडू फुटलं. कारण त्या घटनेच्या वेळी ते राजवाड्यातच काम करत होते. तो ओक्साबोक्शी रडू लागला.

गॅरियोनकडे चालत जाण्यासाठी तो अंगातली सारी शक्ती एकवटून निघाला. त्याचे आजी-आजोबा राहत असलेल्या द्वीपकल्पाच्या दुसऱ्या भागाकडे जाणारा रस्ता शोधण्यासाठी त्याला खूप वेळ लागला. खूप दूरवरून त्यांचे घर त्याला सुस्थितीत असल्याचे दिसत होते. पण त्याचा त्यावर विश्वास बसत नव्हता.

तिथे पोहोचल्यावर बऱ्याच वेळाने त्याच्या चेहऱ्यावर स्मित उमललं; कारण त्याच्या घरासमोर आजी-आजोबा उभे असलेले त्याने पाहिलं. तो धावत त्यांच्याजवळ गेला आणि साश्रु नयनांनी त्यांना बिलगला.

"तुझे आईबाबा सुरक्षित आहेत. काही वेळापूर्वीच ते इथे होते, नंतर मात्र ते तुला शोधायला बाहेर पडले," जमिलला आलिंगन देत कमाल म्हणाला.

"तुमची चुकामूक झालेली दिसतेय," त्याला घट्ट पकडून लैला म्हणाली.

"सर्वत्र विध्वंस आणि मृत्यूचं तांडव सुरू आहे." जमिल म्हणाला.

"बाळा, पण याची पूर्वसूचना देण्यात आलेली नव्हती, असं आपण म्हणू शकत नाही." कमाल म्हणाला.

"पुरे आता," आजी ओरडली. "हे सगळं बोलण्याची ही योग्य वेळ नव्हे!"

"मी आईबाबांना शोधायला जातो."

"इकडे ये आणि बघ," आजी म्हणाली. "बाळा, निसर्गाची किमया बघ." ज्या बाजूला जादूई खिंड होती, तिकडे बोट दाखवीत ती म्हणाली. "बघ, ती खिंड नाहीशी झालीये, भूकंपामुळे ती नष्ट झालीये."

"काय? आता मुख्य भूमीशी जोडणारं काहीच राहिलं नाही?" उत्सुकतेने जमिलने विचारलं.

"हो, काहीही नाही. आपण आता एकाकी बेटावर आहोत." आपले हात उंचावत तिने उत्तर दिलं.

'फारच भन्नाट!' जमिलच्या मनात विचार आला.

"आणि तेही पहा – नवीन बेट उंचावलं आहे. तेही मुख्य भूमीच्या अगदी जवळ."

"आश्चर्यकारक! तातासी बेट." जमिल म्हणाला.

"होय, मुला. नवीन बेट तयार झालंय – 'शापित बेट'" कोरडेपणाने हसत कमाल म्हणाला.

जमिलने आईवडलांना शोधायला जाण्याचं ठरवलं. जसाजसा तो त्यांचा शोध

घेत होता तसा त्याला नवीन बेटावरचा विनाश दिसू लागला. लोक झपाटल्यासारखे एकमेकांची सुटका करण्यात गुंतले होते; काही, भोवतीच्या मृत्यू आणि विनाश यांमुळे खिन्न होऊन नुसते बसून राहिले होते. एका इमारतीच्या ढिगाऱ्याखालून त्याला एका बकरीचा क्षीण आवाज ऐकू आला. जमिलने घाईने शोधण्यास सुरुवात केली. ती बकरी सापडेपर्यंत तो ढिगारा उपसत राहिला. त्या छोट्या बकरीला बाहेर ओढून काढण्यात जमिलला यश आलं. ते पिल्लू जखमी झाल्यामुळे अर्धमेलं झालं होतं. त्याला सरळ चालताही येत नव्हतं. जमिल त्याला आजी-आजोबांकडे घेऊन आला.

"खूप छान काम केलंस तू. आपल्याकडून ज्याला वाचवता येईल त्याला वाचवलंच पाहिजे." लैला म्हणाली.

"तू आणि मी भाग्यवान आहोत." जमिल नंतर बकरीला चारा देत म्हणाला. "आपण वाचलो. आवतीभोवतीचा विनाश पाहिलास? असंख्य लोक मेले; पण आपण नशीबवान आहोत, आपण जगलो. आपण खरंच सुदैवी आहोत. आजपासून मी तुला 'लकी' या नावाने बोलावणार."

नंतर त्याला बशीर भेटला. "तुला पाहून मला खूप आनंद झालाय." बशीर म्हणाला.

"अरे तुझ्या इथे काय झालंय?" त्याच्या कोपराकडे बोट दाखवत जमिल म्हणाला.

"घराचा एक भाग माझ्या अंगावर पडला; पण सुदैवाने मी वाचलो."

"आपण सर्व जण वाचलो. मी या बकरीचे नावसुद्धा लकीच ठेवलं आहे."

"तू पाहिलंस, नव्या राजवाड्याची काय अवस्था झालीये ते?" बशीरने विचारलं.

"होय आणि खिंडीचं काय झालंय, हे तू बघितलंस का?"

"होय. तू राक्षसांबद्दल काही ऐकलंस का?"

"तुला माहित्येय की, मी राक्षसांच्या गोष्टींवर विश्वास ठेवत नाही," जमिल म्हणाला.

"तू कधी खऱ्याखुऱ्या राक्षसाचं ओरडणं ऐकलं आहेस का?" बशीरने विचारलं.

"नाही. कधीच नाही," जमिलने उत्तर दिलं.

"राक्षस कसला धूर निर्माण करतात, तो पाहिलायंस का?"

"तू काय बडबडतोयस?" गोंधळलेल्या जमिलनं विचारलं.

"समुद्रातून येणारे विचित्र आवाज मी ऐकलेत आणि समुद्रातून उठणारा प्रचंड धूरसुद्धा पाहिलाय."

"समुद्रातून निघणारा धूर?"

“होय, जमिल. समुद्रातून आवाज आणि धूर निघत होता. त्या धुराचा फारच तीव्र वास येत होता, त्यामुळे लोक गुदमरून गेले.”

बशीरच्या बदललेल्या आवाजात आणि सुजलेल्या डोळ्यांमुळे जमिलला बशीर सांगत असलेल्या राक्षसाच्या गोष्टीवर थोडा विश्वास ठेवावासा वाटला. “म्हणजे तुला म्हणायचंय की, आपल्या आसपास राक्षस आहेत?” जमिलने विचारलं.

“होय, या बेटाच्या आवतीभोवती राक्षस आहेत.” आजूबाजूला उदासवाणे पाहत बशीरने सांगितलं. “जमिल माझ्यावर विश्वास ठेव, मी लोकांनी खचाखच भरलेली बोट हवेत उडवलेली पाहिली आहे. यात दुसरं काय असू शकतं?”

“काय म्हणतोस? काय झालं?”

“पहिल्यांदा राक्षसाचं ओरडणं ऐकू आलं, नंतर दाट धुराने त्या बोटीला वेढून टाकलं आणि बोट हवेत फेकली गेली. बस एवढंच!” अजूनही उदास असलेल्या बशीरने स्पष्टीकरण दिलं. “जेव्हा धूर विरळ झाला, तेव्हा बोटीतील कुणीही किनाऱ्यापर्यंत पोहोचलेला मी पाहिला नाही... एकालाही नाही....” त्यानं जोर देऊन सांगितलं.

“काय झालं त्यांचं?”

“सगळे अदृश्य झाले.”

“कदाचित ते सर्व जण परत येतील. कदाचित कसेबसे पोहत ते परतले असतीलसुद्धा,” जमिलने आशावादी स्वरात म्हटलं.

“नाही जमिल, जेव्हा धूर जाऊन सगळं स्वच्छ झालं, तेव्हा तिथे काहीच नव्हतं.” बशीरने स्पष्ट केलं.

जमिलची छाती जोरजोराने धडधडू लागली. अचानक त्याला वाटलं की, नुकतेच दूर अंतरावरून येणारे विचित्र आवाज त्याने ऐकले आहेत. खिन्नपणे त्याने आजूबाजूला पाहिलं. डोळ्यांच्या कडेने पाहिल्यावर त्याला वाटलं, एक विचित्र आकृती त्याच्याकडे झेपावते आहे. “राक्षसऽऽ” तो ओरडला.

“कुठे?”

“तिथे...” जमिलने दूर अंतरावर बोट दाखवलं.

“पण तिथे तर काहीच नाही.” आवतीभोवती उदासपणे बघत बशीर म्हणाला.

“आपल्याकडे काहीतरी येत असल्याचं पाहिल्यासारखं वाटलं मला...” जमिलचा आवाज कापू लागला. “मला खूप भीती वाटतेय.”

“या बेटावरचा प्रत्येक जण घाबरलाय.”

काही क्षणांतच समुद्रातून एक मोठा आवाज झाला. जोराने किंचाळणाऱ्या आणि गुरगुरणाच्या आवाजाचं मिश्रण होतं ते. तो आवाज साऱ्या आकाशभर घुमला.

"हाच तो राक्षसाच्या ओरडण्याचा आवाज!!" बशीर किंचाळत पळत सुटला.

जमिल जमेल तेवढ्या वेगाने त्याच्या आजोबांच्या घराकडे पळाला.

तो घरात येताच त्याची आई आनंदाने ओरडली, "देवाच्या कृपेने हा बचावला!" तिने जमिलला मिठीत घेतलं. "आम्ही खूप काळजीत होतो आणि तुझे वडील तुला शोधायला बाहेर पडलेत."

"मी राक्षसाचं ओरडणं ऐकलं," अजूनही दम घेत असलेला जमिल म्हणाला.

"तू त्याला पाहिलास?" लैलाने विचारलं.

"नाही. जसा मी आवाज ऐकला, तसा मी पळत सुटलो."

"हे तर खूपच भीतिदायक आहे," आपल्या मुलाला घट्ट पकडून ठेवत जमिलची आई म्हणाली. "नवीन बेटावरचं जीवन भीतिग्रस्त असणार आहे. पुढे काय होईल, याविषयी आम्हाला तर भयच वाटतंय."

"आपण सर्व आता राक्षसाच्या कैदेत आहोत." कमालने सांगितलं.

जमिलचे वडील धापा टाकत घरात आले. "राक्षस नुकताच इथून गेला," ते म्हणाले.

"तुम्ही त्याला पाहिलंत?" जमिलने विचारलं.

"नाही, आतापर्यंत त्याला कुणी पाहिलं असेल, असं वाटत नाही. दाट धुक्यामध्ये तो दडलेला असतो. ते धुकं तोच निर्माण करतो."

"माझा मित्र म्हणतो, एकच नव्हे अनेक राक्षस आहेत इथे," जमिल म्हणाला.

"कुणाला नक्की माहीतच नाही की, इथे एक राक्षस आहे का अनेक." जमिलच्या वडिलांनी सांगितलं.

"पण नक्कीच काहीतरी आहे." आपले काळजीने ओढलेले तोंड जमिलकडे रोखत लैला म्हणाली. "मीही दाट धुकं बघितलं आणि विचित्र आवाज ऐकले, मात्र मला ते राक्षसाचे वाटले नाहीत. एकामागोमाग अनेक भयानक गोष्टी इथे घडत आहेत."

काही वेळ तिथे शांतता पसरली.

"कुणास ठाऊक उद्याचा दिवस काय घेऊन येणार आहे," कमाल नाराजीच्या सुरात म्हणाला. "भूकंपामुळे आवतीभोवतीचं सगळं नष्ट झालेलं होतंच. आता एक का अनेक राक्षस, आपल्या वाट्याला आले आहेत."

पुन्हा एकदा शांतता पसरली.

"आपल्यावर काळानेच आघात केला आहे," जमिलच्या वडिलांनी शांततेचा भंग करत म्हटलं. "मला कुणीसं सांगितलं की, ज्वालामुखीच्या उद्रेकाने समुद्राचं पाणी इतकं गरम केलंय की, कुणी त्यात पोहायचं धाडस करणार नाही आणि जे बोटीने समुद्रापार जाण्याचा प्रयत्न करतील, त्यांना राक्षस फस्त करून टाकील."

"होय!" कमालने त्यांच्या आवाजात आपला आवाज मिसळला. "पाणी इतकं गरम आहे की, मासे एकतर मेले असतील किंवा त्यांनी स्थलांतर केलं असेल."

जमिलच्या वडिलांनी विचारलं, "कुणाच्या लक्षात आलंय का, ज्वालामुखीच्या उद्रेकातून तयार झालेला धूर आपल्या डोक्यावर तरंगतोय? तो वाहत नाही, स्थिर राहिलाय."

"अरे देवा!" हताश झालेला कमाल म्हणाला. "जे काही वाईट घडू शकणार होतं, ते आपल्याबाबतीत घडू लागलंय. बेटावर धुकं जमून राहिलं, तर ते ज्वालामुखी आणि राक्षसापेक्षा धोकादायक आहे. हे धुकं साऱ्यावर विपरीत परिणाम करेल. जी हवा आपण शरीरात घेतो तिच्यापासून जे अन्न आपण खातो त्याच्यापर्यंत, धुकं आपल्याला मरेपर्यंत गुदमरवून टाकेल. सूर्यप्रकाश आपल्यापर्यंत पोहोचू देणार नाही. पाऊस पडायला अटकाव करेल. सर्व वनस्पती; प्रामुख्याने तातासी, असल्या वातावरणात वाढू शकणार नाही. धुक्याच्या या ढगामुळे सारे बिघडेल, म्हणून मी याला 'सैतानाचा गालिचा' म्हणतो." कमालने थोडासा विसावा घेतला आणि जमिलकडे पाहून तो पुढे म्हणाला. "ह्या 'जुळ्या शोकांतिका' आपल्याला हळूहळू नष्ट करतील. जर आपल्याला भविष्य असेलच; तर या बेटाची मला काळजी वाटते...."

◆

स्वप्न

जुळ्या शोकांतिकेला जवळ-जवळ सहा महिने होऊन गेले. आणि एक दिवस, जमिल आपल्या लाडक्या बकरीबरोबर – लकीबरोबर गॅरियोनमधील मुलं नेहमी जिथे एकत्र जमत असत, तिथे आला. दुरूनच त्याला दिसलं की, बशीर आणि डझनभर मुलं मिरवणूक काढत, गात निघाली आहेत.

''राक्षसा, राक्षसा तू मरशील
राक्षसा, राक्षसा तू मरशील.''

जमिलही त्या मोर्च्यात सामील झाला. मोर्च्याच्या शेवटी राक्षसाला मारण्याची सर्वांकडून शपथ घेण्यात आली. या मोर्च्यानंतर जमिलला एक बेचकी देण्यात आली. ''जेव्हा ती वेळ येईल, तेव्हा मी तुला सांगेन की, राक्षसाला कसं मारायचं आहे,'' बशीर म्हणाला. त्याने जमिलला जमतील तेवढे दगड जमवण्याचा सल्ला दिला. जमिलला माहीत होतं की, एका निश्चित वेळी आणि ठरावीक ठिकाणीच राक्षसाला मारण्याची बशीरची योजना आहे. बशीर राक्षसविरोधी तातासी पलटणींचा सेनापती होता आणि त्याने त्याची योजना गुप्तच ठेवली होती.

जमिल आपल्या लाडक्या बकरीसह एका झाडाखाली बसला. ''लकी, हे बघ, आपण राक्षसाला मारण्याचा बेत करीत आहोत. मला नक्की कसं ते माहीत नाही, कारण ते एक गुपित आहे. हे राक्षसाला अजिबात माहीत होता कामा नये की, आपण त्याला कसं मारणार आहोत. राक्षसाने आपणा सर्वांना संपवण्याच्या अगोदर आपण त्याला संपवलंच पाहिजे. हे बघ लकी, ज्वालामुखीचे उद्रेक आता थांबलेत आणि आपल्याला एक नवं बेट मिळालं आहे. माझं स्वप्न आहे, राक्षसाला मारणं आणि नंतर किल्लीचा दुसरा भाग असलेल्या ठिकाणी पोहोचणं. तो भाग घेऊन या बेटावर येणं आणि पूर्वीची स्थिरता या बेटावरील लोकांना मिळवून देणं. माझी सुप्त आकांक्षा आहे की, या नव्या बेटावर प्रथम पाऊल ठेवणारे आपणच दोघं असू. मला

इतिहास घडवायचा आहे. काही लोक म्हणतात की, तिथे राक्षस राहत असल्यामुळे दुसरं कुणी तिथे राहत नाही. राक्षसाला मारल्यानंतर लगेचच तू आणि मी त्या नव्या बेटावर जाऊ. कदाचित ते बेट तुझ्या नावाने ओळखलं जाईल – 'लकी बेट'. त्यानंतर आपण सोनेरी किल्लीच्या शोधासाठी ते बेट सोडून पुढच्या प्रवासास निघू!'' विश्वासात घेऊन सांगावं तसं त्याने लाडक्या बकरीला सांगितलं.

जमिलने डोळे मिटून घेतले. त्याला पेंग येऊ लागली.

झोपेत त्याला एक स्वप्न पडलं. एके दिवशी दुपारी जमिल आणि बशीर उंच झाडांनी वेढलेल्या एका अरुंद वाटेवरून चालत निघाले होते.

''त्या तिथे बघ, एक मोठी नदी आहे.'' बशीर शांततेचा भंग करीत म्हणाला.

''आणि पलीकडचा तो पर्वत बघितलास. मला त्याच्या शिखरावर चढून जाण्याची इच्छा आहे,'' जमिल म्हणाला.

''का?'' बशीरने विचारलं.

''मी असं ऐकलंय की, जो कोणी त्या पर्वतावर चढून जातो, त्याची स्वप्नं खरी होतात.''

''ठीक आहे. चल तर मग!'' बशीर पुढे जात म्हणाला.

''पण आपण ती नदी कशी ओलांडणार?'' जमिल विस्मयाने म्हणाला.

''खरं आहे तुझं. इथे कुठे पूल नाही, नाव नाही, काही नाही. तरीही चल.''

''चालत तर राहू. काहीतरी मार्ग निघेलच.'' जमिल आग्रही स्वरात म्हणाला.

''अरे, तिकडे पाहिलंस का?'' बशीर उद्गारला.

''काय?''

''एक मगर पाण्याबाहेर येतेय.'' बशीर ओरडलाच.

त्या दोघा मुलांनी पळायला सुरुवात केली. एका अदृश्य शक्तीने त्यांना थांबणं भाग पाडलं आणि कुठूनतरी आवाज आला, ''ही मगर तुम्हाला कसलीही इजा करणार नाही. ही मगर तुम्हाला मदतच करेल.''

मुलं थांबली आणि धैर्याने मगरीकडे चालत गेली.

''मी तुम्हा मुलांना काय मदत करू शकते?'' मगरीने विचारलं.

''आम्हाला नदी पार करायची आहे.'' बशीर उत्तरला.

''त्यापुढे तुम्ही कुठे जाणार आहात?'' मगरीने आणखी एक प्रश्न विचारला.

''त्या तिथे; तो तिथला पर्वत आम्ही चढून जाणार आहोत.'' जमिलने उत्तर दिलं.

''खरंतर तिथे एकूण पाच पर्वत आहेत. हा जो दिसतोय, तो त्यांतला पहिला आहे आणि त्यावर चढून जाणं हे जगातल्या अत्यंत कठीण आव्हानांपैकी एक आहे. परंतु *'जगाचे छप्पर'* गाठण्याचं बक्षीस म्हणून तुम्ही 'निर्मात्याचं स्मितहास्य' अनुभवू

शकता. जो कोणी ते 'निर्मात्याचं स्मितहास्य' पाहील, त्याच्या किमान तीन इच्छा पूर्ण होतील. म्हणून मुलांनो, तुम्ही जेव्हा तिथे पोहोचाल आणि स्मितहास्य पाहण्याचं भाग्य तुम्हाला लाभलं, तर लगेच एक इच्छा बोलून दाखवा... तिथे गेल्यावर तुमच्या लक्षात येईलच ते!''

''अरे व्वा! आम्ही तीरावर कसं पोहोचू?'' जमिलने विचारलं.

''तिकडे जाण्यासाठी अनेक मार्ग आहेत. तुम्ही तुमच्या सोयीचा मार्ग निवडा.''

''किती मार्ग?'' बशीरने विचारलं. ''आम्हाला कसं कळेल की, कोणता मार्ग योग्य आहे?''

''कितीतरी मार्ग आहेत, पण सर्वोत्तम मार्ग तुम्हाला वर चढण्याआधी खालच्या दिशेने घेऊन जाईल.''

''पण ते अवघड आहे.'' बशीर म्हणाला.

''मग तुम्हाला काय वाटलं, पर्वताच्या शिखरावर पोहोचणं तितकं का सोपं असतं?'' मगर मिश्कीलपणे म्हणाली.

''कोणकोणते धोके असतील तिथे?'' जमिलने विचारलं.

''पर्वतावर तीन भयानक प्राणी आहेत. अजगर, सिंह आणि गोरिला. तुम्ही त्यांना टाळू शकत नाही.'' मगरीने मुलांना त्या प्राण्यांशी तोंड कसं द्यायचं, याच्या युक्त्या सांगितल्या.

''आम्हाला हे कसं समजेल की, आम्ही योग्य त्याच मार्गाने जातोय?''

''चांगला प्रश्न विचारलात. जर चढणीच्या मध्यावर तुम्हाला 'पाषाणातील प्रार्थनास्थळ' नावाचं ठिकाण लागलं, तर तुम्ही समजा की, तुम्ही योग्य मार्गावर चालला आहात.''

''आम्ही तिथे पोहोचलोय, हे कसं ओळखावं?'' जमिलने आणखी चौकशी केली.

''तुम्हाला ते आपोआप समजेल. तुम्ही तिथे आपोआप गुडघे टेकाल.''

''तुला हे सगळं कसं माहीत?'' बशीरने विचारलं. ''तू पूर्वी तिथे कधी गेली होतीस का?''

''नाही. मगरीचं नशीब डोंगरावर जाण्यात नसतं.''

''आम्ही ही नदी कशी ओलांडणार?'' जमिलने विचारलं. पर्वत चढून जायला आता तो खूप अधीर झाला होता.

''तुमच्या प्रवासाचा तो सर्वांत सोपा भाग असणार आहे. माझ्या पाठीवर उडी मारून बसा आणि मी तुम्हाला पलीकडे पोहोचवते,'' मगर म्हणाली आणि सरपटत नदीत गेली. मुलं तिच्या पाठीवर बसली आणि मगरीने त्यांना नदीपलीकडे नेऊन सोडलं.

''मला वाटतं हा सर्वांत चांगला रस्ता आहे.'' बशीर एका वाटेकडे बोट करून म्हणाला. ''हा सरळ जातोय आणि आपण या मार्गानेच चढायला सुरुवात करावी.''

''पण मगर तर म्हणाली होती की, वर जाणारा चांगला मार्ग मिळवण्यासाठी आपल्याला प्रथम खालच्या दिशेने जावं लागेल,'' जमिलने सुचवलं.

दोघं मुलं याबाबत वाद घालू लागली. बशीरला माघार घेणं भाग पडलं. जमिलने पुढाकार घ्यायचा निर्णय घेतला. जसं त्यांनी चढणं सुरू केलं, तसं त्यांना समजलं की, तिथे अनेक रस्ते आहेत. सुरुवातीला ते गोंधळले, पण त्यांनी चालणं थांबवलं नाही. लवकरच ते अशा ठिकाणी आले जिथून पुढे रस्ताच नव्हता. त्यांच्या डाव्या बाजूला एक सुळका होता आणि समोर एक गुहा.

''अरे देवा!'' बशीर किंचाळला.

''हे काय?'' जमिलने घाबरून विचारलं.

''गुहेत हाडांचा खच पडलेला आहे. आपण सिंहाच्या गुहेसमोर उभे आहोत.'' ते पाठीमागे वळले आणि जीव वाचवण्यासाठी धावत सुटले.

''सिंह इथंच कुठेतरी जवळपास असला पाहिजे. मला खूप भीती वाटतेय.'' बशीर म्हणाला.

''प्राण्याबद्दल विचार करणं थांबवू या... शिखरापर्यंत कसं पोहोचायचं, याचा विचार करू.'' जमिलने आपलं मत मांडलं.

त्यांनी दुसरा रस्ता धरला. खूप थकल्यावर त्यांनी एका झाडाखाली विश्रांती घ्यायचा निर्णय घेतला. मुलांना पेंग येऊ लागली. जमिल जेव्हा जागा झाला, तेव्हा त्याला दिसलं की, अंदाजे २० मीटरच्या अंतरावर एक सिंह उंच गवतातून अगदी डौलाने चालतोय. त्याने आपल्या बाजूला झोपलेल्या बशीरला हाताने हलवून जागं केलं. सिंह त्यांच्याकडेच पाहत होता आणि जिभल्या चाटत होता. बशीर भीतीने गप्प राहिला. त्याचा पळण्याचा बेत होता; पण जमिलने त्याला पकडून मागे खेचलं. ''स्थिर उभा राहा आणि धाडसी बन, नाहीतर इथेच मरशील.'' सिंह हळूहळू त्यांच्याकडे चालत आला. ते दोघंही एकाच जागेवर निश्चल उभे राहिले. ''आता फक्त मी जे सांगेन, ते तू करशील. ठीके?'' जमिल बशीरला म्हणाला. ''नियम क्रमांक एक : भ्यायचं नाही. नियम क्रमांक दोन : पळून जायचं नाही. सिंह तुझ्यापेक्षा खूप वेगाने पळू शकतो आणि कदाचित तो भुकेलेलाही असू शकतो.''

जमिल स्थिर उभा राहिला आणि समोरून येणाऱ्या त्या हिंस्र प्राण्यावर त्याने आपली दृष्टी खिळवून ठेवली. दोन पावलं तो पुढे गेला. ''आम्हाला तुझी भीती नाही वाटत,'' जमिल समोरून येणाऱ्या सिंहाशी बोलू लागला. ''आम्ही तुझ्या डोळ्याला डोळा भिडवू शकतो. तू जंगलचा राजा असशीलही; पण आम्ही तुला घाबरत नाही. ये... पुढे ये... ये... आम्ही पळून जाणार नाही... तुला वाटतंय, आम्ही पळावं.

म्हणजे तू आमचा पाठलाग करून आम्हाला पकडशील... पण काही झाले तरी आम्ही आमची शिकार होऊ देणार नाही. कळलं?''

सिंह काही क्षण थांबला आणि त्याने त्या मुलांकडे एकटक पाहिलं. तो एकदम समोर आला. त्याला वाटलं, एखादा मुलगा तरी घाबरून पळायला लागेल. मुलं स्थिर उभीच होती. जमिल पापणी न लववता सिंहाकडे पाहतच होता. सिंह थांबला. पाच मिनिटांच्या तणावपूर्ण स्थितीनंतर सिंहाने आपली शेपटी हलवली आणि तो झुडपांत दिसेनासा झाला.

''माझी खरोखरीच घाबरगुंडी उडाली होती.'' बशीर थरथरत होता.

''माझीसुद्धा! परंतु शिखरावर पोहोचायचं असेल, तर तुम्हाला धाडसी बनावंच लागतं.''

त्यांनी पुढची चढण चढायला सुरुवात केली. त्यांना एक विचित्र प्रकारचा फुत्कार ऐकू येऊ लागला. जणू कुठूनतरी कुणीतरी त्यांच्या रोखाने शीळच वाजवत होतं. जमिलला वाटलं, तो एखाद्या खालून वर चढत येणाऱ्या माणसाकडून केला जात असलेला आवाज असेल आणि तो माणूस कदाचित त्यांना वर जाणाऱ्या सर्वोत्तम मार्गाविषयी काहीतरी सांगू शकेल. त्याने त्याच आशेने आजूबाजूला पाहिलं. जसजसे ते वरवर चढू लागले, तसतसा त्यांना तो आवाज स्पष्ट ऐकू येऊ लागला. आता त्यांना खातरी पटली की, तो आवाज त्यांच्या पाठीमागून येतोय. ते सावध आणि उत्सुक बनले.

''मला वाटतं, एखादा गोरिला कुठेतरी दडून बसलेला असेल.'' बशीरने सुचवलं.

''तसं असतं, तर आपण त्याला पाहू शकलो असतो. झुडपात दडून राहण्याएवढा तो काही लहान नाही.''

''अशा प्राण्यांचं काही सांगता येत नाही.''

त्या दोघा मुलांनी चालणं सुरूच ठेवलं. ''आता शेवटी कुणाला भेटण्याची इच्छा असेल, तर ती त्या पहाडी गोरिलाला.'' सभोवार उदासपणे बघत बशीर म्हणाला. त्यांच्या पायाखाली वाळलेल्या पालापाचोळ्याची जणू चादरच अंथरलेली होती. तिथे कोणत्याही प्राण्याचा कसला मागमूसही नव्हता. त्यांनी पुन्हा तो आवाज ऐकला. या वेळी ते थांबले आणि आसपासच्या भागाचं निरीक्षण करण्याचं त्यांनी ठरवलं. एकाएकी बशीर किंचाळला. ''अरे, ते बघ काय आहे!''

''अजगर!'' तो पुटपुटला. काही अंतरावर असलेल्या अजगराकडे त्याने बोट रोखलं होतं.

''मगरीने दिलेल्या सूचना लक्षात आहेत ना?''

''होय.''

ती दोघं मुलं पुतळ्याप्रमाणे स्थिर उभी राहिली. त्यांनी आपले उजवे पाय डाव्या

गुडघ्यावर ठेवले आणि आपले हात पूर्ण पसरले. त्यांना असं दाखवायचं होतं की, ते सजीव नसून निर्जीव वस्तू आहेत. अजगराला खाण्यासारखं त्यांच्यात काहीच नाही.

"अरे मुलांनो," अजगर जवळ येत म्हणाला. "ही तुमची युक्ती मला अगोदरच माहीत आहे. काळजी करू नका. तुमचे हात-पाय मोकळे सोडा. मी तुमच्या मागोमागच येतोय. मी तुम्हाला इजा करणार नाहीये. मला माहीत आहे, तुम्ही रस्ता चुकलाय. तुम्ही शिखराकडे जाण्याचा चुकीचा मार्ग निवडलाय. माझ्यामागे या. मी तुम्हाला बरोबर रस्ता दाखवतो." अजगर आता खूपच जवळ आला. जमिलला आठवलं की, मगरीने स्पष्टपणे सांगितलं होतं की, अजगर हा एक धोकादायक प्राणी आहे. त्याने अजगरामागे जाण्याची घाई केली नाही.

"आभारी आहे, अजगरा! पण आमचं अंतर्मन आम्हाला सांगतंय की, आम्ही योग्य मार्गावार आहोत."

"आम्हाला माहीत आहे, आम्ही कुठे निघालोय." बशीर जोर देऊन म्हणाला.

"मी जन्माला आल्यापासून इथंच राहतोय आणि इथले सगळे रस्ते मला माहीत आहेत. मी अनेक लोकांना शिखरावर जाण्यासाठी मदत केलेली आहे," अजगराने स्पष्ट केलं.

"बरं, मग तू आम्हाला कशा प्रकारची मदत करशील?" बशीरने विचारलं.

"मी तुम्हा दोघांना कमीत कमी वेळात शिखरावर नेईन. मी खातरीने सांगतो की, आपण पृथ्वीवरचा सर्वांत कठीण मार्ग टाळू शकतो. त्या मार्गाला म्हणतात 'पुन्हा परत न येण्याचा मार्ग.' एक चुकीचं पाऊल पडलं, तर त्याच मार्गावर जाणं तुमच्या नशिबात असेल. मला माहीत आहे, तुम्हाला त्याच्या बाजूने कसं न्यायचं ते. मला हेही चांगलं माहीत आहे की, वाटेतलं 'पाषाणातलं प्रार्थनास्थळ' कसं चुकवायचं."

"का? मगर तर म्हणाली होती की, ती एक विलक्षण सुंदर जागा आहे!" जमिल उद्गारला.

"मगर नदीच्या बाहेर तरी कधी गेलीय का? त्यामुळे तिने सांगितलेल्यावर अजिबात विश्वास ठेवू नका. मी वर्षानुवर्षं इथे राहतो आहे. हे माझं घर आहे अन् इथला कानाकोपरा मला माहीत आहे. 'पाषाणातलं प्रार्थनास्थळ' नावाचं जे ठिकाण आहे, तिथे लोकांना अपमानित व्हावं लागतं. तिथे वाकून गुडघ्यावर सरपटत अंधाऱ्या बोगद्यातून जावं लागतं. तुम्हाला तसं करायचंय का? तो फार भीतिदायक प्रकार आहे आणि मी तुम्हाला खातरी देतो की, तुम्हाला वेगळ्या मार्गाने सुखरूप नेईन."

जमिलचा त्याच्या बोलण्यावर अजिबात विश्वास बसला नाहा. त्याचा प्रस्ताव त्याने नम्रपणे नाकारला.

"हे फार भयानक आहे आणि मी तर आताच घाबरलोय." एका घसरणीवरून

पडता पडता स्वत:ला सावरत बशीर म्हणाला.

डोंगराच्या कडांवरून दगड घरंगळत खाली पडत होते. जमिलने अगदी वेळेवर पाठीमागे वळून त्याला पकडून ठेवलं आणि त्या दगडांबरोबर खाली कोसळण्यापासून वाचवलं. जमिलने त्याला वर खेचलं आणि त्यांनी वर चढण्यास सुरुवात केली.

"अजगराने दिलेला प्रस्ताव आपण स्वीकारायला हवा होता," एकापाठोपाठ एक येणारे कठीण चढणीचे टप्पे पाहून बशीर म्हणाला.

जमिल काहीच बोलला नाही. त्याच्या डोक्यात फक्त एकच गोष्ट होती : खालच्या खोल दरीत न कोसळता 'परत न जाण्याचा मार्ग' कसा ओलांडायचा.

"डावीकडे किंवा उजवीकडे कुठे बघू नकोस." जमिल ओरडला. त्याने आता बशीरला एका अवघड वाटेवर पुढे केलं. घसरत्या अवघड वाटेवरून पुढे कूच करताना त्यांनी पाहिलं की, ती दोघं एका चिंचोळ्या बोगद्याच्या तोंडाशी पोहोचलीत. एका वेळी एकच व्यक्ती कशीबशी त्या बोगद्यात शिरू शकली असती. अगदी पहिल्यांदा खरोखरच जमिल मनातून घाबरला. त्याने भीती दडवून धैर्य एकवटण्याचा निश्चय केला.

"जर तो गोरिला आत आपली वाट पाहत थांबला असेल तर?" बशीरने विचारलं.

"आपल्याला त्याचा सामना करावा लागेल. आता आपल्याकडे दुसरा पर्याय नाही. होय ना?"

"मी खूप घाबरलोय रे." बशीरने कबुली दिली.

"जर तिथे काही नसलंच तर?" जमिल म्हणाला आणि बोगद्यात त्याने पहिलं पाऊल टाकलं. दहा-बारा पावलं आत गेल्यावर त्याने विचारलं, "तू माझ्या मागोमाग येतोयस ना?"

"होय." बशीर पुटपुटला.

जवळ-जवळ वीसएक मीटर आत गेल्यानंतर थोडा थोडा प्रकाश दिसू लागला. तो प्रकाश कुठून येतोय, हे जमिलला कळत नव्हतं; पण त्याला वाटलं की, बोगद्यात खोलवर रुतलेले दगडच प्रकाशमान झाले आहेत. हळूहळू चालताना त्याने पाण्याचा अगदी क्षीण आवाज ऐकला.

जमिलने विचारलं, "हे पाणी असेल, का मला तसा नुसता भास होतोय?"

"हो, मलाही काहीतरी ऐकू येतंयसं वाटतंय." बशीरने उत्तर दिलं.

आवाजाच्या रोखाने हळूहळू ते सरकू लागले. थोड्या वेळाने ते एका छोट्याशा जागेतून वळले आणि आता त्यांना त्या आवाजाचा उगम सापडला : एक धबधबा खोल दरीत कोसळणारा! एक प्रकारचे जादूई वातावरण होते ते. दगडांच्या प्रकाशाद्वारे तो सगळा धबधबा प्रकाशत होता!

"मला वाटतं, आपण अगदी टोकावर पोहोचलोय. इथून पुढे दुसरा मार्गच दिसत नाहीये. सर्वत्र खडकच खडक आहेत." बशीर म्हणाला.

"मगरीनं आपल्याला तसं सांगितलं असतं," जमिल बोगद्याच्या बाजूला पडलेल्या दगडांना स्पर्श करीत म्हणाला. "इथून बाहेर पडण्याचा मार्ग असणारच. हे शेवटचं टोक असेल, यावर माझा विश्वास नाही. त्यामुळे आपण लगेच परत फिरायला नको." जमिलने एका दगडाला बाजूला सरकवून पुढे एखादी वाट आहे का, याचा अंदाज घेतला. अनपेक्षितपणे त्याने सरकवलेला दगड बाजूला झाला आणि पुढे त्याला आणखी एक बोगदा दिसला. तो तुलनेने लहान होता, मात्र त्यात भरपूर प्रकाश होता. त्याने गुडघ्यावर रांगत आत प्रवेश केला आणि बशीर त्याच्या मागोमाग येऊ लागला.

"तुला ठाऊक आहे आपण कुठं जात आहोत?" बशीरने विचारलं.

"मला माहीत नाही; परंतु आपण भरकटलेलो नाही आहोत." जमिल उत्तरला.

जवळ-जवळ दहा मिनिटं रांगल्यानंतर ते बोगद्यातून बाहेर पडले. त्यांच्या चेहऱ्यावर वेगळाच आनंद पसरलेला होता. त्यांना हायसं वाटत होतं. त्यांना या अनुभवाबद्दल चर्चा करायला अजिबात वेळ नव्हता. निसर्गाचं रूप पहिल्यापेक्षा पूर्ण वेगळं होतं. झाडं कमी उंचीची आणि ठरावीक अंतरावर लावलेली होती. स्वच्छ प्रकाश आणि ताजी हवा, मन प्रसन्न करणारी होती. थकलेल्या मुलांनी एका झाडाखाली विश्रांती घ्यायचं ठरवलं. हळूहळू त्यांनी डोळे मिटले आणि झोपेने त्यांचा ताबा घेतला.

काही तासांनी जमिलला जाग आली, तेव्हा अगदी थोड्या अंतरावरून दोन लुकलुकते करड्या रंगाचे डोळे त्यांच्याकडे बघताना त्याला जाणवलं. पहाडी गोरिला एका हातात कसल्यातरी झाडांची फांदी घेऊन एका खडकावर निवांत बसला होता. जमिलने त्याला नजर देण्याचं टाळलं. त्याला खरोखरच भीती वाटली. त्याने गोरिलाच्या पायाकडील भाग पाहण्यासाठी खाली बघितलं. वेळोवेळी त्याने गोरिलाकडे चोरून पाहिलं. जमिलने पळ न काढण्याचा निश्चय केला होता. त्याला खूप थकवा आला होता आणि अशक्तपणा वाटत होता. आणि गोरिलाला हा प्रदेश चांगलाच माहीत असणार होता. जमिलने बशीरला हलकेच ढोसलं. तो उठल्यावर किंचाळलाच. ही दोघं गोरिलाची नजर चुकवत जमिनीकडे पाहत उभी राहिले.

"माझ्या प्रदेशात तुमचं स्वागत!" खूप वेळच्या स्तब्धतेनंतर गोरिला म्हणाला. "तुम्ही वर निघालात की खाली उतरत आहात?"

"वर निघालोय." जितक्या शांतपणे म्हणता येईल, तेवढ्या शांतपणे जमिल म्हणाला.

"अजून तुम्हाला खूप अंतर चालायचंय; पण मी तुम्हा दोघांना तिथवर घेऊन

जाऊ शकतो. तुम्ही दोघं माझ्या पाठीवर बसू शकता; पण ते थोडं अवघड होईल. तुम्हाला कदाचित हे माहीत नसेल, पण गोरिला दोन पायांवर चालू शकतो. मी तुम्हा दोघांना माझ्या हातांवर घेईन किंवा माझ्या रुंद खांद्यांवर. ते खरंच किती रुंद आहेत ते तुम्ही पाहताच आहात. एकेक जण एकेका खांद्यावर बसलात, तरी माझ्यासाठी ते ओझं होणार नाही.'' आपले खांदे दाखवण्यासाठी गोरिला उठून उभा राहिला. ''मी तुम्हाला अगदी शिखरावर नेऊन पोहोचवेन. इतर प्राण्यांपासून तुमचं संरक्षणही होईल आणि पर्वताचं चांगलं दर्शनही करता येईल.''

''माझा या गोरिलावर विश्वास नाही, आणि त्याच्या शरीराला दुर्गंधी येतेय.'' बशीर पुटपुटला.

अजूनही नजर चुकवत जमिल गोरिलाला म्हणाला, ''आभारी आहोत! आम्ही इतक्या दूर स्वतःच आलोय आणि या प्रवासाचा आनंद घेतलाय, म्हणून शिखरापर्यंतसुद्धा आम्ही एकटेच जाणार आहोत.''

गोरिलाला राग आलेला स्पष्ट दिसत होता. आपली छाती बडवत आणि पाय आपटत तो ओरडला, ''मी इथला मालक आहे. हा माझा प्रदेश आहे आणि मी सांगितलेलं इथे कुणीच टाळत नाही. ही अवज्ञा आहे. तुम्हाला असं वाटतंय की, मी तुम्हाला इजा करेन? मी तुम्हाला मदत करण्यासाठी इथे आलोय.''

''तो काय म्हणतोय ते मान्य करू या आणि निघू या. मला खूप काळजी वाटतेय, आणि खरंच मी खूप थकलोय.'' बशीर म्हणाला.

''कदापि नाही,'' जमिलने नाकारलं.

''गप्प बस,'' गोरिला जमिलवर रागाने ओरडला. ''आपण काय बोलतोय आणि तू कुठे जाणार आहोत, हे काहीच माहीत नाही.''

''आम्ही प्रवासाला निघालो आहोत,'' जमिल ठामपणे म्हणाला.

''चूप बस.''

''आम्हाला एकटं राहू द्या,'' जमिल ताठ उभा राहिला आणि त्याने गोरिलाशी नजर भिडवली.

''माझी सूचना इथे कुणीही नाकारत नाही.''

जमिल आणि गोरिलाने काही क्षण परस्परांकडे रोखून बघितलं. गोरिलाला धक्का बसल्याचं स्पष्ट दिसत होतं. ''जा मरा! चालते व्हा!'' जमिनीवर पाय आपटीत आणि छाती बडवीत गोरिला वारंवार ओरडू लागला.

''तूही जा मर. निघ इथून. एकटे राहू दे आम्हाला.'' जमिलनेही आपली छाती बडवीत ओरडून सांगितलं.

पहाडी गोरिलाने जवळच्या झाडाची एक फांदी पकडली आणि त्वेषाने गदागदा हलवली. अनेकदा तो किंचाळला आणि झुडपातून माघारी निघून गेला.

दोघं मुलं अगदी निवांत झाली.

"मला त्याच्या शरीराची दुर्गंधी अजिबात सहन होत नव्हती," जमिल हसत म्हणाला. "जरा विश्रांती घेऊ आणि पहाटेपर्यंत हा शेवटचा चढ चढू, अगदी मगरीने सांगितल्याप्रमाणे."

"मीही खूप दमलोय."

दोघं एका जागी थांबली. नकळत दोघांनी एकमेकांकडे थोड्या अविश्वासाने पाहिले. "शेवटी आपण आपल्या ध्येयापासून काहीशे मीटर अंतरावर पोहोचलोत," मोठ्याने हसत जमिल म्हणाला.

"आपल्याला सुरुवातीला वाटलं की, हे सारं अशक्यप्राय असेल." बशीरने कबूल केलं.

सकाळी कोवळी सूर्यकिरणं ढगातून झिरपत दोघांच्या चेहऱ्यावर उतरली.

"माझं डोकं दुखू लागलंय." तक्रारीच्या स्वरात बशीर म्हणाला.

"आपण जमिनीपासून खूप उंचावर असल्याने तसं होतंय," जमिलनं स्पष्ट केलं. "आपण शिखरावर पोहोचल्यावर तुला बरं वाटेल."

"मगरीने सांगितल्याप्रमाणे 'निर्मात्याचे स्मितहास्य' पाहण्यासाठी मी खूप आतुर झालो आहे." बशीरने पुस्ती जोडली.

नव्या उत्साहाने त्यांनी चढाचा शेवटचा भाग चढायला सुरुवात केली. ते मागे टाकलेल्या प्रदेशाकडे वळून पाहण्यासाठी क्षणभरही थांबले नाहीत. तो प्रदेश आता ढगांमध्ये अदृश्य होत होता. त्यांनी ढगात प्रवेश केल्यावर जमिलला वाटलं, त्याला कुणीतरी समोरून ओढतंय आणि पाठीमागून ढकलतंय. त्याला खूप हलकं वाटू लागले.

जमिल ढगांतून बाहेर पडला. त्यानं समोर पाहिलं, तर समोरील विलक्षण दृश्य पाहून तो अवाक झाला. त्याने साध्य केलेल्या गोष्टींचा त्याला अचंबा वाटला. त्याला जाणवलं की, बशीर पाठीमागे अजून ढगांमध्येच अडकलाय. मागे वळून त्याने बशीरला पकडलं आणि त्याला डोळे घट्ट मिटून घ्यायला सांगितलं. काही पावलं पुढे नेत बशीरला तो म्हणाला, "आता डोळे उघड."

बशीर विस्मयचकित होऊन पाहतच राहिला. ती मुलं ढगांच्यापेक्षा उंच असणाऱ्या मोकळ्या जागेकडे धावली, आपोआप गुडघ्यांवर पडली आणि अक्षरशः रडू लागली. जमिलचा आपल्या डोळ्यांवरही विश्वास बसेना. तो एवढा विस्तीर्ण प्रदेश... ते अगदी जवळ असणारे ढग एखाद्या गालिच्यासारखे अंथरलेले... चकाकणारा सूर्य... आहाहा!

जमिल आपल्या डोळ्यांत ते खिळवून ठेवणारे दृश्य साठवत आणखी थोडे वर चढला. ताज्या प्रसन्न हवेने त्याने आपली छाती भरून घेतली. तिथे कुठंही असं

लिहिलेलं नव्हतं की, 'जगाच्या या छतावर तुमचं स्वागत असो!' पण हे मात्र नक्की होतं की, ते तेच होतं. इथलं सगळंच जादूई होतं. जमिलने आवतीभोवती पाहिलं आणि त्याला वाटलं, इथे अशक्य असं काही नसणारच. जिथे तो उभा होता, तिथून आणखी चार पर्वत तो पाहू शकत होता. "मगरीनं सांगितलेलं खरंच होतं. ते बघ आणखी चार पर्वत." जमिल म्हणाला.

"आणि तो बघ तो तलाव," बशीर खूप उत्तेजित होऊन म्हणाला.

ते त्या तलावाजवळ चालत गेले. जमिल त्या तलावाच्या काठावरील सर्वांत उंच जागेवर पोहोचला. "मी जगाच्या सर्वांत वरच्या टोकाशी आहे," तो अनेकदा ओरडला. त्याने त्या तलावाकडे बारकाईने पाहिलं. खाली उतरत असताना त्याला जाणवलं की, काहीतरी विलक्षण त्याच्या सर्वांगाला स्पर्श करतंय. त्या तिथून त्याने आकाशाचं असं काही प्रतिबिंब पाहिलं की, जणू ते स्मितहास्यच आहे, मगरीनं सांगितल्याप्रमाणे! जमिलने त्या स्मितहास्याकडे पाहून दोन इच्छा बोलून दाखवल्या : राक्षसाला मारणं आणि सोनेरी किल्ली परत मिळवणं. इच्छा बोलून संपताक्षणीच ते स्मितहास्य अदृश्य झालं. तो अनुभव जमिलला सुखावणारा होता. "होय, अशी जागा अस्तित्वात आहे. मी ती पाहू शकलोय. मी ते अनुभवतोय आणि माझ्या इच्छा मी व्यक्त केल्यात."

त्यांनी तलावाचं बारकाईने निरीक्षण सुरू केलं. तलावाच्या अगदी कडेला एका छोट्या झऱ्यातून निवळशंख ताजं पाणी वाहत होतं. ते पोटभर पाणी प्यायले आणि विश्रांती घेण्यासाठी पहुडले. उन्हं फार तीव्र नव्हती. काही तासांनी जमिलनं काठावरच्या खोल पाणी असलेल्या भागात डुबकी मारली. अगदी मन भरेपर्यंत त्यांनी पोहून घेतलं.

"आपण खाली कधी उतरणार आहोत?" बशीरने विचारलं.

"उद्या आपण खाली उतरायला सुरुवात करू." जमिलने उत्तरला. "मला इथला सूर्यास्त अनुभवायचा आहे. कल्पना कर, इथली मध्यरात्र ताऱ्यांनी भरलेल्या आकाशाखाली कशी दिसेल!"

"आपण जेव्हा परत जाऊ, तेव्हा मगरीला सांगण्यासारखं आपल्याकडे भरपूर काही असेल."

जमिलला भोवळल्यासारखे झालं; पण त्याने स्वत:ला ताब्यात ठेवलं. "मी फिरतोय की या डोंगर हलतोय..."

"काय म्हणायचंय तुला?" बशीरने विचारलं.

"काहीतरी हलतंय... काहीतरी हलल्यासारखं जाणवतंय."

"मला असं काहीच जाणवत नाहीये." बशीर म्हणाला.

"हे बघ," जमिल ओरडला. "माझे पाय जमिनीपासून वर जाताहेत."

“काय चाललंय?”

“मी वर उडण्याच्या बेतात आहे.”

जमिलनं वर उचललं जाण्याची संवेदना आनंदानं अनुभवली. त्याने स्वत:वरचं नियंत्रण निसटू दिलं नाही आणि पर्वतावरच्या विस्तीर्ण क्षितिजावर तो तरंगू लागला. जेव्हा पहिल्या पर्वताच्या शिखरावर तो तरंगला, त्याने दुसऱ्या पर्वतशिखराकडे झेप घेतली आणि खालच्या दऱ्याखोऱ्यांतून त्याच्या नावाचे प्रतिध्वनी त्याला ऐकू येऊ लागले. त्यानंतर त्याने तिसऱ्या आणि चौथ्या शिखरावर तरंगणं सुरू केलं आणि पुन्हा तसेच प्रतिध्वनी त्याने ऐकले. त्याला हे कळेना की, इतक्या दूरवर लोकांना त्याचं नाव कसं काय माहीत झालं? त्याला हाक मारणारे ते लोक कोण होते? ते कसे दिसत असतील? त्याच्याच नावाने का हाका मारताहेत? त्यांना काय हवं आहे?

शेवटच्या पर्वतशिखरावर तरंगताना त्याला जाणवलं की, ‘जमिल, जमिल, जमिल’ अशा हाका मोठमोठ्याने ऐकू येताहेत. त्याने ठरवलं की, खाली उतरून त्या लोकांना भेटावं हे उत्तम. तो हळूहळू खाली उतरला आणि त्याचे पाय खाली टेकताच तो झोपेतून जागा झाला!

* * *

जमिलने हळूहळू डोळे उघडले. लकी बाजूला उभे राहून घरी जायच्या आतुरतेने त्याच्याकडे पाहत होती. जमिलने पुन्हापुन्हा आपले डोळे चोळले, त्याला विश्वास बसत नव्हता की, तो त्याच्याच बेटावर आहे आणि इतका वेळ जे काही चाललं होतं, ते एक स्वप्न होतं. जमिलनं ऐकलं की, बशीरच्या नेतृत्वाखाली मुलांनी मोर्चा काढून ते त्याच्या आज्ञेनुसार गात आहेत :

“राक्षसा, राक्षसा तू मरशील
राक्षसा, राक्षसा तू मरशील
खूप लवकरच तू मरशील
राक्षसा, राक्षसा, तू मरशील
खूप लवकरच, आम्ही तुला ठार मारू
राक्षसा, राक्षसा तू मरशील.”

जमिल आणि लकीसुद्धा त्या मोर्च्यात सामील झाले.

◆

जमिलचा राक्षसाशी सामना

तातासी बेटावरची माणसं राक्षसाच्या भयाखाली वावरू लागली होती. तो नेमका कसा दिसत असेल, हे कुणीही सांगू शकत नव्हतं. वेगवेगळ्या लोकांना तो वेगवेगळ्या स्वरूपात दिसला. काहींनी त्याला 'सहस्रमुखी राक्षस' म्हटलं, कारण तो बेटावरच्या कुठल्याही सजीवाला कोणत्याही क्षणी गिळून टाकू शकत होता. त्याला 'सहस्रउदरी राक्षस' असंही म्हणण्यात आलं, जास्तीत जास्त सजीवांना खाऊनही त्याचं समाधान होत नव्हतं. काही लोकांनी त्याला 'सहस्रकर राक्षस' म्हटलं, कारण त्यांच्यामते तो समुद्रातून, जमिनीवरून आणि हवेतून त्याला हवं असलेलं काहीही ओरबाडू शकत होता.

असा एक सर्वसाधारण समज होता की, हा राक्षस बेटावरील सर्व सजीवांना एकाच वेळी खाऊन नष्ट करेल आणि तेव्हाच तो नष्ट होईल. तरी असाही एक समज होता की, जर कुणीतरी यशस्वीरीत्या मुख्य बेटापर्यंत पोहत गेलं, तर राक्षसाची ताकद संपेल आणि त्याचा अंत होईल. बऱ्याच लोकांनी अशाप्रकारे पोहण्याचा प्रयत्न केला; पण त्याचा काहीच उपयोग झाला नाही. एकतर ते बुडाले किंवा राक्षसाने त्यांना गिळून टाकलं होतं.

नुकतीच काही माणसं असा विचार करू लागली होती की, त्यांना आणखी त्रास देण्यासाठी राक्षसाने छोट्या दुष्ट राक्षसांना सोडलं होतं, जे रात्री लोकांवर हल्ला करत. हे छोटे राक्षस कीटकांपेक्षा लहान; परंतु वानरांसारखे दिसणारे व लोकांचे रक्त शोषण्यासाठी अणकुचीदार तोंड असलेले होते. रक्त शोषून घेण्याअगोदर हे छोटे राक्षस भूल देणारं रसायन सोडून त्यांच्या भक्ष्याच्या शरीराचा त्यांना शोषून घ्यायचा भाग बधिर करत. त्यामुळे अजिबात वेदना न होता आपल्या भक्ष्याचे रक्त शोषू शकत, असाही एक समज होता. या छोट्या राक्षसांना दिवसाउजेडी कधीही पाहण्यात आलं नव्हतं आणि कुणीही त्यांची राहण्याची जागा पाहिलेली नव्हती.

काही काळानंतर राक्षसाच्या हालचालींचा एक क्रम असल्याचं लोकांच्या

लक्षात आलं. तो केव्हा सक्रिय असतो, हे त्यांना माहीत होतं व या कालावधीला 'राक्षस जमावबंदीची वेळ' असं म्हटलं जात. या वेळी त्याचा हल्ला होण्याची जास्तीत जास्त शक्यता होती. त्यानंतर काही 'राक्षसमुक्त वेळ'ही होती. ज्या वेळी लोकांना वाटत असे की, त्याचा हल्ला होण्याची कमीत कमी शक्यता आहे.

"हे सर्व स्पष्ट आहे," कमालने एका दुपारी जमिलला सांगितलं. "तू आता बाहेर पडू शकतोस. राक्षसाची ही विश्रांतीची वेळ आहे; परंतु कृपया सावध राहा."

"होय, आणि लक्षात ठेव, राक्षस हा राक्षसच असतो," लैलाने पुस्ती जोडली. "तू लकीला सोबत नेणार आहेस का?"

"हो."

"काळजी घे. तुला काहीही अनपेक्षित आढळून आलं, तर कुठेतरी लपून बस." लैलाने सल्ला दिला.

"मी असंच करेन," असं म्हणून जमिल त्याच्या मार्गाला लागला. "आजोबा, राक्षसाला येऊन एक वर्ष झालं. तुम्हाला ठाऊक आहे, तो आणखी किती काळ जगेल?"

"कुणालाही माहीत नाही."

"एखाद्याला त्याला ठार करणं शक्य आहे का?"

"कशानं?"

"उदाहरणार्थ, लगोरीने हजार दगड मारून."

"मला शंका वाटते; परंतु आयुष्यात सर्व काही शक्य असतं." कमाल थांबला. "राक्षसाला मारणं शक्य आहे, परंतु त्या व्यक्तीला प्रत्येक गोष्ट योग्य मिळायला हवी."

दीपगृहाजवळ जमिलने बशीरला सांगितलं, "मला प्रामाणिकपणे वाटतंय की, आपण हजार दगडांनी त्या राक्षसाला ठार करू शकू."

"तुला असं का वाटतंय?"

"जर आपण त्याला दगड मारायला सुरुवात केली आणि त्याच क्षणी तो समुद्रात अदृश्य झाला तर? जर आपण त्याला पाहूच शकणार नाही इतका धूर त्याने सोडला तर? जर आपण त्याला दगड मारूच शकणार नाही, इतका गोंगाट त्याने केला तर? जर आपल्याला राक्षसाला 'लक्ष्य' करायचं असेल, तर त्याच्यासमोर काहीतरी भक्ष्य ठेवायला पाहिजे."

"राक्षसाला ठार करण्यासंदर्भात तुझे आजोबा काय म्हणाले?"

"ते म्हणाले की, हे शक्य आहे; परंतु आपण थोडं थांबायला हवं. प्रत्येक गोष्टीची एक वेळ असते आणि जेव्हा योग्य वेळ येईल, तेव्हा राक्षस मरेल."

"ठीक आहे. ते थांबू शकतात, आपण नाही. आपल्याला राक्षसाला मारायलाच

हवं. आपल्याला आपलं बेट स्वतंत्र करायचंय. एकदा का आपण त्या राक्षसाला मारलं, की आपण सारे मुक्त होऊ...'' बशीर पटकन थांबला आणि भिंतीमागे लपला. त्यांनी त्यांच्या जवळपास त्यांच्या परिचयाचा राक्षसाचा कण्हण्याचा आवाज ऐकला. जमिलने बाहेर पाहिलं; परंतु त्याला वेगळं असं काहीच दिसून आलं नाही.

''माझे आजोबा म्हणाले, राक्षस सध्या फार अस्वस्थ होऊ लागलाय आणि याचा अर्थ आपणा सर्वांसाठी समस्या. ते म्हणाले की, बऱ्याच गोष्टी बदलताहेत आणि या बदलांचा राक्षसावर परिणाम होतोय.''

''कोणते बदल?'' अजूनही लपून असलेल्या बशीरने विचारलं.

''उदाहरणार्थ, जेव्हा आपल्या डोक्यावर सैतानाचा गालिचा तरंगत असतो, तेव्हा राक्षसाला खूप बरं वाटतं. आता गालिचा पुढे सरकू लागला आहे आणि सूर्य तळपतो आहे, त्यामुळे तो आनंदी नाही. राक्षसाला तेव्हाही आनंद झाला होता, जेव्हा आपल्या भोवतालचा समुद्र ज्वालामुखीने तापला होता. सध्या तो शांत आहे, त्यामुळे राक्षस अस्वस्थ आहे. ही सर्व सोईस्कर परिस्थिती बदलल्यामुळेच राक्षस निराश आहे, असं माझे आजोबा म्हणाले.''

बशीरला हे पटलं नाही की, त्याची घटका भरल्यानंतर राक्षसाला नैसर्गिक मृत्यू येईल. त्याचा दृढविश्वास होता की, तातासीमधील मुलं त्यांच्या लगोरीने आणि दगडांनी राक्षसाला ठार करू शकतात. जमिलने पुढे वाद वाढवला नाही.

एक तास उलटूनही राक्षस येण्याची चिन्हं दिसेनात, म्हणून जमिलने लकीसोबत तलावाकडे आगेकूच केली. त्यांनी चालायला सुरुवात करताच जमिलला अवघडल्यासारखं वाटू लागलं. वातावरणात काहीतरी चुकीचं घडतंय, असं त्याला वाटलं. ते नेमकं काय, हे तो सांगू शकत नव्हता; परंतु आजूबाजूला काहीतरी धोका असल्याचं त्याला जाणवलं. पहिल्यांदाच त्याने अशा प्रकारची असुरक्षिततेची आणि आपल्याला इजा होईल, अशी भावना अनुभवली होती. याबाबत तो चिंतित होता. काहीतरी दिसावं, या आशेनं त्याने आजूबाजूला निराशपणे दृष्टिक्षेप टाकला. ''लकी, चल निघू या,'' अशी आज्ञा करून तो पळू लागला. त्याने पळायला सुरुवात करताच त्याला जाणवलं की, त्याच्या पायात त्राण नाही. त्याचा वेग मंदावला आणि तो धाडकन जमिनीवर कोसळला. त्याला ग्लानी आल्यासारखं वाटलं. आजूबाजूला एक दर्प पसरला होता आणि तो जितका जास्त श्वास घेई, तितकी जास्त ग्लानी त्याला येत होती. तो खोकला; त्याने उलटी करायला सुरुवात केली. त्याचे डोळे बंद होते. त्याच्या आजूबाजूला सोसाट्याचा वारा वाहायला सुरुवात झाली. जमिल धडपडला आणि आधारासाठी एका झाडाला धरून उभा राहिला. तिथे अजूनही कुठलाही आवाज नव्हता, यामुळे जमिल गोंधळून गेला. आणखी एका धुराच्या ढगाने ते क्षेत्र व्यापलं. त्याला जवळच लकीच्या ओरडण्याचा आवाज ऐकू येत

होता; परंतु तो त्याच्या पाळीव बकरीला पाहू शकत नव्हता. जमिलला राक्षस त्याच परिसरात असल्याचा संशय येऊ लागला.

जमिलने स्वत:ला सावरत डोळे उघडल्यावर, त्याने जे पाहिलं, त्यामुळे तो भयभीत झाला. त्याने पाहिलं, एक गडद रंगाची प्रचंड आकृती धुरातून समोर येत होती. जवळून पाहिल्यावर हिरव्या रंगाच्या बटबटीत डोळ्यांतून प्रखर लाल प्रकाश बाहेर येत असल्याचं त्याच्या लक्षात आलं. दहा मीटर अंतरावरून जमिलने पाहिलं ते म्हणजे अवाढव्य डोकं, कमीत कमी दोन जीभ लटकत असलेले विस्तृत तोंड. हा कुरूप प्राणी अजिबात आवाज न करता जवळ-जवळ येऊ लागला. राक्षसाच्या डोळ्याशी डोळा भिडवून जमिल तिथेच उभा राहिला. संपूर्ण बेट हादरवून सोडणाऱ्या त्या समुद्रातल्या प्राण्याशी डोळे भिडवून, जमिल जवळ-जवळ तीस सेकंद उभा होता. जीभ बाहेर काढून आणि डोळे चमकवून राक्षसाने जमिलकडे रोखून पाहिलं. डोकं हलवून पहिल्यांदाच त्याने परिचित असा गुरगुरण्याचा आवाज काढला. तो जमिलच्या जवळ आला आणि त्याच्यापासून जवळपास दोन मीटर अंतरावर उभा होता, अजूनही धुरातच; परंतु जमिलला स्पष्ट दिसू शकेल असा. काहीतरी लांबलचक हातासारखं लकीला त्याच्या शेजारून उचलत असल्याचं जमिलने पाहिलं. जमिलने पूर्वी ऐकलेला धुत्कारण्याचा गोंगाट करत आणि धूर सोडत तो राक्षस समुद्रात निघून गेला. जमिलने त्याची बेचकी शोधण्याचा प्रयत्न केला; परंतु तो खूपच घाबरलेला आणि गोंधळलेला होता. त्याने पळून जाण्याचा प्रयत्न केला; परंतु तो तसं करू शकला नाही. जमिल जेथे होता तेथून फक्त अंदाज करता येत होता की, लकीला हवेत फेकले जाते आहे. त्यानंतर शांतता पसरली. समुद्रात पसरलेल्या दाट धुरामुळे जमिल त्यानंतरचं काहीच पाहू शकला नाही. राक्षस परत येऊन आपल्याला घेऊन जाईल, अशी त्याला भीती वाटली आणि तो पळू लागला.

थोड्या वेळातच वारा शांत झाला आणि धूरही कमी झाला.

भीतीने थरथरत जमिल एका दगडामागे लपून बसला. लकी दिसेल या आशेने त्याने चौफेर नजर टाकली. तिथे शांतता होती. आजूबाजूला धावत आणि ओरडत त्याने लकीला शोधायला सुरुवात केली, "लकी, लकी, कुठे आहेस तू? लकी!"

जमिल निराश झाला. त्याच्या पाळीव बकरीला राक्षसाने गिळून टाकलं, हे तो त्या क्षणी तरी मान्य करू शकत नव्हता. राक्षसाच्या समोर तो उभा होता, यावरही त्याचा विश्वास बसत नव्हता. या दोन्ही अनुभवांनी तो हादरला होता. थोडासा सावरल्यावर तो एकटाच घरी जाण्यासाठी तो उठला. त्याने समुद्राकडे पाहिलं.

"तुला याची चांगलीच किंमत मोजावी लागेल." त्याने पण केला. समुद्रात नुकत्याच अदृश्य झालेल्या राक्षसाला उद्देशून तो ओरडला, "तुला वेदनादायक मृत्यू येईल. मी समुद्राच्या दुसऱ्या बाजूला पोहत जाईन. तुला हजार तोंडे आणि

हजार हात असले, तरी तुझा पिच्छा सोडवण्यासाठी आणि बेटावरच्या लोकांना मुक्त करण्यासाठी माझी एक युक्ती पुरेशी आहे. तू खूप नुकसान केलं आहेस आणि लवकरच तुझा मृत्यू अटळ आहे, हे नक्की!''

या चकमकीच्या घटनेनंतर जमिलचा धीटपणा वाढला होता. नंतरचे काही दिवस तो राक्षसाला मारण्याच्या योजना आखत होता. 'मी ज्याला पाहिलं, त्याच्यासोबत समोरासमोर दोन हात करणं शक्य नाही. तो प्रचंड मोठा राक्षस आहे आणि यात मोठा धोका आहे. एका झटापटीतच तो राक्षस जिकेल. मला काहीतरी योजना आखली पाहिजे. मी याची कुणाशीही चर्चा करणार नाही आणि जे काही करायचंय, ते एकट्यानेच करेन. जर मी यशस्वी झालो, तर माझं अनुपस्थित असणं आणि राक्षसाचा मृत्यू होणं या दोन्ही गोष्टी लोकांच्या लक्षात येतील. परंतु जर मी यात अपयशी झालो, तर मी त्यांच्यापैकीच एक होऊन जाईन; जे नुसतेच अदृश्य झाले – बिचाऱ्या लकीसारखे. राक्षसाचं पुढचं भक्ष्य. बिचाऱ्या लकीसारखं.' तितक्यात त्याला एक युक्ती सुचली, 'जर त्या राक्षसाला बकऱ्या आवडत असतील, तर मी त्याला ठार करायला बकऱ्याच वापरीन.'

जमिलने गुप्तपणे राक्षसाला ठार करण्याची योजना आखली. या योजनेला त्याने 'तीन बकरी योजना' असं नाव दिलं. त्याला गरज होती तीन बकऱ्यांची, तीन बोटींची एका मोठ्या दोरीची आणि दुर्दम्य आशेची!

त्याने रंगीत तालीम करायचं ठरवलं. त्याने राक्षसाला चकवण्यासाठी पहाटेची वेळ निवडली असल्याने, एके दिवशी भल्या पहाटे एका बकरीला घेऊन सुरुवातीला त्याने ज्या ठिकाणी बोट नांगरून ठेवली होती, तिथे तो पोहोचला. त्याने बकरीला बोटीत ठेवलं आणि बोट समुद्रात ढकलून दिली. तो तेथून निघाला व सुरक्षित अंतरावरून निरीक्षण करू लागला. काही क्षणांतच त्या भागात राक्षसाच्या हालचालींचा त्याला अंदाज आला. सुरुवातीला भयंकर वास हवेत पसरला. त्यानंतर धुराचा दाट थर, त्याच्या पाठोपाठ सोसाट्याचा वारा, काही मिनिटांतच थोड्या अंतरावरून त्याने राक्षसाच्या धुत्कारण्याचा आवाज ऐकला. जमिलच्या अपेक्षेप्रमाणे ती बकरी हवेत फेकली गेली आणि शांतता पसरली. या वेळी मात्र काहीशा पहाटेच्या अंधारामुळे आणि काहीशा धुरामुळे जमिल राक्षसाला पाहू शकला नाही.

आपली योजना परिपूर्ण करण्यात त्याने कित्येक आठवडे घालवले होते. 'तीन बकरी योजना' नक्की काम करेल, असं त्याने कित्येकदा स्वत:लाच सांगितलं होतं. बऱ्याचदा तो डोळे बंद करून संपूर्ण घटनाक्रम सावकाशपणे डोळ्यांपुढे आणत असे. 'तो तीन बकऱ्यांसमवेत बंदरावर पोहोचला' येथून सुरुवात करत असे आणि त्याच्यासारख्याच दृश्यांची कल्पना करीत असे. त्याने सुटकेच्या विविध मार्गांची कल्पना करून ठेवली होती – तो राक्षसाकडून पकडला गेला आणि हवेत फेकला

गेलाय आणि खाल्ला गेला... तो पाण्यात बुडून गेला आणि तो यशस्वीपणे पोहून गेला...

त्याने निसटण्याची योजना आखली होती, त्या संध्याकाळी जमिल बशीरला भेटला.

"राक्षसाला खऱ्या अर्थाने आश्चर्याचा धक्का बसणार आहे," उत्साहात बशीरने त्याला सांगितलं. 'एक हजार दगड एकाच वेळी' आपल्या हाताने त्याने राक्षसाला मारण्याचं प्रात्यक्षिक करून दाखवलं. "मी त्याला शेवटच्या गर्जना आणि आरोळ्या ठोकताना बघेन. आपण नाचू आणि माझी योजना यशस्वी झाल्याचा आनंद साजरा करू. या बेटावर माझ्याकडे हिरो म्हणून बघितलं जाईल."

"पण राक्षसाची कोणतीही निश्चित वेळ आणि जागा नाहीये. त्या राक्षसाने मुक्त वेळेत माझ्यावर आणि लकीवर हल्ला केला." जमिलने वाद घातला. "तुला तुझ्या वेळेबाबत खातरी आहे का? त्याच्यावर नीट नेम धरून त्याला मारता येईल, अशा ठिकाणी त्याला आणण्यासाठी तू काय करणार आहेस?"

"त्याला मी कसंही करून आणेन," बशीरने सांगितलं आणि विचारलं, "बेटावरच्या इतिहासाचा एक भाग व्हावं, असं तुला वाटत नाही का? राक्षसावर दगड फेकणाऱ्यांपैकी एक?"

"निश्चितच मी राक्षसाला मारायला तयार आहे." जमिल शांतपणे उत्तरला.

त्यानंतर संध्याकाळी जमिलने त्याच्या आजोबांना एक प्रचलित प्रश्न विचारला, "आजोबा, तुम्हाला वाटतं कुणीतरी एके दिवशी समुद्र पोहून जाईल?"

"निश्चितच! जर योग्य वेळ असेल, तर कुणीतरी यात नक्की यशस्वी होईल."

"कसं?"

"अपार कष्ट आणि नशिबाची साथ."

"तुम्हाला काय म्हणायचंय?"

"एखाद्याने त्याच्या योजनेवर अपार मेहनत घेतली असेल आणि योगायोगानं जर राक्षस त्या वेळी झोपलेला असेल तर?"

"परंतु राक्षस कधीच झोपत नाही."

"त्याचा दिनक्रम कुणालाही ठाऊक नाही. परंतु काहीतरी घडलं, तर दुसरं काहीतरी ते निश्चितच घडवून आणेल."

"खरंच?"

"होय! आणि हे अगोदर घडलंय. काही लोक यशस्वीपणे समुद्र पोहून गेलेत."

"मग तो राक्षस मेला का नाही?"

"आह! समुद्र पार केल्यानंतर त्या लोकांनी मागे वळून पाहिलं होतं. त्यांना हे ठाऊक नव्हतं की, जो कुणी समुद्र पार करेल, त्याने मागे वळून पाहू नये. जेव्हा

राक्षस मेलेला दिसेल, तेव्हा समुद्र पार करून गेलेल्या माणसाशी नजरानजर होऊन तो परत जिवंत होईल.''

दुसऱ्या दिवशी जमिल नेहमीच्या वेळी उठला. ''आज मी राक्षस जमावबंदीची वेळ निवडणार आहे.''

''फक्त काळजी घे,'' कमालने सल्ला दिला. ''आता तुला माहीत आहे की, तो कसा दिसतो, हल्ला करण्यापूर्वी तो काय करतो, कोणत्या वेळी सुरक्षित ठिकाणी लपून बसायचंय, हे तुला ठाऊक आहे.''

''समुद्र आणि बंदरापासून प्रयत्न कर. ठीके?'' लैला म्हणाली.

''ठीक आहे. मी प्रयत्न करेन,'' जमिलने त्याच्या आजी-आजोबांना आश्वासन दिलं.

''वेड्यासारखं वागू नकोस,'' लैलाने आणखी सावध केलं.

''धन्यवाद, पुन्हा भेटू,'' असं म्हणून जमिल चालू लागला.

जमिल निराशपणे बंदराकडे चालत गेला. तिथे त्याने आदल्या दिवशी तीन बकऱ्या आणि लांब दोरी आणून ठेवली होती. जातानाच त्याने तातासी वृक्षाची एक छोटी फांदी तोडली होती आणि कमरेला बांधली होती. यशस्वी झाल्यास बंदरावरून तो घेणार असलेली ती एकमेव वस्तू असणार होती. बंदरावरून त्याने बकऱ्यांना सोबत घेतलं आणि मनातच योजून ठेवलेल्या ठिकाणाकडे तो शांतपणे निघाला. इथून पुढे तो स्वत:लाच म्हणाला, 'जास्तीत जास्त एकाग्रता हवी. प्रत्येक गोष्ट सराव केल्यासारखी व्हावी.' समुद्राच्या उथळ भागात असलेल्या नावेत त्याने पहिल्या बकरीला ठेवलं. बकऱ्यांचे चार पाय आणि मान त्याने बोटीच्या पाच टोकांना घट्टपणे बांधले. 'राक्षसाला त्यांना एकत्र करायला खूप कष्ट घ्यायला पाहिजेत किंवा त्याने बोटच गिळली पाहिजे.' त्यानंतर त्याने पहिली नाव दुसऱ्या नावेला लांब दोरीने बांधली. या सर्व कालावधीत राक्षसाने हल्ला करू नये, अशी आशा करत जमिल उदासपणे समुद्राकडे लक्ष ठेवून होता.

तयार झाल्यानंतर त्याने बोटीमधील बकरीचं आमिष पाण्यात ठेवलं. ''राक्षसा,'' जमिल पहाटेच्या काळोखात ओरडला, जणू काय राक्षस त्याचं ऐकत होता किंवा समजू शकत होता. ''मी आता तयार आहे. आता ती वेळ आली आहे. मी लढायला तयार आहे. आता एकतर तू राहशील किंवा मी!''

जमिलने उदासपणे आजूबाजूला पाहिलं. तिथे राक्षसाचं कुठलंही चिन्ह नव्हतं. नाव समुद्रात खोल जायला लागल्यामुळे त्याने तिला मागे ओढलं. त्याने पुन्हा एकदा चौफेर पाहिलं आणि थांबला. त्याला वाटलं, 'सर्व योजना रद्द करून घरी परत फिरावं, का धाडस करून समुद्र ओलांडून जावं? राक्षस झोपला होता का? पण या सगळ्या गोंधळात 'आपल्या योजनांवर ठाम राहा,' त्याच्या आतून आवाज आला. त्याने नाव मागे खेचली. तो सगळीकडे फित म्हणू लागला. ''राक्षसा, बाहेर

ये आणि मजा बघ. तुला बकऱ्या आवडतात ना?''

राक्षस त्याच भागात आहे, हे सूचित करणाऱ्या समुद्रातील परिचित हालचालींनी जमिल आनंदून गेला. योजनेप्रमाणे नावसुद्धा त्याच भागात होती, जिथे त्याला ती असायला हवी होती. 'राक्षसा, तू आता चांगल्याच लढाईला तोंड देणार आहेस.' जमिलने विचार केला. त्याचा आतला आवाज त्याला सांगत होता की, जितका जास्त तो स्वत:च्या योजनांचा पाठपुरावा करेल, तितका तो यशस्वी होईल. दुसऱ्या बोटीत जिथे बकरीचं आमिष ठेवलं होतं, तिथे तो धावत गेला आणि समुद्रात निश्चित केलेल्या ठिकाणी त्याने तिला सोडून दिलं. तो तिसऱ्या नावेकडे धावला, जी खूप लांब बांधली होती. आपण योग्य ठिकाणी उभे आहोत याची खातरी करण्याकरिता तो सेकंदभर थांबला. त्याने ते ठिकाण मुद्दाम निवडलं होतं, कारण ते मुख्य भूमीपासून जवळच होतं. त्याने घाईघाईत त्याचा पाय आणि तिसरी नाव एका छोट्या दोरीने बांधले. त्याने तिसऱ्या बोटीतलं बकरीचं आमिष समुद्रात ढकललं. बेटाकडे शेवटचं पाहिलं, दीर्घ श्वास घेतला आणि समुद्रात उडी मारली. त्याने पोहायला सुरुवात केली तेव्हा राक्षस जिकडे होता तिकडे एक नजर टाकली आणि पहिल्याच बकरीशी त्याचा चाललेला संघर्ष बघून जमिलला आनंद झाला. तो जोरात पोहून गेला.

कुठल्यातरी अज्ञात कारणाने जमिल स्वत:लाच विचारू लागला, 'जर एकापेक्षा जास्त राक्षस असतील तर? जर त्याला खरोखरच हजार हात असतील तर? जर दुसऱ्या किंवा तिसऱ्या बकरीऐवजी राक्षस माझ्याकडेच आला तर?' या प्रश्नांची उत्तर न शोधता तो पोहतच राहिला. राक्षसाचं पहिलं खाणं संपून दुसऱ्याशी संघर्ष सुरू झाला होता. जमिलने निम्म्यापेक्षा जास्त अंतर कापलेलं होतं. परंतु आता त्याला थकवा यायला लागला होता. बऱ्याच गोष्टींकडे त्याचं दुर्लक्ष झालं होतं. आणि त्या गोष्टी महत्त्वाच्या होत्या. त्याने पायाला बांधलेल्या तिसऱ्या नावेमुळे त्याचा वेग कमी होत होता आणि पाणी त्याच्या अपेक्षेपेक्षाही थंड होतं. पण या सगळ्याकडे दुर्लक्ष करून त्याने पोहणं सुरूच ठेवलं. त्याने राक्षसाविरुद्ध त्याचं नशीब आजमावण्याचा निश्चयच केला होता. तो उत्साहित होता, कारण राक्षस त्याच्या योजनेत फसला होता आणि हा निव्वळ विचारच त्याला अधिक वेगाने पोहायला प्रोत्साहित करत होता. त्याने मागे वळून पाहिलं आणि त्याच्या लक्षात आले की, राक्षस समुद्राच्या मध्यावर आहे आणि दुसऱ्या बकरीशी संघर्ष करतोय. ''चांगलंय,'' तो म्हणाला आणि बकरी असलेली तिसरी नाव समुद्रात सोडून त्याने वेग वाढवला. 'प्रत्येक गोष्ट ठरवल्याप्रमाणे होतेय', तिसरी बकरी सोडल्यानं त्याला हवं असलेलं वेगात पोहण्याचं स्वातंत्र्य मिळालं. त्याने मागे पाहिलं आणि त्याच्यातलं आणि राक्षसातलं अंतर बघून तो आनंदित झाला. या वेळी त्याच्या समोर असलेला समुद्रकिनारा तो पाहू शकत होता आणि त्याला ठाऊक होतं की, थोड्या नशिबाच्या

साथीनं आणि थोड्या कष्टानं तो ते साध्य करेल. राक्षस त्याच्याऐवजी तिसऱ्या बकरीकडे वळला आहे हे लक्षात आल्यावर, जमिलला सुटल्यासारखं वाटलं. 'कदाचित राक्षसाने मला पाहिलं नसेल.' त्याने अधिकाधिक वेगाने पोहायला सुरुवात केली. ''शक्य असेल तर मला पकड,'' त्याने राक्षसाला टोमणा मारला. ज्या वेळी त्याने पुन्हा मागे पाहिलं, तेव्हा तिसऱ्या बकरीवर वेळ न दवडता राक्षस त्याच्यावर चाल करून येत होता.

राक्षसाच्या कण्हण्याचा आणि ओरडण्याचा आवाज अधिकाधिक तीव्र होत होता. हे तो निराश झाल्याचं लक्षण होतं. वाऱ्याचा वेग वाढू लागला होता. त्याचा जमिलला फायदाच झाला, कारण त्यामुळे तो राक्षसापासून दूर ढकलला गेला. जमिलला भीती वाटली की, राक्षसाचा लांबलचक हात कुठल्याही क्षणी त्याला ओढून घेईल. परंतु तो पुरेशा अंतरावर असेल या आशेनं त्याने पोहणं सुरू ठेवलं. राक्षसामुळे निर्माण झालेल्या प्रचंड वाऱ्याचा लाभ घेत, तो अधिकाधिक वेगाने पोहत होता. राक्षसामुळे निर्माण झालेला धूर अधिकाधिक दाट होऊ लागला होता आणि त्यामुळे त्याचे डोळे झाकले होते. प्रचंड दर्प येत होता; परंतु जमिलने त्याची पर्वा केली नाही. धुरातून, वासातून, वाऱ्यातून जमिल स्वतःच्या आयुष्यासाठी, बेटाच्या स्वातंत्र्यासाठी पोहत होता. तो किनाऱ्यावर पोहोचताच, राक्षसाच्या लांबलचक हाताने त्याला परत ओढून घेऊ नये, म्हणून त्याने शक्य तितक्या वेगाने पळायला सुरुवात केली. मुख्य भूमीवर पन्नास मीटर अंतरावर गेल्यावर प्रचंड थकव्यामुळे जमिल वाळूत कोसळला आणि पालथा पडून राहिला. त्याला राक्षसाशी चुकूनही नजरानजर होऊ द्यायची नव्हती. नजरभेट व्हावी म्हणून राक्षस उभा राहून वाट पाहत असेल तर? आपण जिवंत आहोत आणि जे घडलं; ते काही स्वप्न नव्हतं याची खातरी करून घेण्यासाठी त्याने कित्येकदा स्वतःला चिमटा काढला. ''जमिल, तू हे करून दाखवलंस!'' तो स्वतःलाच म्हणाला.

या दरम्यान समुद्रातला गोंगाट अधिकाधिक वाढत चालला होता. वारा सोसाट्याने वाहत होता आणि राक्षस आजूबाजूला पाणी उडवत होता. राक्षसाने सोडलेल्या धुरामुळे आणि वासामुळे जमिल बराच गुदमरून गेला होता; परंतु वळून पाहणार नव्हता किंवा डोळे उघडणार नव्हता. लकीला पकडल्यानंतर जेवढा वास पसरला होता, त्याच्या तिप्पट तो वास होता. धुराने त्याचे डोळे जळजळायला लागले होते. तो गोंगाट इतका प्रचंड होता की, त्याला वाटलं, त्याच्या कानाचे पडदे फाटतील. त्याने सर्व काही सहन करण्याचा निश्चय केला होता, कारण त्याला ठाऊक होतं की, राक्षसाचा हळूहळू अंत होईपर्यंतच थोडा वेळ हे सर्व सुरू असेल. त्याला सर्व सहन करणं भाग होतं. त्याचं ध्येय साध्य झालं होतं आणि राक्षसाचा मृत्यू होईपर्यंत तिथे पडून राहायची त्याची तयारी होती. त्याला अजिबात घाई नव्हती.

जमिलला खातरी होती की, ही लढाई त्याने जिंकली आहे; परंतु त्याला स्थिर व्हायला वेळ हवा होता. दाट धूर आणि भयंकर दर्प यांमध्ये तो अत्यंत सहनशीलतेने वाट पाहत होता. जवळ-जवळ तासाभरानंतर, कधीही काढला नव्हता एवढा प्रचंड मोठा आवाज राक्षसाने काढला. जमिलचे शरीर आणि कानांचे पडदे जोरात थरथरले. तो गोंगाट त्याच्या शरीराच्या सर्व भागात भिनून गेला; परंतु जमिल घाबरला नाही. तो हसला. 'ही मरणाऱ्या राक्षसाची शेवटची किंकाळी आहे!' तो स्वत:शीच म्हणाला. हळूहळू तो गोंगाट कमी होऊ लागला आणि थोड्याच वेळात पूर्ण शांत झाला. वाराही शांत झाला आणि धूरही कमी झाला. जमिलने हळूच डोळे उघडले. जमिलने कल्पना केली की, राक्षस समुद्रात मरण पावला आहे किंवा त्याच्या अगदी पाठीमागे किनाऱ्यावर जमिलच्या मागे वळून पाहण्याची वाट पाहतोय. डोळ्याच्या कडेने हलकेच पाहून आपण समुद्राकडे तोंड करून नाही ना, याची त्याने खातरी करून घेतली. तो उठला. मागे वळून पाहण्याचा मोह आवरून त्याने झुडपांकडे पळायला सुरुवात केली. "राक्षसा मी जिंकलोय," तो किंचाळला, त्याने उड्या मारल्या, तो नाचला; परंतु त्याने मागे वळून पाहिलं नाही. त्याला स्वत:चा अभिमान वाटला. त्याने एकट्यानेच योजना आखली आणि फलद्रूप केली. त्यामुळे त्याचा आनंद द्विगुणित झाला. तो स्वत:शी पुटपुटला,

"राक्षसा राक्षसा, तू मेलास
राक्षसा राक्षसा, तू मेलास."

जेव्हा तो जंगलात पोहोचला, तेव्हा जे घडलंय, त्यावर त्याचा विश्वास बसत नव्हता. हे सारं स्वप्नवत होतं. "मी युक्ती योजून राक्षसाला ठार केलं!" असं तो कित्येकदा ओरडला. त्याच्या या वाक्याचा प्रतिध्वनी संपूर्ण जंगलात ऐकू येत होता! त्याला वाईट वाटलं की, त्यानं हे कसं केलं, हे त्याच्या आजी-आजोबांना तो सांगू शकला नाही. आपल्या योजनांबद्दल त्यांना काही सांगायचं नाही, या त्याच्या निर्णयाचा आता त्याला पश्चात्ताप होत होता. त्याला ठाऊक होतं की, ते याची कल्पना करू शकले असतील आणि या विचाराने आनंदित झाले असतील की, तो कुठेतरी सुरक्षित होता. तो या विचाराने आनंदित होता की, बेट आता भयमुक्त झालं आहे आणि राक्षसाच्या तावडीतून लोकांची सुटका झाली आहे. तो जंगलात जसजसा लांबवर जाऊ लागला, तसतसे या जाणिवेने त्याचे अश्रू ओघळू लागले की, तो त्याच्या आजी-आजोबांना पुन्हा भेटू शकणार नाही आणि पुन्हा बेटावर परतू शकणार नाही!

◆

शोकाकुल लोकांचा प्रदेश

जंगलातून अभिमानाने आणि आत्मविश्वासाने चालत असताना जमिल अजूनही विजेत्याच्या विश्वात होता. त्याने टाकलेले प्रत्येक पाऊल बेटापासून आणि राक्षसापासून दूर जाणारं होतं; ज्यावर त्याचं प्रेम होतं आणि ज्याचा त्याला तिरस्कार होता त्यापासून लांब. त्याने टाकलेलं पुढचं पाऊल त्याच्या पुढच्या ध्येयाकडे जाणारं होतं – ते म्हणजे; हरवलेली अर्धी किल्ली प्राप्त करणं.

जंगलात काळोख होऊ लागला होता. आपण कोठून आलो आहोत, हे त्याला ठाऊक होतं, पण कोठे जाणार आहोत याची जमिलला कल्पना नव्हती. तो चालतच राहिला. द्वीपकल्पावर आणि त्यानंतर बेटावर वाढलेल्या कुठल्याही इतर मुलांसारखं त्यानेही वेगवेगळ्या ठिकाणांना भेट देण्याचं स्वप्न पाहिलं होतं. समुद्र पार केल्यानंतर कुठल्या मार्गाने जायचं, याचा त्याने कधीही विचार केला नव्हता. आता त्याने जे करून दाखवलं होतं, त्या कर्तबगारीवर तो खूश होता आणि आता पुढचं सगळं त्याने नशिबावर सोपवलं होतं. निश्चित अशा भूतकाळाला त्याने मागे टाकलं होतं आणि अनिश्चित भविष्याला तो तोंड देत होता.

काळोखाने पडून समोरचं न दिसेपर्यंत जमिल त्या दाट जंगलातून चालतच होता. पुढे जाताच त्याला जाणवलं, तो उतारावरून जात आहे. त्याला फार खातरी नव्हती; पण काहीही लक्षात येणार नाही इतपत काळोख पसरल्यामुळे तो नीट निरीक्षणही करू शकत नव्हता. त्याने चालणं सुरूच ठेवलं आणि आपण अधिकाधिक खाली जात आहोत, असं त्याला वाटलं. परंतु अंधारात पुढे चालत राहण्याखेरीज त्याच्याकडे दुसरा पर्यायही नव्हता. लवकरच तो अशा ठिकाणी पोहोचला, जेथे पूर्णपणे काळोख होता. त्याच्या डोळ्यांवर पट्टी बांधल्यासारखं त्याला वाटलं. तो चाचपडतच पुढे गेल. त्याने जे पाहिलं, ते वास्तव होतं की कल्पना, हे तो त्याचं त्यालाच कळलं नाही. त्याने काही माणसांचे चेहरे बघितल्यासारखं त्याला वाटलं. त्यातला पहिला चेहरा त्याच्याकडे पाहून हसत असल्यासारखं त्याला वाटलं, पण

त्याला कुठलाही आवाज ऐकू आला नाही. त्याला दुसरा चेहरा डोळ्यांतून अश्रू ओघळत असलेला वाटला; परंतु याही वेळी त्याला कुठलाही आवाज ऐकू आला नाही. जमिलला वाटल, राक्षसाने केलेल्या गोंगाटामुळे त्याच्या कानाच्या पडद्यांना इजा पोहोचली असेल. भयंकर भीतीसह त्याने चालणं सुरू ठेवलं. तिसरा चेहरा माणसाचा होता. त्याने त्याच्याकडे बघून डोळे मिचकावले. पुढे जात असताना त्याने इतर चेहऱ्यांकडे दुर्लक्ष केलं. परंतु जेव्हा राक्षसासारखा दिसणारा एक चेहरा त्याच्यासमोर हलत असलेला त्याला दिसला, तेव्हा तो किंचाळला. तो न थांबता चालू लागला आणि त्या आकृतीपासून खूप लांब गेला. तिथे अजिबात आवाज नव्हता, वास नव्हता, धूरही नव्हता. अज्ञात ठिकाणापर्यंत तो चालतच राहिला.

जेव्हा त्याला प्रकाशाचे किरण दिसले, तेव्हा त्याने सुटकेचा निःश्वास टाकला. त्याच्या लक्षात आलं की, तो एका बोगद्यात होता. पाच पावलांनंतर पुन्हा त्याच तीव्रतेने काळोख पसरला. त्याला दुसरे चेहरे दिसले नाहीत. त्याने शपथ घेतली की, काहीही घडलं तरी तो परत मागे फिरणार नाही. हा काही त्याचा पर्याय नव्हता. त्याचा एकच मार्ग होता. जमिलने बोगद्यात चालणं सुरूच ठेवलं आणि लवकरच त्याला त्याची इतकी सवय झाली की, त्याला त्याची मजा वाटू लागली. बोगद्याच्या टोकाला प्रकाश दिसत होता. जमिलने बाहेर पडण्याची घाई केली नाही. तो त्याच्या नेहमीच्या वेगात चालत राहिला. तो बाहेर पडताच प्रखर सूर्यकिरण त्याच्या अंगावर पडले. ही उष्णतासुद्धा असह्य होती. काळोखाची खूप सवय झाल्यामुळे आजूबाजूला सगळीकडे प्रकाश आणि उजेडच उजेड पाहून जमिल चकित झाला. त्याला ग्लानी आल्यासारखे वाटले आणि त्याला डोळे बंद करावे लागले.

जमिलला प्रचंड घाम येऊ लागला. त्याच्या कपाळावर घामाचे थेंब जमा झाले होते. तो पूर्णपणे घामाघूम झाला होता. त्याने वर पाहण्याचा प्रयत्न केला; परंतु प्रकाशाच्या प्रखर किरणांचा मारा त्याच्या डोळ्यांवर झाला. तिथली झाडंझुडपं वेगळी होती. हवा वेगळी होती. वास वेगळा होता. सूर्यामुळे डोळ्यांची कार्यक्षमता कमी झाल्याने त्याचं फक्त नाक व्यवस्थित काम करत होतं. त्याच्या नाकावाटे जे आत जात होतं, ते त्याच्या फुप्फुसांसाठी जड होतं. त्यामुळे त्याला श्वास घ्यायला आणि नव्या वातावरणात रुळायला संघर्ष करावा लागत होता. अनेक दिवस आणि आठवडे ओसाड, निर्जन ठिकाणी भटकल्यानंतर, विश्रांती घेतल्यानंतर जमिलला आपण एकमेकांना छेदणाऱ्या अनेक रस्त्यांवर आल्याचं लक्षात आलं. तिथे त्याने 'कुठल्या मार्गाने जावं?' या विचारात तीन दिवस घालवले. अखेर एक माणूस दिसला. तो म्हणाला, "जर तुला चालणाऱ्या गरुडांच्या शहरात जायचं असेल, तर डाव्या बाजूला वळ. हा अतिशय गमतीशीर प्रदेश आहे; परंतु लांब आहे. जर तुला देवदूतांच्या शहरात जायचं असेल, तर उजवीकडे वळ. मी तुझ्यासारख्या तरुणाला

तिथे जायचा सल्ला देणार नाही. जर तुला शोकाकुल लोकांच्या प्रदेशात जायचं असेल, तर सरळ जा. नदी पार कर आणि उजवीकडे वळ.''

जमिलने शोकाकुल लोकांच्या प्रदेशात जायचं ठरवलं. ''मला आनंद वाटतोय की, जिथून माझे आजोबा आले होते, त्या मार्गावर मी आहे!'' त्या माणसाचे आभार मानत जमिल म्हणाला.

* * *

शोकाकुल लोकांच्या प्रदेशात प्रवेश केल्यानंतर जमिलला भेटलेला पहिला माणूस एक वृद्ध होता. त्याने लांब पांढरा दोर आणि छोटी टोपी परिधान केली होती. त्याच्या दाढी-मिशा करड्या होत्या. ''तू निश्चितच जमिल आहेस.'' आपल्या म्हाताऱ्या; परंतु कोमल चेहऱ्यावर आदराचे आणि कौतुकाचे भाव असलेला तो माणूस म्हणाला.

''होय, मीच.'' चकित झालेला जमिल उत्तरला.

''तुझ्या कर्तबगारीबद्दल आम्ही ऐकलं होतं आणि आम्हाला आशा होती की, तू याच मार्गावरून जाशील.'' त्याने स्मितहास्य केलं. ''राक्षस मरण पावला आणि बेटावरचं नेहमीचं आयुष्य पुन्हा सुरू झालं. बेटावरच्या प्रत्येकाला तुझा अभिमान वाटतो.''

निर्जन ठिकाणी अनेक दिवस, आठवडे एकट्याने घालवल्यानंतर जमिल गोंधळून गेला होता. राक्षसाच्या मृत्यूची बातमी ऐकून त्याला आनंद झाला; परंतु त्याचा अजूनही यावर विश्वास बसत नव्हता. ''राक्षसाच्या भीतिशिवाय लोक त्यांचं दैनंदिन आयुष्य जगू शकतात?'' त्याने विचारलं.

''जमिल, तो राक्षस मेलाय. तू समुद्र पार केलास, तेव्हाच तो ठार झाला. जोपर्यंत त्याला ओढून काढलं नव्हतं आणि कुजेपर्यंत किनाऱ्यावर ठेवून त्याची हाडं कुठेतरी लपवून ठेवली नव्हती, तोपर्यंत त्याचं प्रेत समुद्रात तरंगत होतं.'' म्हाताऱ्याने पुढचा खुलासा केला.

काय बोलावं, हे जमिलला सुचलं नाही.

तो माणूस पुढे म्हणाला, ''तिथल्या माणसांना मी भेटलो. ते म्हणाले की, कुणालाही सुचणार नाही अशा युक्त्यांचा वापर तू राक्षसावर केलास, हे सर्वांना ठाऊक होतं. काही लोक म्हणाले की, तू स्वत: शोधून काढलेल्या कुठल्यातरी वस्तूच्या आधारे आकाशात उंच उडालास, काही म्हणाले की, तू खोल समुद्रात पोहून गेलास.'' यावर जमिल फक्त हसू शकला. ''तू या मार्गाने जाण्याचं ठरवल्याने मला सन्मानित झाल्यासारखं वाटतं. तुझ्या नशिबाने तू योग्य दिशेने निघालाहेस आणि मला इथून पुढेही तुझ्याबद्दलच्या कथा ऐकायला मिळाव्यात.''

एका झोपडीपर्यंत ते एकत्र चालत गेले. एक म्हातारा ज्याला झोपडीतील प्रत्येक जण 'बाबा' म्हणून हाक मारत होते, त्याने त्याच्या घरातील एक खोली जमिलला राहायला दिली.

"मला ठाऊक आहे, तू काही येथे फार काळ राहणार नाहीस." बऱ्याच दिवसांनी बाबा म्हणाले. "तुझ्यापुढे तुझा भविष्यकाळ आहे आणि या संधीचा उपयोग करायला तू आमच्याकडून शिकावंस, असं मला वाटतं. जसं आपण म्हणतो, कुठलंही ज्ञान वाया जात नाही. जे काही तू शिकशील, त्याचा तुला भविष्यात उपयोग होईल. राक्षसाशी द्वंद्व झाल्यानंतर लगेचच तुझं इथे येणं, हा काही योगायोग नाही. आयुष्यात प्रत्येक गोष्टीचं एक ध्येय असतं. मला माहीत नाही तू काय करायचं ठरवलयंस, परंतु मला ठाऊक आहे की, तू इथे फार काळ असणार नाहीस."

"तुमचं खरंय बाबा! मी फक्त येथून निघालो होतो. राक्षसाला मी चकवू शकेन किंवा मारू शकेन, असं मला कधीच वाटलं नव्हतं. त्यामुळे अचानक काय करावं, हे मी ठरवू शकलो नाही. सोनेरी किल्लीचा दुसरा भाग बेटावर परत नेण्यावरच मी लक्ष केंद्रित केल्यामुळे असं झालं असावं."

"किती छान कल्पना आहे! ती किल्ली साचा राजाच्या, पाशिया राज्याच्या राजकीय कोषागारात आहे. तू अजून तरुण आहेस आणि तुझ्यापुढे तुझं संपूर्ण आयुष्य आहे, एक धाडसी आयुष्य. आयुष्य घेऊन जाईल, त्या प्रवासाचा आनंद घे. सर्वांत महत्त्वाचं, तुझं जीवन सुरक्षित ठेव. राक्षसाबरोबरच्या संघर्षात जे तू सिद्ध केलंस, ते स्वयंनिर्णयाचं तत्त्व नेहमीच पाळ. आयुष्य सरळ नसतं. तुला अनेक वळणं लागतील."

जमिलने प्रत्युत्तर दिलं नाही. त्याला अस्वस्थ वाटू लागलं. आपण कुठल्या अनुभवातून जात आहोत, हे त्याचं त्यालाच कळत नव्हतं. त्याच्या संपूर्ण शरीरातून त्याला वेगळीच जाणीव होऊ लागली. त्या म्हाताऱ्या माणसाला हा बदल लक्षात आला आणि त्याने त्याला विश्रांती घ्यायला सांगितलं. जमिल खूपच उत्तेजित झाला. नंतर त्याला खूप थकवा आला आणि त्याचं चित्त सैरभैर झालं. त्याचं चित्त स्थिर राहत नव्हतं आणि जसजसा वेळ जाऊ लागला, तसतसं त्याला वाटू लागलं की, त्याचं शरीर आतूनच काहीतरी एकेक अवयव निकामी करू लागलंय. त्याला गुंगी आल्यासारखं वाटलं आणि श्वास घ्यायला त्रास वाटू लागला. त्याचे सगळे सांधे दुखून ताठर झाले. त्याला वाटलं की, त्याच्या आजूबाजूचं सगळं स्थिर झालंय. आपल्या सभोवताली काय चाललंय, हे जेवढं जाणून घ्यायचा त्यानं प्रयत्न केला, तेवढी जडत्वाची भावना तीव्र झाली.

प्रथम जमिलची अशी विचित्र धारणा झाली की, राक्षसानं त्याची विषारी लाळ

त्याच्या शरीरात घुसवली. आता दीर्घ काळानंतर त्याचीच प्रतिक्रिया त्याच्या शरीरावर उमटत आहे. जमिलने हे स्वीकारलं की, जर असं असेल, तर राक्षसाला मारून बेटावरील लोकांना त्यांचं नेहमीचं आयुष्य परत मिळवून दिल्यानंतर आयुष्याचं बलिदान देण्यात त्याला आनंदच वाटेल!

'अखेर मी जिंकलो नाहा तर... हा एक अनिर्णित संघर्ष असेल. ठीक आहे.' अशाप्रकारची भावना जमिलच्या मनात पूर्वी कधीही आली नव्हती. 'मग आत्ताच का? पूर्वी का नाही?' त्याने स्वत:लाच विचारलं. आजारपणाची पुढची अवस्था अतिशय भयावह होती. त्याला खूप थंडी वाजून तो थरथरू लागला. आता मात्र जमिल हे वास्तव नाकारू शकत नव्हता की, राक्षसाने त्याचा सूड घेतलाय. तो वेदनेने पडून होता. अवास्तव आणि विचित्र दृश्यं त्याच्या डोळ्यांसमोर येऊ लागली. त्याला दिसू लागलं की, ज्वालामुखीचा उद्रेक झालाय, सगळीकडे आग लागलीय, पूर, भूकंप, किंचाळ्या आणि आरडाओरडा. सर्वांत स्पष्ट दृश्य हे होतं, ज्यात राक्षसाने त्याचा पाठलाग करून त्याला पकडलं. जेव्हा राक्षसाने त्याला पकडलंय असं त्याला वाटलं, तेव्हा त्याचं अंग जोरजोरात थरथरू लागलं; त्याचे दात वाजू लागले. तो किंचाळला, "राक्षसा, झालं ते खूप झालं! मला का शिक्षा देतोयस? मला मार आणि खाऊन टाक! मला असं तडफडताना बघून तुला आनंद का होतोय?"

त्याला वाटलं, राक्षस आपल्याला उत्तर देतोय – "तू माझ्या मृत्युपूर्वी मला असंच बराच वेळ तडफडत ठेवलं होतंस. तुलाही असाच वेदनादायक आणि सावकाश मृत्यू यायला हवा. तुला नुसतं ठार करून मी काही तुझ्यावर उपकार करणार नाहीये. तुला त्रास होण्याची मी पुरेपूर काळजी घेईन. मरणाऱ्याच्या आत्म्याचं वेदनेनं विव्हळणं ऐकायला मला आवडतं. माझं समाधान होईपर्यंत तुला त्रास दिल्यानंतर मी तुला सावकाश खाईन. मला अजिबात घाई नाही. तू शूर आहेस, असं तुला वाटतं? तुला वाटतं, तू निसटलास? मागे बघून तू माझे प्राण वाचवू शकला असतास; परंतु तू असं केलं नाहीस. तुला वाटतं, तू खूप चलाख आहेस, नाही का? तुला माहीत नाही या राक्षसाची बरीच आयुष्यं आहेत, तू फक्त एक संपवलंस. मी तुला पकडायला थोडा वेळ लावला, कारण मला वाटत होतं की, तू जिंकलायस असं तुला वाटावं. आता माझी पाळी आहे. सूड घेणं खूप छान असतं आणि मी आता त्याची मजा घेतोय."

जमिल जोरजोरात थरथरत होता. त्याला प्रचंड घामसुद्धा येत होता. अर्धवट बेशुद्धावस्थेत तो कोसळला. त्याला काहीच कळत नव्हतं. थोड्या वेळानंतर जेव्हा तो उठला, तेव्हा त्याच्या वेदना कमी झाल्यासारखं त्याला वाटलं. त्याचं थरथरणं थांबलं होतं. त्याला घाम येत नव्हता; परंतु खूप अशक्तपणा आला होता.

“तुला बरं वाटतंय का?” त्याला बाबांचा आवाज ऐकू आला. जमिलने फक्त डोकं हलवलं. तो बोलू शकला नाही. थोड्या वेळानंतर तो अडखळत पुटपुटला, “मी आजारी आणि मरणासन्न आहे. राक्षस मला हळूहळू ठार करतोय.”

बाबांनी त्याच्या कपाळाला हात लावला आणि त्याचे डोळे, जीभ तपासली. ते हसले. “हा राक्षस नाही, एका कीटकाने तुझा चावा घेतलाय. मी तुला एक विशिष्ट औषध देईन, ज्याने तुझ्या वेदना तत्काळ कमी होतील. हा राक्षस नाही, डास आहे.” जमिलचा त्याच्या कानांवर विश्वास बसला नाही. बरं वाटत असूनसुद्धा, तो राक्षस नव्हता, यावर त्याचा विश्वास बसत नव्हता. तरीही त्याला वाटलं की, राक्षस कुठल्याही क्षणी त्याला पुन्हा त्रास द्यायला सुरुवात करेल.

“एखाद्या कीटकाच्या चाव्याचा एवढा परिणाम होऊ शकतो?” एका चाव्यामुळे त्याच्या शरीरावर एवढा परिणाम झालाय, यावर त्याचा विश्वास बसत नव्हता.

त्या म्हाताऱ्या माणसाने त्याला औषध दिलं आणि तीन दिवस विश्रांती घ्यायला सांगितली. “खरंतर तू तातासीची फांदी चावून त्याचा रस गिळायला हवा होतास, त्यामुळे तुला बरं वाटलं असतं.” तो जमिलला म्हणाला.

* * *

“या जागेला ‘शोकाकुल लोकांचा प्रदेश’ असं का म्हटलं जातं?” आजारपणातून उठल्यावर बऱ्याच दिवसांनी जमिलने विचारलं.

बाबांनी जमिलकडे पाहून स्पष्ट केलं, “सर्वांत पहिली गोष्ट म्हणजे आमच्याकडे जगातली सगळ्यांत मोठी दफनभूमी आहे. आम्ही लोक अनेक युद्धांचे, अनेक मृत्यूंचे आणि विनाशाचे साक्षी आहोत. आम्ही मृत्यूवर नेहमीच लक्ष ठेवून असतो. कारण तो नेहमीच उपस्थित असतो. मृत्यू ही आम्हाला सगळ्यात जवळची गोष्ट आहे. इथे एक म्हण आहे की, आम्ही टाकलेलं प्रत्येक पाऊल थडग्याकडे जाणारं आहे. आमची आयुष्याची सुरुवात मृत्यूपासून होते. आमच्या प्रत्येक श्वासागणिक मृत्युघंटा वाजत असते. मी आयुष्यात बऱ्याच गोष्टी पाहिल्या आहेत. मी अनेक सुखदु:खाचे प्रसंग पाहिले आहेत आणि मला चांगल्या आरोग्याचं वरदान लाभल्यामुळे मी सुखी आहे. फारशी दगदग नसलेल्या शांत स्थितीत मी असल्यामुळे आनंदी आहे. माझ्या पूर्णपणे आवाक्याबाहेर असणाऱ्याही काही गोष्टी आहेत, हे मान्य करायला मी शिकलोय. आज माझ्यापाशी असणाऱ्या सर्व गोष्टींबद्दल मी समाधानी आहे आणि मृत्यू काय आहे हे समजलेलं नसलं, तरी मला त्याची भीती वाटत नाही. देव माझ्या पाठीशी आहे आणि आपणा सर्वांना त्याच्यापाशीच जायचं आहे.” बाबांनी शेवट केला.

आयुष्यातल्या आपल्या ध्येयाबद्दल जमिल साशंक झाला. त्यानं ठरवलं होतं की, किल्ली मिळवण्यासाठी पाशियापर्यंत जायचं, तरी ताबडतोब बेटावर परतण्याची आवश्यकता का वाटत होती हे त्याचं त्याला कळत नव्हतं. लगेचच त्याच्या लक्षात आलं की, त्याच्या आजी-आजोबांना आणि बेटावरच्या लोकांना त्यानं राक्षसाला कसं ठार केलं, हे सांगण्यासाठी आणि बेटावरचं भयमुक्त आयुष्य अनुभवण्यासाठी त्याला बेटावर परत जायचं होतं. त्याला विशेष करून बशीरपुढे फुशारकी मारायची होती की, 'तुझ्याआधी मी राक्षसाला ठार केलं.' एखाद्या हिरोसारख्या स्वागताची त्याला अपेक्षा होती.

'तिथे तुझ्यासाठी काय आहे? तुझं स्वप्न होतं जगाची सफर करणं आणि किल्ली मिळवणं, तर तेच कर. तुझ्या बेटासाठी असलेलं तुझं कर्तव्य तू पूर्ण केलंस. घरी परतून तू काहीच प्राप्त करणार नाहीस. संपूर्ण जग तुला फिरायचंय, अनुभवायचंय.' त्याचा आतला आवाज त्याला म्हणाला.

याशिवाय, जमिलला अजूनही राक्षसाची छुपी भीती होतीच. त्याला वाटलं की, तो जर बेटावर परतला तर राक्षस पुन्हा जिवंत होईल. त्याला भीती वाटली की, राक्षसाविरुद्ध युद्ध करण्याची दुसरी संधी त्याला मिळणार नाही.

पाशिया राज्याकडे जाण्यासाठी जमिल निघाला. त्याने तसं बाबांना कळवलं. त्यांनी एक दीर्घ उसासा टाकून सल्ला दिला, "आता तुझं आयुष्य साहसांनी आणि आव्हानांनी भरलेलं आहे. आपण वेळोवेळी भटकत राहतो आणि हरवून जातो. हे नेहमीचंच आहे. माणूस म्हणून आपल्याला इतस्तत: जावंच लागतं. गर्दीत, धकाधकीत हरवून जावं लागतं. आपण कुठे आहोत आणि कुठे जाणार आहोत, हे कळत नसतं. खरंतर हा आयुष्याचा सर्वांत सोपा भाग असतो. अवघड असतं ते म्हणजे योग्य मार्ग निवडणं. तू घरापासून फार लांब आहेस. तू नुकताच एक महान विजय मिळवलायस. जरी पाशिया राज्य हे तुझं अंतिम ठिकाण असलं, तरी हा प्रवास तुझी परीक्षाही आहे आणि बक्षीसही. त्याचा आस्वाद घे. हे काही सोपं नाही; परंतु हे साहस महत्त्वाचं असेल.

"आयुष्य हे एक साहस आहे ज्यात आव्हानं आहेत, वेदना आहेत. त्याला हसतमुखाने तोंड दे. कुठल्याही आव्हानाच्या आणि वेदनेच्या प्रसंगी हे खुलं हास्यच तुझ्या मदतीला येईल. हेच यशाचं गमक आहे. आयुष्याच्या प्रत्येक क्षणाचा आनंद घे. आयुष्याला समजून घे. आयुष्य हा एक प्रवास आहे आणि इतर कुठल्याही प्रवासाप्रमाणे या प्रवासातही वेदना आणि गैरसोय आहे. बऱ्याचदा आपण ठरवलं तसं होत नाही. नेहमी लक्षात ठेव की, वेदना हा साहसाचा भाग असतो. जिथे कुठे तू असशील – टेकडीवर, नदीत, वाळवंटात – तुझ्या तिथे असण्यामागे एक कारण असेल. म्हणून त्या क्षणाचा आनंद घे. कारण उद्या त्या ठिकाणी तू नसशील.

लक्षात ठेव की, विजय हा फक्त काही प्राप्त करण्यातच नसतो, तर तुम्ही काय टाळता यातही असतो.

''तू पूर्वी कधीही न केलेल्या प्रवासासाठी मी तुला शुभेच्छा देतो. मला आशा आहे आणि मी देवाकडे अशी प्रार्थना करतो की, तुला प्रवासात योग्य माणसं भेटावीत. मी आशा करतो की, तुझ्या प्रवासात तुला आयुष्याचा अर्थ उमगेल आणि तू स्वत:लाच शोधशील आणि समजून घेशील.

''मी आशा करतो की, इथल्या मुक्कामात तुला आनंद वाटला असेल आणि हे अनुभव आयुष्यात तुला जे प्राप्त करायचंय, त्यासाठी उपयुक्त ठरतील.

''अखेरचं सांगतो, राक्षसाला विसर आणि आयुष्यातल्या यापेक्षा आनंददायक घटनांसाठी तयार राहा.''

शोकाकुल लोकांच्या भूमीत एक वर्ष घालवल्यानंतर जमिल जायला निघाला होता.

◆

स्त्रियांच्या राज्यात

''तुला कशाची भीती वाटते यावर लक्ष केंद्रित करण्यापेक्षा तुला जिथे जायचं आहे, त्यावर केंद्रित कर.'' त्या भल्या पहाटे बाहेर पडल्यापासून बाबांचे शब्द जमिलच्या कानात घुमत होते. जमिलने ठरवलं की, मार्गात कितीही अडथळे आले तरी पाशिया राज्य हे त्याचं ध्येय असेल आणि त्यापासून तो अजिबात परावृत्त होणार नाही.

पाशिया राज्यात जाण्यासाठी जमिलकडे दोन पर्याय होते. एक तर तो उत्तरेकडे जाऊन तेथून पुढे वाळवंट ओलांडू शकत होता किंवा दक्षिणेस ओर्लोनिया बंदरातून समुद्रमार्गे पश्चिमेकडे जाऊ शकत होता. त्याने दुसरा पर्याय निवडला.

जमिल जेव्हा ओर्लोनियाच्या मासेमारी बंदरात पोहोचला, तेव्हा सायंकाळ झाली होती. तो तिथे पोहोचल्यापासून त्याचं अंतर्मन त्याला सांगत होतं की, इथला मुक्काम इतका सहज नसेल. सुरुवातीला जी माणसं त्याला भेटली, ती फारशी सहकार्य करणारी वाटली नाहीत. ते त्याच्याकडे संशयित नजरेने पाहत होते. ओर्लोनियातल्या सर्वसामान्य कुमारवयीन मुलांपेक्षा जमिल उंच होता. त्यामुळे तो उठून दिसत होता. त्याने प्रयत्न करूनसुद्धा कुणीही त्याच्याशी मैत्री करायला उत्सुक नव्हतं. किल्ल्याचा दरवाजा सापडेपर्यंत तो शहरभर फिरला. तिथे त्याला एक मोठी रांग दिसली. ती रांग कशाची आहे, हे त्याने विचारलं. ''तुला नोकरी करायची असेल, तर तूही रांगेत उभा राहू शकतोस.'' कुणीतरी त्याला सांगितलं. इतरत्र कुठेही जायची सोय नसल्यामुळे जमिल शांतपणे त्या रांगेत उभा राहिला.

''इथलं जीवन खडतर आहे.'' त्याच्यासमोर बसलेला माणूस म्हणाला.

''म्हणजे? तुला काय म्हणायचंय?'' जमिलने विचारलं.

''नोकरी मिळणं अवघड आहे. प्रत्येक मुलाला जहाजावर काम करायचंय; परंतु समुद्रात जाण्यासाठी पुरेशी जहाजं नाहीत. मी इथे बऱ्याच दिवसांपासून दुसऱ्या प्रकारच्या नोकरीच्या शोधात आहे. परंतु अजून ती मिळाली नाही.''

जमिल शांतपणे फक्त ऐकत होता.

पहाटे, त्या रांगेतली गर्दी अतिशय मंद गतीने कमी होत असल्याचं जमिलच्या लक्षात आलं. "हे आजच्यापुरतं झालं. ते फक्त थोड्याच माणसांना आत घेतात," त्याच्या समोरच्या माणसाने सांगितलं.

"हे असं नेहमीच होतं का? रोज फक्त थोडीच माणसं आत घेतली जातात?"

"होय. अनेक धोके पत्करूनसुद्धा जहाजावर नोकरी मिळवण्यासाठी तुम्ही खूप नशीबवान असायला हवं."

"कशा स्वरूपाचे धोके?"

"समुद्रात जाणं कधीही धोकादायकच असतं. समुद्रात जाऊन न परतलेल्या जहाजांच्या कथा आम्ही ऐकल्या आहेत. जहाजं समुद्रात बुडतात. काहींना संकटांचा सामना करावा लागतो. कधीकधी युद्ध होतात आणि जे तुलनेने कमी ताकदीचे असतात, त्यांना समुद्रात फेकून दिलं जातं. काही कप्तान खूप क्रूर आहेत आणि ते गुन्हेगारांना समुद्रात फेकून देण्याची शिक्षा करतात. इतकी अनेक संकटं असूनही; इथे एवढी एकच नोकरी मिळू शकते."

पाशिया राज्यात जाणं हे आपलं स्वप्न आहे, हे त्या माणसाला सांगण्याइतपत जमिलची खातरी होत नव्हती. त्याने आपलं स्वप्न स्वत:पुरतंच मर्यादित ठेवायचं ठरवलं. त्याच्या लक्षात आलं की, त्याच्या समोर बसलेल्या माणसांव्यतिरिक्त इतर कोणीही मोकळेपणानं बोलत नव्हतं. "रांगेत सर्वांत पुढे जायला किती दिवस लागतील असं तुला वाटतं?"

"चार ते पाच दिवस."

जमिलने आणखी चार दिवस रांगेत थांबून पाहिलं. पाचव्या दिवशी पहाटे त्याला हवा असलेला मुलगा निवडण्यासाठी जहाजाचा कप्तान रांगेकडे आला.

"ए तू! इकडे बघ, उंच मुला!" जमिलकडे बोट करून कप्तान म्हणाला. "तू माझ्यासाठी मच्छीमाराचं काम करशील. माझ्या मागोमाग ये." अखेर नोकरी मिळाली याचा जमिलला आनंद झाला.

तो प्रामाणिकपणे कप्तानाच्या मागोमाग *बर्म्युडा* नावाच्या बोटीकडे गेला.

"ही नाव पाशिया राज्याकडे जाते का?"

"असं का विचारतोस?" कप्तानाने प्रश्न केला.

"भविष्यात तिथे जायची माझी इच्छा आहे."

"काही अडचण नाही. आपण पहाटे प्रवासाला सुरुवात करू आणि सायंकाळी पोहोचू. एका महिन्यानंतर आम्ही तुला दुसऱ्या बोटीवर पाठवू. ती तुला पश्चिमेकडे घेऊन जाईल, तिथून पश्चिमेकडे जाणारी दुसरी बोट तू पकडू शकतोस," बोटीवर चढताना कप्तानाने सांगितलं. मासेमारी बोटीवर काम करायला मिळणार म्हणून जमिल खूश होता आणि त्याला या कामाचा अनुभवही मिळणार होता. कप्तानाने

सांगितलेल्या प्रत्येक गोष्टीवर त्याने विश्वास ठेवला आणि त्या दिवसापासून पाशिया राज्यात जाण्याच्या क्षणाची तो दिवस मोजत प्रतीक्षा करू लागला. सकाळी लवकर उठून पहाटे समुद्र सफरीवर जाणं, या दिनक्रमावर जमिल खूश होता. पहाटेची वाऱ्याची झुळूक आणि समुद्राचा वास त्याला आवडत असे. कधीकधी समुद्रामुळे त्याच्या तातासी बेटाच्या स्मृती जाग्या होत आणि घरची खूप आठवण येई. राक्षसासोबत आलेल्या अनुभवामुळे प्रचंड मानसिक धक्का बसूनही जमिल समुद्राला घाबरत नव्हता; किंबहुना त्याला तो आवडतच होता. समुद्रावर असताना कधीही राक्षसाचे चित्र त्याच्या डोळ्यापुढे येत नव्हतं.

बर्म्युडावर काम सुरू होऊन बरोबर तीस दिवसांनंतर पश्चिमेकडे जाणाऱ्या मोठ्या जहाजावर होणाऱ्या त्याच्या बदलीबाबत जमिलने विचारणा केली. त्याला थोडं थांबायला सांगण्यात आलं. त्याने आणखी एक महिना वाट पाहिली. त्याला सांगण्यात आलं की, एकतर वाट बघ किंवा एका आर्थिक योजनेवर सही कर, ज्यामुळे त्या योजनेच्या सदस्यांना खूप आर्थिक लाभ होईल आणि त्यातून ते पश्चिमेकडे जाणारी एखादी बोट खरेदी करू शकतील. जमिलने याचा फार विचार केला नाही आणि त्याला कुठलाही संशय आला नाही. त्यानं सही केली. कारण त्याला सांगण्यात आलं की, त्यावर प्रत्येकानं सही केली आहे.

काही काळानंतर जमिलच्या लक्षात आलं की, जहाजावर कमीत कमी एक वर्ष स्वेच्छेने कामगार म्हणून काम करण्याच्या योजनेवर त्याची फसवून सही घेण्यात आली होती. जहाजावर वर्षभर काम केल्यानंतरच जमिल त्याच्या पगाराची मागणी करू शकत होता. आपण का फसवलो गेलो, हे जमिलला कळलं नाही आणि त्याने स्वत:लाच दोष दिला. यातून बाहेर पडण्याबाबत कुठलाही नियम नव्हता आणि जर त्याने ओर्लोनियाहून पळून जाण्याचा प्रयत्न केला असता, तर त्याला गंभीर शिक्षा झाली असती. जमिलने ताबडतोब तक्रार केली आणि त्याची रवानगी *डेस्टिनी* नावाच्या जहाजावर झाली, जे समुद्रात कमीत कमी एक वर्ष घालवणार होतं. ''हा एक प्रकारचा तुरुंग आहे. तुला जेव्हा केव्हा स्वातंत्र्य हवं असेल, तेव्हा तू समुद्रात उडी मारण्यास स्वतंत्र आहेस.'' त्याला सांगण्यात आलं.

जमिल दुसऱ्या दिवशी *'डेस्टिनी'*वर चढला आणि त्याने हात हलवून बंदराला निरोप दिला. ''एक वर्षात भेटू,'' असं जहाजावरच्या इतरांसारखाच जमिलही हात हलवून ओरडला. जमिल दु:खी होता; परंतु त्यानं तसं दाखवलं नाही. जमिलने आपल्या भावना लपवण्याचा त्याच्या परीनं खूप प्रयत्न केला, कारण त्याला सांगण्यात आलं होतं की, असहमती दर्शवणाऱ्यांना समुद्रात फेकून दिलं जाईल. जहाजावरच्या सहकाऱ्यांकडून समुद्रात फेकण्यात आलेल्या माणसांच्या कथा जमिलने ऐकल्या होत्या. जहाजाचा प्रवास सुरू होताच समुद्रात बुडून आपल्या स्वप्नाचा

चक्काचूर करणाऱ्या मार्गाची निवड करण्याबद्दल तो स्वत:वर फक्त हसू शकत होता. आपल्या बेटाला स्वतंत्र केल्याबद्दल त्याला अभिमान होता, परंतु येथे एका मासेमारी जहाजावरचा तो एक गुलाम होता! परंतु त्याला स्वत:बद्दल वाईट वाटलं नाही. त्याच्या आजोबांचे आणि बाबांचे शब्द आठवून त्याला दिलासा मिळाला. त्याने हे मान्य करायला सुरुवात केली की, काही गोष्टी त्याच्या आवाक्याबाहेर असतील. ''जर पाशियाला जाणं माझ्या नशिबात असेल, तर मी तिथे जाईन,'' एके दिवशी तो स्वत:ला म्हणाला. ''हे आयुष्यातल्या अनेक वळणांपैकी एक वळण आहे.''

तीन महिन्यांनंतर एके सकाळी जमिल उठला, तेव्हा त्याला अस्वस्थ वाटत होतं. का ते त्याला कळत नव्हतं. काही अंतरावर असणाऱ्या ढगांच्या दृश्याने त्याच्या मनात अभूतपूर्व भीती निर्माण झाली होती. ''ते ढग पाहिलेस? मला ते काही बरोबर वाटत नाहीत,'' जमिलने दुसऱ्या खलाशाला सांगितलं.

''ठीक आहे, आपण त्यातून प्रवास करून पुढे जाऊ. आम्ही यापूर्वी अशा अनेक धोकादायक ढगांतून प्रवास केलाय, आणि वाचलोयसुद्धा!''

''परंतु मला काहीतरी विचित्र वाटतंय...'' जमिल म्हणाला.

''तुला काय वाटतंय यात कुणालाच रस नाही, कळलं ना?'' त्या खलाशानं मध्येच तोडत जमिलला सांगितलं.

''ठीक आहे.'' त्या ढगांकडे बघत जमिल म्हणाला.

त्या ढगांमध्ये काहीतरी अपशकुनी होतं आणि जेव्हा जेव्हा जमिल त्याकडे पाहत होता, तेव्हा त्याला उदास वाटत होतं आणि उत्सुकताही वाटत होती. तो येरझाऱ्या घालत होता. तो अस्वस्थ असल्याचं स्पष्ट दिसू लागल्यावर त्याला सांगण्यात आलं की, ''जेव्हा तुम्ही समुद्रात असता, तेव्हा तुम्ही पूर्णपणे देवावर अवलंबून असता. तेव्हा फक्त प्रार्थना कर.''

काही क्षणांतच *'डेस्टिनी'* एका वादळात सापडलं, जे काही तास सुरूच होतं. असं वाटत होतं की, जणू त्या ढगांनी जहाजासोबत प्रवास करायचं ठरवलं होतं. जहाज दोन्ही बाजूंनी हेलकावे खाऊ लागलं. ते बुडेल की काय, याची भीती वाटू लागली. वादळ थोडं शांत झाल्यावर कप्तानाने घोषित केलं की, जहाज बिघडलंय आणि त्यांना बंदरावर परत जाण्यासाठी वाऱ्यावर आणि यांत्रिक शक्तीवर अवलंबून राहावं लागणार आहे. दरम्यान सोसाट्याचा वारा ताबा नसलेल्या या जहाजाला वेगळ्याच दिशेने नेऊ लागला. पाच वादळी दिवसांनंतर जहाज 'फिक्कीलँड' या ठिकाणी एका बंदरावर जाऊन आदळलं. जमिलच्या आनंदाला यामुळे सीमा उरली नाही; परंतु हे अल्पकाळच ठरलं. कारण कप्तानानं जाहीर केलं की, त्यांनी आंतरराष्ट्रीय कायदा तोडल्याबद्दल अनेक वर्षं तुरुंगात राहायची तयारी करायला

हवी. कारण इथून फार थोडी जहाजं सोडली जातात. इथल्या स्त्रियांचा समज होता की, चुकूनसुद्धा त्यांच्या प्रदेशात शिरलेलं जहाज त्यांच्यावर गुप्तहेर कारवाया करण्यासाठीच येत असतं.

जमिलला जहाजावर एक जागा सापडली. तिथे तो हताशपणे बसून राहिला. ''हे योग्य नाही.'' जमिलची ही प्रतिक्रिया पूर्ण होईतोच नीटनेटका वेष परिधान केलेल्या महिला-अधिकारी जहाजावर चढल्या आणि जहाजावरच्या सर्वांना त्यांनी अटक केली. जमिलच्या हातात बेड्या ठोकण्यात आल्या आणि विर्वा नावाची एक अधिकारी त्याला चौकशीसाठी घेऊन गेली. तिच्या छातीवर तिच्या नावाचा बिल्ला होता. तिने त्याला एका खोलीत ठेवलं आणि काहीही न बोलता निघून गेली. भिंतीवर राणी सारा आणि राजकुमारी झारा यांची चित्रं असल्याचं जमिलच्या लक्षात आलं.

जवळपास एक तासानं विर्वा आत आली. ''तुझं नाव काय?'' तिने मृदू स्वरात विचारलं.

''जमिल.''

''तुझं वय काय?''

''सतरा.''

''आजकाल प्रत्येक जण जमिल आहे. जमिल गुप्तहेराचं काम केव्हापासून करायला लागला?''

''मी गुप्तहेर नाहीये.''

''ठीक आहे, तुझं मूळ ठिकाण कोणतं?''

''तातासी बेट.''

''हे चेष्टा करण्याचं ठिकाण नाहीये, कळलं? तातासी बेटावरच्या जमिलबद्दल सर्वांना माहीत आहे. तुझे कुरळे केस, उंची आणि आकारावरून लक्षात येतं की, तू ओलोंनियाचा नाहीस, म्हणून मी तुला विचारलं.''

''मी मूळचा तातासीचाच आहे आणि मी ओलोंनियाच्या एका जहाजावर काम करतो.''

''ते मला कळलंय. गुप्तचर विभागाच्या अहवालानुसार तुम्ही लोक पैसे देऊन तैनात केलेले सैनिक आहात. गुप्तहेर बनून फिक्कीलँडच्या सरकारवर हल्ला करायला आला आहात.''

''मला कुठल्याही कारस्थानाविषयी माहिती नाही. मी जहाजावर काम करून आपली उपजीविका करणारा एक सामान्य माणूस आहे. मी पाशिया राज्यात जाण्याच्या मार्गावर होतो.''

''परंतु राक्षसाला ठार करणारा जमिल हा काही सामान्य माणूस नाही.'' ती

उठली आणि त्याच्या कुरळ्या केसांवरून तिने हात फिरवला. "आता मला खरं सांग, नाहीतर तुझी रवानगी छळछावणीत केली जाईल, जेथे तुला बोलतं केलं जाईल."

"मी प्रामाणिक आहे."

"तुझ्या कप्तानाला एकदा इथे अटक केली होती. तेव्हा आम्हाला जहाजावर शस्त्रास्त्र आणि दारूगोळा आढळून आला होता. आम्हाला संशय आहे की, तुम्ही लोक आमच्यावर हल्ला करणार आहात."

"मी खातरीने सांगतो की, मी योजनेत सहभागी नाही."

"तुझ्या माहितीसाठी सांगते की, तुमच्या कप्तानाने हेरगिरीचे सर्व आरोप मान्य केले आहेत. जो कुणी दोषी आढळेल, तो कमीत कमी दहा वर्षं तुरुंगवास भोगेल किंवा बंदुकधारी पथकाचा सामना करेल. तूच निवड कर," विर्वा ठामपणे म्हणाली.

बंदुकधारी पथकाचा उल्लेख होताच जमिलचं डोकं सुन्न झालं.

"जर तू खरंच राक्षसाला चकवणारा जमिल आहेस, तर तू जहाजावर काय करत होतास?"

जमिलने त्याच्यासोबत जे काही घडलं, ते सविस्तरपणे सांगितलं. विर्वाने हसणं थांबवलं आणि त्याच्याकडे रोखून पाहिलं. "मी बघते की, आमचे मालक या छान कुरळ्या केसांच्या देखण्या मुलाबद्दल काय सांगतात ते!" ती म्हणाली आणि खोलीतून बाहेर पडली.

एकटा असलेला जमिल डोळे बंद करून, महिलांच्या एका गटाकडून तो निष्पाप असल्याचं वारंवार सांगूनही लाकडी सुळाला बांधला जाण्याची कल्पना करू लागला. तो घाबरला होता.

जवळपास अर्ध्या तासानंतर दरवाजा उघडला आणि विर्वा दुसऱ्या एका महिला अधिकाऱ्यासोबत तिथे आली, जी जमिलकडे काही क्षण निरखून पाहत होती. ती विर्वाच्या कानात काहीतरी कुजबुजली आणि बाहेर पडली. "फिक्कीलँडची राजकुमारी झाराची इच्छा आहे की, तू त्यांचा पाहुणचार स्वीकारावा. तू सांगितलेल्या कथेवर माझा विश्वास आहे. तू आता मुक्त आहेस."

"काय सांगता, मी सुटलो?"

"तुझी नुसतीच सुटका झालेली नाही, तर तू राजकुमारीचा पाहुणा आहेस. कुणीतरी येऊन लवकरच तुला राजवाड्यात घेऊन जाईल. फिक्कीलँडमध्ये तुझे स्वागत आहे." विर्वाने सांगितलं.

असा अचानक झालेला बदल जमिलला समजू शकला नाही. आपण जे ऐकलं ते खरं आहे का, यावर विचार करत तो बसला. परंतु त्याच्याकडे हसतमुखाने बघत विर्वा तिथेच होती. त्यामुळे आणखी माहिती मिळवण्यासाठी त्याने धीर एकवटला.

"फिक्कीलँड हे काय आहे?" त्याने विचारलं.

"याचा अर्थ तू याच्याबद्दल कधीच ऐकलं नाहीस? फिक्की म्हणजे मुली किंवा स्त्रिया. इथे स्त्रियांचं शासन आहे."

"मला कळलं नाही."

"इथे पुरुषांना राजनैतिक पद मिळत नाही. पुरुषांकडे स्वत:ची जमीन आणि प्रचंड संपत्ती नसते. हे कायद्याविरुद्ध आहे. त्यांना खूपच कमी शिक्षण दिलं जातं, कारण त्यांचा बराच वेळ शेतावर काम करण्यात किंवा घरकाम करण्यात जातो. त्यामुळे त्यांना शिकवण्याची गरज नाही. फारच थोड्या पुरुषांना सशस्त्र सेनादलात संधी दिली जाते आणि सामान्यत: ते तिथे दुय्यम नागरिकांसारखे आहेत. त्यांच्यासाठी वेगळ्या खोल्या असतात."

"अच्छा! धन्यवाद!"

"काळजी करू नकोस जमिल, तुला अशी वागणूक दिली जाणार नाही. तू वेगळा आहेस. राजकुमारी तुझा नीट सन्मान करेल."

* * *

दुसऱ्या दिवशी सकाळी जमिल उठला तेव्हा तो एका प्रशस्त, नीटनेटक्या आणि प्रकाशाने न्हाऊन निघालेल्या खोलीत होता. राजवाड्यातील ती खोली महासागराकडे तोंड असलेली होती. आदल्या रात्री, त्याला तिथे आणण्यात आलं, तेव्हा तो इतका थकला होता की, त्याच्या काहीच लक्षात येत नव्हतं. त्याने अंघोळ केली आणि राजवाड्यातल्या साहाय्यकांनी दिलेले नवे कपडे घातले. "राजकुमारी झारा दुपारी आपल्या कार्यालयात आपल्याला भेटू इच्छिते," न्याहरी केल्यानंतर त्याला सांगण्यात आलं.

जमिल त्याच्या खोलीत बसून वाटत पाहत होता. अविश्वासानं त्यानं डोकं हलवलं. 'काय आयुष्य आहे!' गोंधळलेल्या त्यानं विचार केला. आता त्याला मुक्त करण्यात आलं होतं, पण फिक्कीलँडबद्दल काहीतरी त्याला आवडत नव्हतं. काही अंदाज करायला त्या ठिकाणाबद्दल आणि तिथल्या लोकांबद्दल त्याला फारसं माहीत नव्हतं. तिथे त्याला अतिशय चांगली वागणूक मिळाली होती, तरी काहीतरी त्याला अस्वस्थ करत होतं.

दुपारी एका विस्तृत कार्यालम झाला.

"फिक्कीलँडमध्ये तुझं स्वागत आहे, धाडसी जमिल!" राजकुमारी झारा मृदू स्वरात बोलली आणि त्याच्याजवळ येऊन थांबली. जमिल राजकुमारीपेक्षा खूप उंच होता. ती कशीबशी त्याच्या खांद्यापर्यंत पोहोचत होती. तिच्या अत्तराचा त्याला वास

येत होता. जमिलला कळत नव्हतं की, राजकुमारीला कसं अभिवादन करावं. तो पुढे झुकला; परंतु राजकुमारी म्हणाली, "तुला असं करायची आवश्यकता नाही. तू माझा हिरो आहेस. ही माझ्यासाठी अविश्वसनीय बाब आहे की, मी तुझ्यापुढे उभी आहे, ज्यानं राक्षसाला ठार केलंय!" त्याच्याकडे बघत ती म्हणाली, "तुझा आवाज किती छान आहे – भारदस्त! तुझे रुंद खांदे आणि चकाकणारे कुरळे केसही."

"मी सर्व गोष्टींसाठी आपले आभार मानतो," जमिलने बोलण्याचा प्रयत्न केला.

"हे माझं कर्तव्य होतं. मी तुझ्याबद्दल आणि तुझ्या विजयाबद्दल खूप ऐकलंय. तुझ्यासारख्या शूर आणि बुद्धिमान मुलाला भेटण्याची माझी खूप इच्छा होती." राजकुमारी झाराने त्याला तिच्या शेजारच्या खुर्चीवर बसण्याची विनंती केली. तिने तिचा तरुण मुलायम चेहरा जमिलकडे वळवला. जमिलला तिच्याकडे वळून पाहणं अवघड वाटत होतं. "मला आशा आहे की, आमच्यासाठीही तू तेच करशील, जे तू तुझ्या बेटासाठी केलंस."

"मला कळलं नाही," जमिल कसंबसं बोलला.

"काळाच्या ओघात तुझ्या लक्षात येईल. मला आशा आहे की, तू येथे बराच काळ राहशील."

"माफ करा राजकुमारी, तुम्हाला कदाचित माहीत नाही की, मी पाशिया राज्याकडे निघालोय." जमिल म्हणाला.

"मला ते आधीच ठाऊक आहे. माझी आई म्हणजेच महाराणीच्या म्हणण्यानुसार, आपण ठरवलेल्या ठिकाणापर्यंत नेहमी पोहोचतोच असं नाही. मार्गात कुठेतरी आपण थांबतो आणि काही वेळा ही ठिकाणंच आपली ध्येयं बनतात. नशीब तुला इथं घेऊन आलेलंच आहे, तर तू याठिकाणी स्थायिकसुद्धा होऊ शकतोस. तुलाही हे आवडेल. इथे तुझ्यासाठी सर्व काही आहे. तू फक्त मागून बघ," राजकुमारी झारा आग्रही स्वरात म्हणाली.

जमिल गोंधळला. त्याला काय बोलावं ते कळेना. या प्रसंगाला तोंड देणं त्याला अवघड वाटत होतं. राहण्याच्या या संधीला मान्यता देण्याशिवाय त्याच्याकडे दुसरा पर्याय नव्हता. 'मी दुसरं काय करू शकतो?' त्याने स्वत:लाच विचारलं. पण जमिलने विचार केला की, एकदम बांधील न होणं चांगलं, कारण पुन्हा निर्णय बदलणं अवघड झालं असतं.

"राजकुमारी साहेबा..."

"मला राजकुमारी झारा म्हणून म्हण."

"राजकुमारी झारा, आपण मला एवढा सन्मान दिल्याबद्दल धन्यवाद! परंतु मी एक प्रवासी आहे आणि येथे आवश्यकतेपेक्षा जास्त काळ राहू इच्छित नाही. मी

आपल्याला वचन देतो की, मी तिथे जाऊन मला जे प्राप्त करायचं आहे ते प्राप्त केल्यानंतर परत येईन. सध्या माझ्या डोक्यात पाशिया राज्याचे विचार सुरू आहेत.''

''तुला हवा तेवढा वेळ तू इथे विश्रांती घे. तुला इथे नक्कीच आवडेल,'' राजकुमारी झारा म्हणाली. ती कार्यालयाच्या एका कोपऱ्यात गेली आणि छोटं छानपैकी सजवलेलं लाकडी खोकं घेऊन आली. ''हे तुझ्यासाठी.''

''धन्यवाद, राजकुमारी झारा. हे काय आहे?''

''उघडून बघ.''

जमिलने काळजीपूर्वक ते खोकं उघडलं. ''ही हृदय परिवर्तन करणाऱ्या जादूई हस्तकंकणाची प्रतिकृती आहे. तू बघू शकतोस की, तिथे हस्तकलेच्या बारा जादूई वस्तू ठेवल्या आहेत. या प्रतिकृतीची मूळ वस्तू, जी माझ्या आईनं – फिक्कीलँडची महाराणी सारा हिने – मला माझ्या सोळाव्या वाढदिवशी म्हणजे गेल्या वर्षी दिली होती. ती म्हणजे, रत्नजडित अंडी असून जगभर त्याचा सन्मान केला जातो. मी तुला त्याची प्रतिकृती देण्याची परवानगी मागितली आहे, कारण तू माझा नायक आहेस.''

''धन्यवाद, पण का?''

''कारण तू तेवढा खास आहेसच. मी तुझ्या धैर्याचा आदर करते. माझी इच्छा आहे की, तू या अतिशय नाजूक अशा बावीस कॅरट सोन्यात बनवलेल्या कंकणाचं वैभव अनुभवावंस. तुला हे आवडेल असं मला वाटतं. हे सर्वोत्तम आहे.''

''मी याचं काय करावं अशी आपली इच्छा आहे?'' जमिलने विचारलं.

''तुझ्यापाशी ठेव.''

''पण अशा वस्तूची मला आवश्यकता नाही,'' जमिलने ठामपणे सांगितलं.

राजकुमारी झारा रागावलेली दिसत होती. ''कुठलाही सभ्य माणूस फिक्कीलँडच्या मुलीने दिलेली भेट अशा प्रकारे नाकारत नाही, ती पण अशी वस्तू जी सरकारी खजिन्यातील विशिष्ट वस्तूचं प्रतीक आहे. दुसऱ्या कुठल्याही पुरुषाने आनंदाने याचा स्वीकार केला असता आणि तू याची साधी स्तुतीही केली नाहीस?''

''राजकुमारी, मी याची मागणी केलीच नव्हती आणि मी यासाठी आलेलोच नाहीये.''

''एखाद्या स्त्रीने दिलेली भेटवस्तू एखाद्या पुरुषाने नाकारणं, हा फिक्कीलँडमध्ये अपमान समजला जातो. हा घोर अपमान आहे!'' ती रागाने ओरडली.

''मला माफ करा! मला तुमचे रीतीरिवाज, तुमची संस्कृती, काय योग्य काय अयोग्य; याविषयी काहीच माहिती नाही. मला खेद वाटतो.''

''मग तू थोडं थांबून हे सगळं शिकून का घेत नाहीस?''

''पण मला थांबायचं नाहीये...'' जमिलने मोठ्या आवाजात उत्तर दिलं.

“माझं ऐक जमिल,” राजकुमारी जमिलकडे बोट रोखून मध्येच म्हणाली, “फिक्कीलँडमध्ये फक्त स्त्रियांचा आवाज ऐकू येतो, कळलं? जेव्हा जेव्हा तू माझ्याशी बोलशील, तेव्हा हळू आवाजात बोल. इथे बायकांवर ओरडणं असभ्यपणा मानला जातो आणि मी फिक्कीलँडची एकमेव राजकुमारी आहे, हे लक्षात ठेव.”

“मी पुन्हा माफी मागतो. परंतु माझं एक स्वप्न आहे आणि मला पुन्हा प्रवासाला सुरुवात करायचीये.”

“माझंसुद्धा एक स्वप्न आहे. फिक्कीलँडमध्ये मुलींची स्वप्नं मुलांपेक्षा श्रेष्ठ समजली जातात. तेव्हा शांत बस आणि माझ्या सूचनांचं पालन कर,” तिने आज्ञा केली.

जमिल शांतपणे तिथे बसून राहिला.

त्या रात्री जमिल डोळे सताड उघडे ठेवून अंथरुणात पडून होता. डोळे बंद करून त्याने झोपण्याचा प्रयत्न केला, तेव्हा त्याला एक स्पष्ट आवाज ऐकू आला –

“तू ध्येयप्राप्तीसाठी बाहेर पडला आहेस
येथे थांबण्याचा मोह आवर
तुझं स्वप्न असं मध्येच सोडू नकोस
हे ठिकाण तुझ्यासाठी नाही.”

जमिल उठला. हा कुणाचा आवाज होता, हे त्याला ओळखता येत नव्हतं; पण त्याने त्याला काही फरक पडत नव्हता. त्याचं अंतर्मन त्याला सांगत होतं की, फिक्कीलँडमध्ये असं काहीतरी आहे, जे त्याच्यासाठी योग्य नाही. पुढचं आव्हान होतं की, तिथून निसटायचं कसं? योग्य संधी मिळेपर्यंत वाट पाहायचं त्याने ठरवलं. संध्याकाळी राजकुमारी झारा, त्यांच्यामध्ये दुपारी कुठल्याच प्रकारचा वाद झाला नसल्यासारखी वागली आणि त्याला जुन्या शहरातल्या मुख्य भागात घेऊन गेली. एका क्रीडांगणापाशी पोहोचल्यावर त्याने तिला विचारलं, “राजकुमारी झारा, हे काय चाललंय?”

“आपण दोन माणसांमधलं द्वंद्व पाहणार आहोत.” तिने अतिशय उत्साहानं सांगितलं.

“द्वंद्व, का?”

“फिक्कीलँडमध्ये जेव्हा एका पुरुषाला एखाद्या मुलीशी लग्न करायचं असतं, तेव्हा त्यानं दुसऱ्या पुरुषाशी युद्ध करणं आवश्यक असतं.”

“मला कळलं नाही.”

“जेव्हा एखाद्या पुरुषाला आपली एक पत्नी असावी असं वाटतं, तेव्हा त्याला अगोदर त्याचं सामर्थ्य आणि एकनिष्ठपणा तिच्यासाठी रक्त सांडून आणि वेदना सहन करून सिद्ध करावा लागतो.”

''मला अजूनही काही कळलं नाही.''

''इथे आम्ही अशा माणसावर विश्वास ठेवतो, जो आमचं हृदय जिंकण्यासाठी लढतो आणि लढाई जिंकतो. असाच माणूस शेवटपर्यंत परिपूर्ण आनंद देऊ शकतो. असाच आनंद आपण जीवनात शोधत असतो.'' राजकुमारी झाराने स्पष्ट केलं.

जमिलने तिच्या शब्दांचा अर्थ जाणून घेण्याची व्यर्थ खटपट केली. फिक्कीलँडमधल्या अशा बऱ्याच गोष्टी होत्या की, ज्यांचा अर्थ त्याला अजिबात समजला नव्हता. भोवतालच्या वातावरणात मिसळून जाणं, त्याला खूप अवघड वाटत होतं. राजवाड्यात त्याचा कुणीही मित्र नव्हता आणि तो एकाकी जीवन जगत होता. राजकक्षात स्थिरस्थावर झाल्यानंतर त्याला राजकुमारी झाराच्या पाठीमागे बसण्यास सांगण्यात आलं. असं किती काळ एकाकी जीवन जगायला लागणार आहे, याची त्याला काळजी वाटू लागली. ''ही माझ्यासाठी योग्य जागा नाही,'' तो स्वत:ला म्हणाला.

राजकुमारी खाली बसताच खचाखच भरलेले प्रेक्षागार जयजयकाराने दुमदुमून गेलं. प्रेक्षागार अगदी पिपाण्या, शिट्ट्या आणि बिगूल घेतलेल्या तरुण मुलींनी तुडुंब भरलं होतं. ''कुठाय ती भाग्यवान मुलगी?'' अशा आरोळ्या ऐकू येत होत्या.

पंचांनी आखाड्यात प्रवेश केला. पिळदार स्नायूंच्या पुरुषांनी उंची पोशाखातल्या एका मुलीला त्यांच्या खांद्यावरून आखाड्यात आणलं. मुलीने हात हवेत हलवून सर्वांना अभिवादन केलं. तिला बाहेर नेण्यात आलं. दोन वेगवेगळ्या कोपऱ्यांतून दोन पुरुष आखाड्यात पुढे आले. त्यांनी आखाड्यात प्रवेश करताच जमिल सोडून प्रेक्षागारातल्या सर्व लोकांनी एक लोकप्रिय गीत गायला सुरुवात केली –

तुमच्या आयुष्याची लढाई लढायला लढा
तुमची शक्ती दाखवायला लढा
तुमचं प्रेम दाखवायला लढा

तुम्ही शूर आहात हे जगाला दाखवा
कुणाचीतरी काळजी वाहता हे जगाला दाखवा
तुम्ही प्रेमात पडलाहात हे जगाला दाखवा

ज्या मुलीवर तुम्ही प्रेम करता तिच्यासाठी रक्त सांडा
अमर प्रेमासाठी रक्त सांडा
वेदनाच प्रेमाची जुळी बहीण आहे!

लाल आणि निळी चड्डी घातलेली दोन माणसं रिंगणाच्या मधोमध उभी होती. पिळदार स्नायूंच्या माणसांनी पुन्हा एकदा त्या मुलीला आपल्या खांद्यावरून फिरवलं. ओळख करून दिल्यानंतर, त्यांच्यातला एक माणूस ओरडला, "ती माझ्या आयुष्याचा अत्यंत महत्त्वाचा भाग आहे. या माणसाला तिला न्यायचं असेलच, तर माझ्या प्रेतावरूनच न्यावं लागेल!"

टाळ्यांचा प्रचंड कडकडाट झाला.

"मी थोड्याच वेळात निश्चितच तुझ्या प्रेतावरून या मुलीला हातात हात घालून घेऊन जाईन." दुसरा प्रतिस्पर्धी म्हणाला.

घंटा वाजली आणि टाळ्यांचा प्रचंड कडकडाट आणि गोंगाटात त्या दोन माणसांनी लढायला सुरुवात केली.

जमिल तटस्थपणे बसला होता आणि एकमेकांना क्रूरपणे मारणाऱ्या त्या माणसांना बघून किंचाळणाऱ्या प्रेक्षकांकडे कुतूहलाने पाहत होता. राजकुमारी झारा खूप उत्साहित झाली होती. "चाव त्याला! त्याला जेथे जास्त दुखापत होईल अशा जागी मार," त्याने तिचं असं ओरडणं कित्येकदा ऐकलं. "ठार कर त्याला," लाल चड्डीतल्या माणसाने त्याच्या प्रतिस्पर्ध्याला ठोसा लगावताच, राजकुमारी उठून ओरडली. अखेर निळी चड्डीवाल्या माणसाने माघार घेतली. प्रचंड जल्लोषाने प्रेक्षागार दणाणून गेलं.

त्या मुलीला पुन्हा रिंगणात आणण्यात आलं. "मी आज जगातला सर्वांत आनंदी माणूस आहे." डोळ्यांतून आणि तोंडातून रक्त ओघळत असलेला तो विजेता म्हणाला.

जमिलने आपल्या सुटकेची योजना काळजीपूर्वक, कुठलीही गडबड न करता, ज्याचा पुढे पश्चात्ताप होईल, असे निर्णय न घेता आखायचं ठरवलं. आपल्याला इथून जाण्याची परवानगी मिळवण्यासाठी राजकुमारीला पटेल असं कारण शोधण्यात त्याने आठवडा घालवला. एकदा तो काहीतरी नवीन, त्याने पूर्वी कधीही न वापरलेल्या युक्तीच्या शोधात होता. तेवढ्यात सुरक्षा रक्षकाने त्याला सांगितलं की, राजकुमारी झारा पोहण्याच्या तलावापाशी त्याची वाट पाहते आहे. जमिल पुन्हा उदास झाला. त्याच्या हे लक्षात आलं होतं की, राजकुमारी झाराची भेट ही तणावपूर्ण असते, तिचा शेवट भांडणात होतो; जे त्याला अजिबात आवडत नाही.

'इथून पुढे ती जे काही सांगेल, त्यावर मी शक्य तितकं शांत राहण्याचा प्रयत्न करेन. हे फार थोड्या वेळासाठी आहे आणि मी इथून निघण्यासाठी एखादं कारण निश्चितच शोधून काढेन,' राजवाड्यातल्या साहाय्यकाच्या पाठोपाठ पोहण्याच्या तलावाकडे जात असताना तो हा विचार करत होता.

राजकुमारी झारा खूप स्पष्टवक्ती होती. ती म्हणाली, "मला तुला जाऊ

देण्याचा सल्ला देण्यात आलाय. तू तुझा पुढचा प्रवास करायला मोकळा आहेस. सगळ्यांच्या हे लक्षात आलंय की, तू इथल्या वातावरणात रमू शकत नाहीस; तू इथे सुखी नाहीस. मला माहीत आहे की, तुझ्यावर बऱ्याच जबाबदाऱ्या आहेत आणि तुझ्या मार्गात अडथळा ठरण्याची माझी इच्छा नाही. मला वाटलं होतं की, तुला इथे आवडेल आणि तू इथे स्थायिक होशील; परंतु मी तुझ्यावर सक्ती करू शकत नाही. मला आशा आहे की, जेव्हा तुझं स्वप्न पूर्ण होईल, तेव्हा तुला आमची नक्की आठवण येईल. मी तुला दिलेलं हस्तकंकण तुला या जागेची आणि आम्ही तुझ्यावर केलेल्या प्रेमाची निश्चितच आठवण करून देईल. काही लोकांनी मला सांगितलंय की, बारा वर्षांनी तू इथे परत येशील. प्रत्येक अंडाकृती रत्न तू आमच्यापासून लांब असलेल्या प्रत्येक वर्षाचं प्रतीक आहे. मी तुला जायची परवानगी देतेय आणि बारा वर्षं तुझी वाट पाहणार आहे. बारा वर्षांनंतरची आपली भेट खूप खास असेल. मला आशा आहे की, पाशिया राज्यातलं तुझं स्वप्न तोपर्यंत पूर्ण झालं असेल.

''मी तुला शुभेच्छा देते आणि मी कुठल्याही प्रकारे तुला दुखावलं असेल, तर क्षमा मागते.''

''अजिबात नाही राजकुमारी,'' जमिलने कापऱ्या स्वरात सुरुवात केली. ''मी प्रत्येक गोष्टीसाठी आभारी आहे; परंतु मला जरा बोलायचंय...''

''कशाबद्दल?'' राजकुमारी झाराने विचारलं.

''हस्तकंकणाबद्दल...'' जमिल अडखळला. ''मला एवढी मौल्यवान वस्तू हरवायची नाहीये. कारण आयुष्यात मी शिकतोय की, तुम्ही प्रवासात असताना काहीही घडू शकतं.''

''मी समजू शकते जमिल, पण मी ते परत घेऊ शकत नाही. ते तुझ्यापाशीच ठेव! तुझ्याकडून ते हरवलं, तरी मी वाईट वाटून घेणार नाही. मला फक्त तुझ्या आयुष्यात आणखी रंग भरेल, असं काहीतरी तुला द्यायचं होतं.''

''मला समजून घेतल्याबद्दल धन्यवाद!''

''तू नेहमीच माझा नायक राहशील.''

◆

फसव्या लोकांच्या प्रदेशात

दुसऱ्या दिवशी जेव्हा जमिलला राजवाड्यातून वाळवंटाच्या सीमेपाशी पोहोचवण्यात आलं, तेव्हा त्याच्या संरक्षणासाठी पाठवलेला रक्षक नादिर म्हणाला, ''तू शूर माणूस आहेस.'' नादिर उंच आणि सडपातळ शरीराचा होता आणि त्याने काळ्याकुट्ट सनग्लासेस घातल्या होत्या. जमिलने त्याच्या म्हणण्याला प्रतिसाद दिला नाही. वाळवंट पार करण्याच्या प्रयत्नावरच त्याने आपले लक्ष केंद्रित केलं होतं. त्याच्या मनात कसलीही भीती नव्हती. शोकाकुल लोकांच्या प्रदेशातून निघताना त्याचा आत्मविश्वास काहीसा ढासळलेला होता; आता मात्र तसं नव्हतं. त्याने आजपर्यंत मिळवलेला अनुभवच त्याला आत्मविश्वास देत होता. सर्वांत कठीण अशा मार्गावर, वाळवंटातून प्रवास करताना, हाच आत्मविश्वास उपयोगी पडणार होता. नादिरने पुन्हा आपलं पहिलंच बोलणं ऐकवलं आणि या वेळी मात्र जमिलने त्याला प्रतिसाद दिला, ''तुला असं का वाटतं?''

''हा अत्यंत खडतर मार्गांपैकी एक आहे.''

''पण आता माझ्यासाठी एवढाच मार्ग उरलाय.''

''तू परत येणार आहेस का?''

''कदाचित. मला खातरी नाही की, मी वाळवंट पार करेन. त्यामुळे मी पाठीमागे येईन की नाही, याचीही खातरी नाही.''

''राजकुमारी झाराला वाटतं की, तू बारा वर्षांनंतर परत येशील.''

जमिल काहीच बोलला नाही. सीमेजवळच्या चौकीपर्यंतचा प्रवास सुरू राहिला. जसजसं ते अंतर कापलं गेलं, तसतसं जमिलला आपल्या अंतरंगात होत असलेले बदल जाणवायला लागले. त्याला आपण काहीतरी पाठीमागे सोडून चाललोय, असं काही वाटत नव्हतं. हरवल्याची भावना अजिबात नव्हती. त्याचं संपूर्ण लक्ष पुढच्या आव्हानांकडे लागून राहिलं होतं. त्याला उतरवण्यासाठी जेव्हा कार उभी राहिली, तेव्हा त्याला खूप उत्साहित झाल्यासारखं वाटलं. ''इथपर्यंतच मी तुला

सोडू शकतो. ओॲसिस इथून फार अंतरावर नाही. जर तुझ्या नशिबात असेल, तर आजच एखादा कारवान तुला उंटावरून प्रवासाच्या मार्गाने घेऊन जाईल. तू खूप धाडसी माणूस आहेत. राजकुमारी झारा आणि तिच्या संपत्तीला सोडून हा मार्ग स्वीकारण्यासाठी प्रचंड धैर्य लागतं. तुझा प्रवास निर्विघ्न होवो! तुला चांगलं मार्गदर्शन मिळो आणि तुझी स्वप्नं पूर्ण होवोत!'' नादिर म्हणाला.

जमिलने त्याचे आभार मानले आणि कारमधून खाली उतरला. नादिरसुद्धा कारमधून खाली उतरला. त्याने जमिलला व्यवस्थित बांधलेली एक कातड्याची पिशवी दिली. ''ही राजकुमारी झाराने दिलेली आहे. ती म्हणाली, यात पैसे आणि सोन्याची नाणी आहेत.''

''कृपया माझे तिला धन्यवाद सांगा. ती खूप उदार मनाची आहे.''

''जरूर सांगेन,'' जमिलकडे बारकाईने बघत नादिर म्हणाला. नादिरने आपल्या डोळ्यांवरील सनग्लासेस काढून जमिलला दिल्या, ''फक्त एवढंच मी तुला देऊ शकतो. उन्हं आणि वाळू यांपासून तुझ्या डोळ्यांचं रक्षण करायला हे उपयोगी पडेल.''

''खूप खूप आभारी आहे,'' असे म्हणून जमिलने त्याला आलिंगन दिलं.

ओॲसिसकडे जाणाऱ्या वाळूच्या रस्त्यावरून तो थेट पुढे जाऊ लागला. तो पुन्हा त्याच्या मूळ मार्गावर परतल्याचा त्याला आनंद वाटत होता. हा मार्ग त्याला किल्लीपर्यंत पोहोचवणार होता. 'मी समुद्र आजमावला, पण त्याचा काही उपयोग झाला नाही. त्याचप्रमाणे वाळवंटाचाही अनुभव घेऊन बघू या,' त्याने विचार केला.

ओॲसिसपर्यंत पोहोचल्यावर त्याला दिसलं की, एका खजुराच्या झाडाखाली कारवान आपल्या रिकाम्या उंटाला घेऊन निघण्याच्या तयारीत आहे. राजकुमारी झाराने दिलेले पैसे कारवानाला देऊन तो उंटावर स्वार झाला.

वाळवंटातून जसजसा प्रवास सुरू राहिला, जमिलचा आनंद द्विगुणित व्हायला लागला. त्याला हवं असलेलं स्वातंत्र्य उपभोगताना तो आनंदी झाला होता. कुठेतरी जाण्याची मजा तो चाखत होता. कुठल्यातरी ध्येयाकडे जाण्याच्या भावनेने त्याच्यात उत्साह संचारला होता. त्याला वाटलं, सारे जग त्याच्यासोबत आहे आणि तो जगाबरोबर! अखेर इथे तो एका उंटावर उन्हं आणि वाळू यांपासून बचाव होण्यासाठी तुरबान घालून बसला होता आणि पाशिया राज्याच्या दिशेने निघाला होता. तो तिथपर्यंत पोहोचेल का नाही, याबद्दल तो अजिबात साशंक नव्हता. आतून कुठूनतरी आनंद उचंबळतोय, एवढं मात्र त्याला जाणवत होतं. उंट संथपणे; पण व्यवस्थित वाळवंटातून निघाल्याचं पाहून त्याच्या चेहऱ्यावर हास्य फुललं. मोठ्या कालावधीनंतर, पुन्हा त्याच्या स्वप्नांवर त्याचा विश्वास बसायला लागला होता.

वाळवंट पार करायला जमिलला चोवीस दिवस, चोवीस रात्री लागल्या.

सहनशक्तीची परीक्षाच होती ती.

"जर देवाची इच्छा असेल तर, उद्या या वेळी आपण डेन नावाच्या शहरात असू." कारवानचा नेता म्हणाला. "पाशिया राज्याच्या बाहेर आणि पाशियापॉलिस शहराच्या जवळचं ते एक शहर आहे. तू तिथे उतरून काही दिवस मुक्काम करावास, असं मला तुला सुचवावंसं वाटतं."

"का?" जमिलने विचारलं.

"पहिले म्हणजे तुला विश्रांतीची गरज आहे. पाशिया राज्यात राहण्याच्या युक्त्या तुला डेनमध्ये शिकायला मिळतील, पाशियापॉलिसमध्ये नाही. तू तिथे सरळ पोहोचलास, तर तुला अशी संधी मिळणार नाही. लांबवरच्या प्रवासानंतर विश्रांती घेणं केव्हाही चांगलंच, विशेषतः वाळवंटी प्रवासानंतर. जर तुला खरंच किल्ली मिळवायची असेल, तर तुला कुस्तीचे कौशल्य डेनमध्येच शिकायला पाहिजे, पाशियापॉलिसमध्ये नव्हे." नेत्याने जमिलला कळकळीने बजावलं. "डेनच्या लोकांसोबत राहणं फार अवघड. रात्री त्यांच्यापैकी कुणालाही भेटू नकोस. कुणावरही तिथे विश्वास ठेवू नकोस. खूप काळ तिथे राहू नकोस. ते जे काय म्हणतात, त्यावर कदापिही विश्वास ठेवू नकोस. प्रत्येक हास्य मित्रत्वाचंच असतं, असं नाही." शहर जवळ येत असताना कारवानच्या नेत्याने जमिलला उपदेश केला. थकूनभागून गेलेला जमिल उंटावरून खाली उतरला. व्यापाऱ्यांनी गजबजलेल्या एका रस्त्याच्या बाजूला असलेल्या खजुरांच्या झाडांच्या रांगेखालून तो ढेपाळल्यासारखे चालू लागला. हळूहळू ते ठिकाण त्याला आवडायला लागलं. भोवतीचा गोंगाट असेल किंवा लोकांची बोलण्या-चालण्याची रीत त्याला बरी वाटू लागली. त्याच्या मनावरचा शीण नाहीसा झाला. कुठंही भटकायला आता तो मोकळा होता. तो त्या प्रदेशात अज्ञात असल्यामुळे ते त्याला सहज शक्य होतं. कुठं झोपायचं, खायला कुठून मिळवायचं हे साधे विचारसुद्धा त्याला साहसासाठी उद्युक्त करू शकले असते. अशा साहसांमधला थरार पूर्वीपासून त्याला आवडत असे. अधिक दुकानं असलेल्या एका मोठ्या रस्त्यावर तो आला. तिथल्या गोंधळामुळे त्याला धक्काच बसला. सगळ्या रस्त्यावर विक्रेते आणि व्यापाऱ्यांनी ओरडून मोठा गोंधळ घातला होता. ते गिऱ्हाइकांना आपल्याकडे ओढण्यासाठी एकमेकांशी आवाजी स्पर्धा करीत होते.

अशाच एका गर्दीच्या रस्त्यावर आल्यावर जमिलने एक गोष्ट पाहिली. एका बारा-तेरा वर्षांच्या मुलाने एका म्हाताऱ्या बाईच्या हातातून तिची थैली हिसकावून घेतली होती. तो मुलगा अगदी निवांत चालत होता. ती बाई जोरजोरात किंचाळून मदतीसाठी लोकांना हाका मारू लागली. तिची आणि जमिलची नजरानजर झाली आणि त्याला काहीतरी करावं, असं तीव्रतेनं वाटलं. त्यानं पुन्हा कसलाही विचार न करता त्या मुलाचा पाठलाग करून त्याला पकडलं. "मला पिशवी परत दे,"

जमिलनं त्याच्यापेक्षा बुटक्या असलेल्या मुलाकडे आपल्या खोल आवाजात मागणी केली.

"तुला त्याच्याशी काय करायचंय?" चोराने उत्तर दिलं.

"चोरी करणं चुकीचं आहे."

"पण हे तुझे पैसे नव्हेत."

एकाच ठोशात जमिलने ती पिशवी परत मिळवली आणि त्या म्हाताऱ्या बाईकडे सुपुर्द केली.

"खूप खूप आभारी आहे! माझ्या आयुष्यभराची पुंजी आहे त्यात. कृपया खाली बैस," ती म्हणाली आणि तिने त्याला काही फळं खायला दिली. "तू कुठून आलास? मला वाटतं, तू नुकताच इथे आलाहेस, हो ना?"

"हो, मी खूप दूरच्या बेटावरून आलोय."

"मी हे ओळखू शकले, कारण तू त्या मुलाचा पाठलाग करून माझी पिशवी परत मिळवून दिलीस. डेन शहरात अशा गोष्टी चुकीच्या मानत नाहीत. चोरी करणं आमच्या जीवनाचा एक भाग आहे. कृपया भविष्यात कुणाही चोराला ठोसे लगावू नकोस."

"का?"

"त्यांना इजा केल्याबद्दल ते तुला न्यायालयात खेचू शकतात. इथे चोरांना ज्यांची चोरी झालीये, त्यांच्यापेक्षा जास्त अधिकार आहेत. उगाच नाही या प्रदेशाला 'फसव्या लोकांचा प्रदेश' म्हणत."

म्हाताऱ्या बाईने आपलं नाव 'हाकुरी' असं सांगितलं. तिला जमिलविषयी अधिक जाणून घ्यायचं होतं.

"मी सोनेरी किल्लीचा अर्धा भाग मिळतो का ते पाहायला, या मार्गे पाशियापॉलिसला निघालो आहे. मी ती किल्ली मूळची जिथली आहे, त्या तातासी बेटांवर घेऊन जाणार आहे. मला माहिती आहे की, ते खूप अवघड आहे. मात्र मी प्रयत्न करणार आहे."

"राजा साचा ती किल्ली कधीच देणार नाही," ती म्हणाली. "असं समजू नकोस की, मी तुला खचवतेय," ती थोडं थांबली आणि तिचा स्वर बदलला. "मला आशा वाटतं की, तू ती किल्ली मिळवशील, काहीतरी करून त्याचा पराभव करशील." तिच्या आवाजातला कडवटपणा स्पष्ट जाणवत होता.

"का?"

"काही वैयक्तिक गोष्टी आहेत. एके दिवशी मी तुला सगळं सांगेन." रस्त्याच्या पलीकडील एका दुकानाच्या पाठीमागे थांबलेल्या एका माणसाला तिने हातवारे केले. तो लगेच आला. "ह्या तरुणाला राजा साचाकडून सोनेरी किल्ली

हस्तगत करायला पाशियापॉलिसला जायचं आहे.''

त्या माणसाचा चेहरा काळवंडला. ''काय? राजापाशी असलेली सोनेरी किल्ली? तू वेडा तर झालेला नाहीस?'' तो एकदम ओरडून बोलू लागला. तो जमिलकडे विचित्र नजरेने पाहू लागला. ''तुला किल्ली कशाला हवी आहे?''

''मी तातासी बेटावरचा आहे आणि ती आमची संपत्ती आहे. ती आमच्या मालकीची आहे.''

''असं काय. असं असेल तर तू वेडा नाहीस. तुझ्याकडे एक चांगलं कारण आहे.''

''मी असं ऐकलंय की, ज्याला कुणाला ती किल्ली हवी आहे, त्याच्यासाठी राजा काही कसोट्या ठेवतो.''

''हो, खरंय ते, आणि तो स्वत: त्याच्या निर्णयात अदलाबदल करतो. त्यामुळे आजपर्यंत कुणालाही त्या कसोट्या पूर्ण करता आलेल्या नाहीत.'' हसत हसत तो माणूस म्हणाला.

''कशा प्रकारच्या कसोट्या असतात?''

''कुणालाही माहीत नाही. त्याचं राज्य आहे. तोच ठरवणार. कुस्ती असू शकते, नेमबाजी किंवा काहीही असू शकतं. तू जेव्हा तिथे पोहोचशील, तेव्हा तुला कळेलंच की, त्याला 'रानटी जनावरांचा राजा' म्हणतात; कारण त्याच्यापाशी 'चिमेरा' आहेत. जे कोणी त्याला आव्हान देतात, त्यांना ठार मारण्यासाठी त्याने या प्राण्यांना खास बनवून घेतलं आहे. एकदा त्याने एका व्यक्तीला मारण्यासाठी त्यांचा वापर केला आहे, ज्याला ती किल्ली हवी होती. पण काळजी करू नकोस; एवढ्यापर्यंत तुझी मजल जाणार नाही.'' त्या माणसाचं नाव 'कोलो' असं होतं. त्यानं जमिलकडे बारकाईने पाहून म्हटलं, ''तुला ती किल्ली कधीच मिळणार नाही. तुझ्याकडे पाहून असं नाही वाटत की, तुला काय पाहिजे आहे, ते तुला नक्की समजलंय.'' जमिल या त्याच्या वाक्यामुळे हताश झाला; पण त्याने ठरवलं की, निराशा तोंडावर येऊ द्यायची नाही. ''राजा साचाला कुठल्याही बाबतीत वरचढ ठरेल, असं तुझ्यात मला काहीही दिसत नाही.''

त्या माणसाचे शब्द जमिलच्या जिव्हारी लागत होते; पण त्याने ते सर्व शांत चित्ताने ऐकून घेतले. कोलोने त्याला अधिकाधिक पटवून द्यायचा प्रयत्न केला की, तो कसोट्यांना सामोरा जायला कसा अपात्र आहे. जमिलचा कोलोला खोटं ठरवण्याचा निश्चय अधिकाधिक दृढ होत गेला. पण जमिलला माहीत होतं की, त्याच्या मनातलं उघड करणं चुकीचं ठरलं असतं. तो त्या शहरात पहिल्यांदाच आला होता आणि काही बोलण्याआधी तिथल्या लोकांना ओळखणं महत्त्वाचं होतं.

''आता या वेळी तू फक्त एकच करू शकतोस. ते म्हणजे, माझ्याकडे नोकरी

करणं,'' कोलो असं काही म्हणाल्याचं जमिलला वाटलं.

खातरी करण्यासाठी त्याने विचारलं, ''तुम्हाला काय म्हणायचंय?''

''माझं दुकान सांभाळ. पुढच्या आठवड्यात मी प्रवासाला निघतोय आणि माझ्यामागे माझ्या दुकानाची काळजी घेणारं कुणीतरी मला हवं आहे. माझा मुलगा ते करू इच्छित नाही. मला वाटतं, तू चांगला दुकानदार ठरू शकशील.''

जमिलला कोलोची त्याच्याशी बोलण्याची भाषा अजिबात आवडली नाही; परंतु आल्या आल्या आपल्याला नोकरी बहाल केल्याबद्दल कृतज्ञ राहणंच योग्य, असं त्याने ठरवलं.

''नोकरी स्वीकार. त्याच्याकडे काम कर. काही मदत लागली, तर मी इथे आहेच. यातच तुझं भलं आहे.'' हाकुरीने सल्ला दिला.

''हे फक्त काही महिन्यांसाठी आहे, जेव्हा मी परगावी असेन,'' कोलो म्हणाला. ''मी परत येईपर्यंत तुला समजलेलं असेल की, असल्या स्वप्नांचा पाठलाग करणं व्यर्थ आहे. पाशियापॉलिसकडे जाण्यापेक्षा इथंच स्थिरस्थावर होणं अधिक चांगलं.''

''बरंय, मी नोकरी करेन,'' जमिलने सहमती दर्शवली आणि रस्त्यापलीकडे असलेल्या दुकानाकडे कोलोच्या पाठीमागे जाऊ लागला. तिथे तो आजपासून काम सुरू करणार होता.

जमिलचं काम असं होतं – भल्या पहाटे उठून दुकानातल्या वस्तू व्यवस्थित मांडून ठेवणं. दुकानाचा परिसर स्वच्छ ठेवणं आणि येणाऱ्या जाणाऱ्या लोकांचं स्मितहास्याने स्वागत करून आपल्याच दुकानातून खरेदीसाठी प्रवृत्त करणं. अगदी थोड्या अवधीतच त्याला सर्व वस्तूंच्या किमती पाठ झाल्या. कोणत्या गोष्टी सावलीत ठेवायच्या आणि कोणत्या सूर्यप्रकाशात, ऋतुमानाप्रमाणे येणारी फळं आणि किमतीतील चढ-उतारांची त्याला माहिती झाली. खरंच खरेदी करू शकणारे ग्राहक आणि नुसता वेळ घालवायला आलेले हौशी गिऱ्हाईक यातला फरक त्याला आता बरोबर समजू लागला. खऱ्या आणि बनावट चलनात तो सफाईने फरक करू शकत होता. आपली मालमत्ता दुकानाच्या वेगवेगळ्या भागात कशी दडवायची, हे त्याला शिकवलं गेलं. एखाद्या वेळी चोरा-दरोडेखोरांनी हल्ला केल्यानंतरची दक्षता होती ती. दोन आठवड्यानंतर दुकान जमिलच्या ताब्यात देण्यात आलं. संध्याकाळी जमलेला गल्ला न्यायला स्वत: कोलो यायचा किंवा त्याचा मुलगा याबो यायचा. सुरुवात तर चांगली झाली. जमिल हळूहळू प्रगतिपथावर जात राहिला. कोलोच्या घरून त्याला चांगले खायला-प्यायला मिळे आणि त्याचा मुक्काम दुकानातच असे. पाशियापॉलिसच्या प्रवासासाठी तो यातून पैसे साठवू लागला.

''मिंग, इथलं जीवन तुला खूप कष्टप्रद वाटत असेल ना?'' एका संध्याकाळी

हाकुरीने या शब्दांत संभाषणाला सुरुवात केली. हाकुरीनं त्याला एखादे स्थानिक नाव लावण्याचा सल्ला दिला होता, जेणेकरून तो त्या समाजात वेगळा पडणार नाही. तिनं त्याला 'मिंग' हे नाव दिलं, ज्याचे तीन अर्थ निघत – प्रवासी जो त्याच्या इच्छित स्थळी पोहोचलेला आहे, ज्याला जन्माच्या वेळी चांगल्या ग्रहमानाचं पाठबळ मिळालं आहे आणि ज्याचे हात खूप नशीबवान आहेत.

''तसं काही नाही. कोलो परत येताच, मी माझा पुढचा प्रवास सुरू करणार आहे.''

''कधीकधी आयुष्य आपल्याला वेग कमी करायला लावतं किंवा इच्छित ध्येयापासून दूर कुठेतरी भरकटवतं; पण इथे फार काळ राहण्याच्या मोहात पडू नकोस.'' हाकुरीने सल्ला दिला.

''होय! मला वाटतं, मी माझ्या स्वप्नाच्या अधिक जवळ आहे आणि आयुष्याने मला हे शिकवलंय की, एका वेळी एकच गोष्ट हाती घ्यायची.''

''आपल्या स्वप्नांच्या शोधार्थ खरंच आपण खूप दूर निघून जातो,'' हाकुरी बोलत राहिली. ''मीसुद्धा इथे पाशियापॉलिसला जाण्याचं स्वप्न उराशी बाळगून आले होते. मीही कधी काळी असं म्हटलं होतं की, मी इथे थोड्या काळासाठीच थांबणार आहे, पण अजूनही मी याच ठिकाणी आहे. स्थिर. पंधरा वर्षांपूर्वी मी इथे आले होते.''

''काय घडलं?''

''मी खूप दुबळी होते. मोहात अडकले आणि अपूर्ण राहिलेल्या स्वप्नांची किंमत मला आता चुकवावी लागतेय.''

''पाशियापॉलिसला तुम्ही कशासाठी जाणार होतात?''

''खूप मोठी गोष्ट आहे ती. जेव्हा राजा साचाच्या सैनिकांनी 'रासमारात' नावाच्या शहरावर हल्ला केला तेव्हा राजाने त्यांना हुकूम दिला की, ते तिथे असताना जी पहिली मुलगी जन्म घेईल, तिला पाशियापॉलिसला घेऊन या. तो तिला दत्तक घेईल. मी तिथे माझ्या मुलीसोबत राहत होते. सैन्य तिथे आल्याच्या दुसऱ्याच दिवशी दुर्दैवाने तिला मुलगी झाली. माझ्या मुलीला आणि नातीला बळजबरीने ओढून नेण्यात आलं. काही महिन्यांनंतर फक्त माझ्या मुलीला पाठीमागे घालवून देण्यात आलं. कारण साचाला दत्तक राजकुमारीशी नातं घट्ट करायचं होतं.

''मला हे ऐकून इतका संताप आला की, मी तिचीच सुटका करण्यासाठी पाशियापॉलिसला जायचा निर्णय घेतला.

''पाठीमागे वळून बघितलं तर असं वाटतं की, मी घर सोडायलाच नको होतं. जेव्हा मी इथे पोहोचले, तेव्हा मला कळलं की, आजाराने ती मुलगी मरण पावली.

मी त्या वेळी हे ठरवू शकले नाही की, इथेच राहायचं की परत जायचं. दरम्यान मी इथेच अडकले. तुला माहीत आहे की, मी म्हातारी, थकलेली, व्याधिग्रस्त आणि गरीब आहे.''

''आता तू परत नाही जाऊ शकत?''

''जाऊ शकते; परंतु पाशियापॉलिसला जायचं सोडल्यापासून मी परत जाण्याचं पुढेपुढेच ढकलत असते. मी नेहमी स्वत:ला बजावते की, पुढचा महिना माझा इथला शेवटचा असेल. असं म्हणत म्हणत दहा वर्षं उलटून गेलीत. मी तुला हे सांगतेय कारण, तू माझ्या चुकांतून काही शिकावंस. ज्या क्षणी तुला पुरेसे पैसे मिळतील, त्या क्षणी तू निघावंस. फार वेळ वाट बघू नकोस. इथल्या कसल्याही मोहाला बळी पडू नकोस. इथे माणूस गरजेपेक्षा अधिक काळ राहतो. हीच या जागेची खासियत आहे. पाशियापॉलिसला जा आणि किल्ली मिळवण्यासाठी प्रयत्न कर. प्रयत्न करून असफल झालास तरी चालेल; पण प्रयत्नच न करण्याची चूक करू नकोस. कोलोप्रमाणे, तू काही करू शकणार नाहीस, असं मला अजिबात वाटत नाही. तुझ्या नशिबात ते असेल, तर तू ते करशीलच. मिंग माझं ऐक, या जगात आपण आपली नियती आपल्या बंद मुठीत घेऊन जन्माला आलो आहोत. जगात जे आपल्या वाट्याला येणार असते, त्यात कुणी बदल करू शकत नाही. ते सारं आपण जन्माला येण्यापूर्वी आपल्या तळहातावर लिहिलेलं असतं.''

त्या दिवशी संध्याकाळी आपलं दुकान बंद करून घरी जाताना हाकुरीने जमिलला आपला पोपट आणि घुबड देऊ केलं. ''हे तुझ्याकरता...'' नेहमीपेक्षा वेगळ्या वाटणाऱ्या आवाजात हाकुरी म्हणाली. ज्या प्रकारे ती बोलत होती, त्यामुळे तो हेलावून गेला. ''इथे दिलेली भेट नाकारीत नाहीत.'' पक्ष्यांकडे पाहत हाकुरी म्हणाली, ''कुठूनतरी आतून मला वाटलं की, हे तुला भेट द्यावे. तुला त्यांची सोबत होईल. तू पोपटाशी बोलू शकतोस.''

''तू म्हणालीस की, मला जायला हवं...''

''मिंग, जसं मी म्हणाले भेटी इथे नाकारत नाहीत.'' हाकुरीने आग्रह केला.

''धन्यवाद!''

''तुला काही सांगावंसं वाटतंय, मिंग. तू आल्यापासून माझ्यात काही सकारात्मक बदल होऊ लागलेत आणि आशादायी गोष्टी घडणं खूप दुर्मीळ असतं. मला वाटतंय, जीवनात तू यशस्वी व्हावंस. तुला मिंग हे नाव द्यायचं तेच कारण आहे.'' हाकुरी थोडा वेळ स्तब्ध झाली. ''तू काहीही कर; पण कर्जबाजारी होऊ नकोस. कुणाशीही कसलाही जुगार खेळू नकोस. जे मिळालंय आणि जे नाही मिळालंय त्याच्याविषयी समाधानी राहा. लोकांशी आदराने वाग. कधीकधी पराभवही एक

प्रकारचा विजय असतो. शेवटी आयुष्य जसं आहे, तसं पाहायला शीक. ते कसं असावं तसं बघणं इष्ट नव्हे. शुभरात्री मिंग!"

* * *

पक्षी त्याच्याकडे येऊन एक आठवडा उलटून गेल्यावर एके रात्री जमिलने घुबडाला विचारलं, "तू इतका अस्वस्थ का वाटतोयस? तू अस्वस्थ असू शकतोस असं मला सांगितलं गेलंय; पण काय घडलं असं?"

"हा मोठ्या डोळ्यांचा पक्षी तुला काही दाखवू इच्छितोय," पोपटाने प्रतिसाद दिला.

"काय दाखवायचंय?"

"तो त्याच्या डोळ्यांद्वारे काय करू शकतो ते," पोपटाने पुस्ती जोडली.

"या अशा रात्रीच्या वेळी?"

"खरोखर, हीच उत्तम वेळ आहे."

"ठीक आहे तर. दाखव पाहू."

"तिकडे बघ, त्या समोरच्या भिंतीवर," पोपटाने सांगितलं.

अंधारात भिंतीवर काही रंगीत प्रकाश चकाकताना पाहून जमिल चकित झाला. तो उठला आणि भिंतीजवळ गेला. त्यानं रस्त्यावरचं दृश्य पाहिलं, ज्यामध्ये काही आकार हालचाल करत होते. त्यानं त्याच्या दुकानासमोर उभ्या राहिलेल्या स्वत:ला त्यात पाहिलं. नंतरच्या दृश्यात तो गिऱ्हाइकांना वस्तू देताना दिसत होता. नंतर हाकुरीशी त्याचं दुकानात चाललेलं संभाषण स्पष्ट दिसत होतं.

"हे काय चाललंय?" थक्क होऊन जमिल म्हणाला.

"आम्हाला तुला फक्त हे दाखवायचंय की, घुबड आपल्या डोळ्यांद्वारे काय करू शकतं ते."

तीन दिवसांनी जमिल गिऱ्हाइकाला वस्तू देत असताना, त्याची नज़रानजर एका अनोळखी माणसाशी झाली. तो माणूस पुन्हा एकदा दुकानासमोरून गेला. तो थांबला आणि त्याने जमिलला आपली ओळख एक प्रसिद्ध जादूगार अशी करून दिली. "मी शहराच्या या भागात आहे आणि मला वाटलं, माझं तुझ्याकडे काही काम आहे," थेट जमिलकडे पाहत तो म्हणाला. त्या माणसाच्या डोळ्यांत काहीतरी विलक्षण होतं, ज्यामुळे जमिलला अस्वस्थ वाटू लागलं. "माझा मुख्य व्यवसाय आहे, लोकांचे पैसे दुप्पट करून देणं," तो मोठ्याने हसत म्हणाला. आपल्या खिशातील काही नोटा घेऊन त्यानं एका हिरव्या कपड्यात गुंडाळल्या व म्हणाला, "मी थोड्याशा नोटा अशा घेतो आणि हे बघ, काही क्षणांत त्या

दुप्पट होतात.''

जमिल खिळून राहिला. काही क्षणांत दुपटीने वाढणाऱ्या पैशाची कल्पना त्याला आकर्षित करू लागली. तो माणूस शाब्दिक संमोहन करू लागला. त्याने जमिलला विचार करायला वेळच दिला नाही.

''हे इथे जवळ-जवळ सर्वांनाच ठाऊक आहे आणि सर्वच माझ्यावर भरवसा करतात. या बाजारातील लोकांच्या भरभराटीचं मी एक कारण आहे. तू नवीन आहेस आणि तू मला अद्याप ओळखत नव्हतास. मी तुझ्यासारख्या नवख्यांना सुरुवात म्हणून एक सुवर्णसंधी देत असतो. नव्या लोकांसाठी काही शे रुपयांच्या नोटांना मी दुप्पट, तिप्पट, चौपट करतो आणि त्याचा कसलाही मोबदला घेत नाही. आयुष्यातली पहिली आणि शेवटचीच अशी संधी असते.'' तो बोलायचा थांबला आणि पुन्हा त्याने जमिलच्या डोळ्यांत थेट पाहायला सुरुवात केली. ''तुला पैशांची आवश्यकता आहे, होय ना? ऐक, इथला प्रत्येक जण हेच करीत असतो. हे कायदेशीर आहे. खरं म्हणजे, या एकाच मार्गाने इथले लोक पैसा मिळवत असतात. तुला काय वाटतं की, इथले लोक कसे श्रीमंत होत असतील? फळं आणि भाजीपाला विकून? या ना त्या प्रकारे लोक आपला पैसा दुप्पट करत असतात.''

तो बोलत असताना जमिलच्या मनात हाकुरीने त्याला दिलेली सूचना लक्षात आली – ''जुगार खेळू नकोस. इथे कुणावरही विश्वास ठेवू नकोस. हा फसव्या लोकांचा प्रदेश आहे. इथले लोक सहजपणे खोटं बोलत असतात.''

जमिलनं धीर एकवटून विचारलं, ''जर तू पैसे दुप्पट करू शकतोस, तर माझी तुला गरज काय? एखादी नोट घेऊन तू त्याचे लक्षावधी रुपये होईपर्यंत दुप्पट का करत नाहीस?''

''मला चुकीचा समजू नकोस. मी इथे तुला मदत करायला आलोय. मी तुझ्यावर उपकार करतोय. सहजपणे प्राप्त होणारा हा पैसा आहे. तुला श्रीमंत आणि आनंदी व्हायचंय की नाही? तेसुद्धा लवकरात लवकर? एका मिनिटात जितके पैसे मी दुप्पट करेन, तेवढे कमवायला तुला किती दिवस लागतील, हे माहित्येय?''

जमिलला तो काय करतोय हे लक्षात आलं नाही. एका अज्ञात शक्तिद्वारे ढकलल्यासारखा तो दुकानाच्या मागच्या बाजूस गेला. तिथे त्याने त्याची कमाई लपवून ठेवली होती.

''थांब.'' पोपटाचा आवाज आला. ''नको.''

जमिल थोडा वेळ विचार करण्यासाठी थांबला आणि त्या जादूगाराकडे परत गेला.

''माफ करा, पण माझ्याकडे पुरेसे पैसे नाहीत.''

"कोणतीही रक्कम लहान नसते. अगदी थोड्या रकमेत पण काम भागेल," त्या माणसाने त्याचे मन वळवण्याचा प्रयत्न केला.

"तुम्ही उद्या परत या किंवा थोड्या वेळानंतर..." जमिलने सुचवलं.

"उद्या मी इथे नसणार आहे. आज आणि इथेच जे तू करू शकतोस, ते उद्यावर का ढकलतो आहेस? मला ते आत्ताच व्हावं असं वाटतंय. फक्त ही किमया कशी होते, याचं प्रात्यक्षिक दाखवण्याची मला संधी देऊन बघ. मग तुला खातरी पटेल."

जमिलने असहमतीदर्शक मान हलवली. तो माणूस गंभीर होत त्याच्या जवळ आला. "मी इथे खेळ खेळायला आलो नाही, काय? आज जे काही तू मिळवलंयस ते माझ्याकडे दे, मी तुला त्याची दुप्पट करून देतो. हे दूरच्या बेटावरून आलेल्या तरुण माणसा, माझं ऐक. तुला प्रवासासाठी पैसे हवे आहेत. मला माहित्येय की, तुला पाशियापॉलिसला जायचंय. हे पैसे तुला सहज आणि स्वस्तात मिळणार आहेत. तू खूप श्रीमंत आणि आनंदी होशील."

आपण कोण, कुठून आलोय, कुठे जाणार आहोत हे या माणसाला माहीत असल्याचं ऐकून जमिलला धक्का बसला. त्याच वेळी पूर्वी ऑर्लोनियात त्याने एका आर्थिक योजनेत पैसे गुंतवले होते, पण जहाज दुर्घटनेनंतर पुन्हा असल्या पैशाच्या योजना स्वीकारायच्या नाहीत, अशी त्याने प्रतिज्ञा केली होती. एकदम त्याला या साऱ्या जुन्या गोष्टी आठवल्या. जमिलच्या सुदैवाने, एक ग्राहक काहीतरी खरेदी करण्यासाठी आलं आणि तिथून निसटण्याची त्याला संधी मिळाली. गिऱ्हाइकाला वस्तू देताना त्याच्या लक्षात आलं की, हाकुरी लांबून त्याला काहीतरी खुणावतेय. त्यानं तिच्या हातवाऱ्यांचा अर्थ काढला –"नको. ते करू नकोस." आणि जेव्हा पुन्हा तो जादूगाराकडे गेला, तेव्हा हे ठरवूनच की, त्याला त्याचे पैसे दुप्पट करायचे नाहीत. जादूगार रागाने लालबुंद झाला.

"तुला याचा पश्चात्ताप होईल. अशाने पाशिया राज्यात तू कधीच जाऊ शकणार नाहीस; पण तुला वाटलं मला नंतर भेटावं, तर मी तुला नक्की भेटेन."

हाकुरीने नंतर स्पष्ट केलं की, तो खोटं आमिष दाखवून पैसे लुटणारा एक कुख्यात माणूस होता. त्याने जमिलला निवडलं, कारण त्याला माहीत होतं की, जमिल तिथे नवीन आहे. तिनं सांगितलं की, त्या माणसाजवळ दडवलेला बनावट पैसा आहे आणि तो खऱ्या चलनाच्या बदल्यात बनावट पैसा लोकांच्या गळ्यात मारतो. जमिलला आपण लुटलो गेलो नाही, याचा आनंद झाला.

◆

पोपटाने आणि घुबडाने जमिलला वाचवले

"सर्व काही सुरळीत पार पडलं, तर थोड्याच दिवसांत मी डेन सोडून जाऊ शकेन," त्या सायंकाळी दुकान बंद करत असताना जमिलने हाकुरीला सांगितलं. "कोलो आज रात्री परत येतोय आणि मी इथून निघण्यासाठी आवश्यक तेवढा पैसा कमवलाय. मला आनंद आहे की, सर्व काही सुरळीत पार पडलंय. तुझी हरकत नसेल, तर मी ते पक्षी कोलोच्या मुलाला देईन."

"ते पक्षी स्वीकारायला तो योग्य माणूस आहे, असं मला नाही वाटत. त्यांना कुणाला द्यायचं, हे मी तुला तुझ्या निघायच्या वेळी सांगेन."

त्या रात्री जमिलची लवकर झोपायची इच्छा नव्हती. तातासी बेटापासून ते डेनपर्यंतचे क्षण त्याने डोळ्यांपुढे आणले आणि तो जिथपर्यंत पोहोचला होता, त्याने जे प्राप्त केलं होतं, त्याबद्दल तो आनंदी होता. मार्गातल्या अडथळ्यांनी त्याला शिकवलं होतं की, स्वप्न पूर्ण करणं हे त्याला वाटत होतं, तेवढं सहज नसतं.

जमिलने दारापाशी काहीतरी कुजबुज ऐकली. अंतर्ज्ञानाने त्याच्या लक्षात आलं की, काहीतरी वाईट घडतंय. रात्रीच्या वेळी रस्त्यावर संवाद ऐकू येणं सवयीचं नव्हतं. ती माणसं निघून जातील, या आशेनं त्यानं डोळे बंद केले. ते गेले नाहीत. उलट थोड्या वेळातच दरवाजावर थाप ऐकू आली. तो उठला आणि दारापाशी गेला. कुणीतरी त्याचं नाव घेऊन आवाज देत असल्याचं त्याला जाणवलं आणि त्यानं ओळखलं, तो आवाज दुकानाचा मालक कोलो याचा मुलगा याबोचा आहे. "माझ्या वडिलांना काहीतरी झालंय. कृपया दार उघड."

अजिबात वेळ न दवडता जमिलने दार उघडलं. त्याच्या तोंडावर मोठा आघात झाला. तो अडखळत मागे सरकला. आणखी दोन आघात झाले आणि तो खाली पडला. त्याला ओढत दुकानात आणण्यात आलं आणि दार लावण्यात आलं. एक जण त्याला लाथ मारत होता आणि दुसरा अवजड वस्तूनं त्याच्यावर प्रहार करत होता. "आणखी जोरात मार, विशेषत: त्याच्या पायांवर. तो पळून जाता कामा

नये,'' एक आवाज ऐकू आला. तो जादूगाराचा होता, हे जमिलने ओळखलं.

"तुम्हाला काय हवंय?'' जमिलने कसंबसं विचारलं.

"पैसे कुठायत?'' कोलोचा मुलगा याबो ओरडला. "तू पैसे कुठे ठेवतोस? तुझे सगळे पैसे आम्हाला दे.'' याबो त्याला सारख्या लाथा मारत होता. "तुला वाटतं तू खूप चलाख आहेस? पण हे डेन आहे.''

त्या जादूगाराने जमिनीवरून जमिलला ओढलं. त्याच्या गळ्यापाशी काहीतरी गार स्पर्श झाला. त्याने गोंधळून डोळे उघडले. "हे पाहिलंस?'' जादूगाराने त्याला एक अणकुचीदार चाकू दाखवला. "जर तू सहकार्य केलं नाहीस, तर मी तुला आत्ताच खलास करेन आणि इथे कुणी साक्षीदारही नाही.''

"मी दाखवतो.'' पैशासाठी लढत बसण्यात काही अर्थ नाही हे जाणून जमिलने सांगितलं. त्याने कोलोची मिळकत आणि स्वत:ची बचत, असं सर्व काही त्यांना देऊन टाकलं. त्यांनी ते सर्व हिसकावून घेतलं आणि दार बंद करून शांतपणे निघून गेले.

सकाळी जमिलला अटक करण्यात आली. त्याला नेण्यापूर्वी त्याचा मालक कोलोने आरोप केला की, जमिलला पाशिया राज्यात जाण्यासाठी पैसे हवे होते, म्हणून हा दरोड्याचा देखावा त्याने केला आहे. "तू मला फसवलंस, त्यामुळे तुला जास्तीत जास्त वेळ तुरुंगाची हवा खायला लागली पाहिजे.''

खटल्यापूर्वी कोठडीत असताना, जमिलने विचार केला की, 'का त्याच्या प्रवासात एवढे अडथळे येत आहेत? कदाचित हे अडथळे मला शेवटी किल्लीपाशी घेऊन जातील... काही दिवसांपूर्वी माझ्याकडे सर्वकाही होतं – स्वातंत्र्य, पैसा आणि मोठं स्वप्न. माझ्या स्वप्नपूर्तीच्या मी अगदी जवळ होतो. आता ते सगळं संपलंय. पैसा गेल्याचं मला दु:ख नाही. माझ्या सुटकेनंतर मी नोकरी करू शकतो. माझं स्वातंत्र्य हिरावल्याचंही मला दु:ख नाही. परंतु माझं स्वप्नं! अशक्य ते शक्य करायला नशिबाची साथ मिळेल?'

हाकुरीने खटल्यापूर्वी त्याची भेट घेतली. तिला खूप अपराधी वाटत होतं.

"मिंग, कोलोऐवजी मीच तुला नोकरी द्यायला हवी होती. या गोष्टीचा माझ्या उर्वरित आयुष्यात मला पश्चात्ताप वाटत राहील. मला महित्येय, तू प्रामाणिक आहेस आणि हेही ठाऊक होतं की, याबो फसवणारा होता; परंतु मला कधीच असं वाटलं नाही की, तो तुझ्यासोबत असं करेल. त्या जादूगाराबद्दल जागरूक असायला हवं, हे मला त्याच दिवशी लक्षात यायला हवं होतं. मी तुला सावध करायला हवं होतं की, तो जे दिवसा चोरू शकत नाही, ते रात्री चोरतो. तू धीर सोडू नकोस. मी तुझ्यासाठी खूप सुखद स्वप्न पाहिलंय, ही एक सुवार्ता आहे. तू इथे एका चांगल्या हेतूने आलास आणि ज्यांच्या मनातले हेतू स्वच्छ असतात, त्यांच्याबाबत अशी आश्चर्य घडतच असतात.''

जमिलवर शेवटी दरोड्याचा कट रचणं, फसवणूक, चुकीची माहिती देणं आणि चोरी करणं हे आरोप लावण्यात आले.

"जमिलने त्याच्यावर विश्वास दाखवणाऱ्या मालकाला फसवलं. जमिलने खूप गंभीर गुन्हा केलाय आणि त्याला शिक्षा व्हायलाच हवी," शिक्षा देणाऱ्या अधिकाऱ्याने जोर दिला. "त्याला त्रास सोसू दे. वाळवंटातल्या तुरुंगात त्याला बंद करा आणि किल्ली दूर फेकून द्या. सगळ्या जगातून तो कायमचा निघून जाऊ दे."

न्यायाधीशाने जमिलला विचारलं की, जमिलला त्याच्या बचावात काही सांगायचं आहे का?

"मी निष्पाप आहे. मी सर्व आरोप नाकारतो. जर मला पैसेच चोरायचे असते, तर मी त्या दुकानाचा मालक परत येण्याअगोदरच पळून नसतो का गेलो? मी थांबलो, कारण मला त्याचे पैसे त्याला द्यायचे होते. मी आयुष्यात काहीही चोरलेलं नाही आणि मी विनंती करतो की, मला सोडा." जमिलने विनंती केली. "माझ्यावर दोन माणसांनी हल्ला केला होता आणि ते दोघंही कोर्टात आहेत. त्यातला एक याबो आणि दुसरा त्याचा मित्र आहे."

"इथे असे कुणी साक्षीदार आहेत का, जे तुझ्या आरोपांना पुष्टी देतील की, खरंच त्या दोन गृहस्थांनी तुझ्यावर हल्ला करून तुला लुटलं?" न्यायाधीशांनी पुढे विचारलं.

"ती रात्री खूप उशिराची वेळ होती आणि खूप अंधार होता. माझ्यावर दुकानाच्या आत हल्ला करण्यात आला होता आणि दरवाजा बंद होता. हे घडलं, तेव्हा फक्त घुबड आणि पोपट दुकानात होते," जमिलने आपल्या बचावात सांगितलं.

"इथे आहेत ते पक्षी." हाकुरी ओरडली. "माझ्यावर विश्वास ठेवा, हा पोपट बोलू शकतो. कृपया त्याला जे सांगायचंय ते ऐका. योग्य त्या न्यायानं जमिलचा खटला चालवला जावा. तो अतिशय प्रामाणिक माणूस आहे."

"ठीक आहे. पोपटा, तू आम्हाला सांगू शकतोस का, की दरोडा पडला त्या रात्री तू काय पाहिलंस?" न्यायाधीशांनी विचारलं.

पोपटाने जे पाहिलं होतं, ते त्याने कथन केलं. ते जमिलने कथन केलेल्या वर्णनाशी जुळणारं होतं. हे ऐकून न्यायालयातल्या सर्वांना आश्चर्याचा धक्का बसला.

"हा पोपट जमिलचा पाळलेला आहे आणि इतर कुठल्याही आज्ञाधारक पोपटासारखा हासुद्धा आपल्या धन्याच्या वाक्यांचा पुनरुच्चार करतोय," कोलोने हरकत घेतली.

"कृपया आम्हाला आणखी एक संधी द्या," पोपटाने विनवणी केली. "हा पुरावा संपूर्ण जगाला जमिलचा निष्पापपणा सिद्ध करून दाखवेल."

"कोणता पुरावा?" न्यायाधीशांनी विचारलं.

"हे घुबड तुम्हाला दाखवेल," पोपटाने घुबडाला विनंती केली की, जमिल

निर्दोष आहे, हे जगाला दाखव.

घुबडाने स्पष्ट चालत्या-बोलत्या चित्रांसह प्रत्येक सेकंदाचं वर्णन करणारा म्हणजेच दरवाजा उघडल्यापासून ती दोन माणसं दरवाजा लावून निघून जाईपर्यंत सर्व प्रसंग दाखवला. न्यायालयातले सर्व श्रोते चकित झाले.

"तुम्ही जे काही पाहिलंत, त्यात आम्हाला आणखी कशाचीही भर घालायची नाही. ही चित्रंच खूप बोलकी आहेत. जमिल निष्पाप आहे." हाकुरीने सांगितलं.

न्यायाधीशांनी निवाडा केला – "आपण पक्ष्याकडून जे काही पाहिलं आणि ऐकलं, त्याकडे दुर्लक्ष करू शकत नाही. मी इथे जमिलची सर्व आरोपांतून मुक्तता करतो. मी आज्ञा देतो की, त्याला दरोड्यादरम्यान झालेल्या हल्ल्याबद्दल भरपाई मिळावी आणि त्याचे पैसेही परत मिळायला हवे."

"तू सुटलास!" हाकुरी उत्साहानं म्हणाली; परंतु जमिल अविश्वासानं तिथेच उभा होता.

"माझा विश्वासच बसत नाहीये."

ती म्हातारी त्याला न्यायालयाच्या बाहेर घेऊन गेली. कोलोने, त्याच्या मुलाने दिलेल्या त्रासाबद्दल माफी मागितला. न्यायाधीशांनी आज्ञा दिल्याप्रमाणे दरोड्यादरम्यान झालेल्या हल्ल्याबद्दल भरपाई देण्याचं आणि त्याचे पैसे परत करण्याचं वचन दिलं. "माझी इच्छा आहे की, तू इथेच राहावंस आणि माझं दुकान चालवावंस. तू अतिशय प्रामाणिक आणि विश्वसनीय असल्याचं सिद्ध केलंस."

ते दोन पक्षी उडून जमिलच्या खांद्यावर बसले.

"आभारी आहे! आज मी तुमच्यामुळे मुक्त झालोय. त्याचं सगळं श्रेय केवळ तुम्हाला!" जमिल हसत म्हणाला.

"ठीक आहे," पोपट म्हणाला.

पुढचे काही दिवस जमिल हाकुरीसोबत राहिला. मात्र 'आता खूप झालं. मला तातासी बेटावर परतायलाच पाहिजे' असं त्याला अजिबात वाटलं नाही.

"काहीही होऊ दे," एका संध्याकाळी हाकुरी म्हणाली, "तुझं स्वप्न सोडू नकोस. तुला आयुष्यात बरंच काही बघायचंय. जेव्हा तू राक्षसाला चकवू शकलास, जहाजाच्या अपघातात बचावलास, वाळवंट ओलांडलंस आणि डेनमध्येही तग धरू शकलास, तेव्हा तू पाशियापॉलिसमध्येही यशस्वी होशील. तिथे प्रत्येकाचीच परीक्षा असते. जर तू खंबीर असशील, तर तू यशस्वी होशील; पण जर तू कमी पडलास, तर मोडून पडशील. मी तुला 'मिंग' – सुदैवी तारकांच्या छायेत जन्मलेला माणूस – असं उगाचंच म्हटलेलं नाही. तू इथे दुखावला गेलास, तरी आमच्यावर रागावू नकोस. तुला तुझं ध्येय गाठण्यासाठी; नशिबाची साथ मिळवण्यासाठी मन:शांतीची आवश्यकता आहे."

हाकुरीने त्याला त्याच्या वस्तू दिल्या. पोपटाला आणि घुबडाला परत घ्यायचं मान्य केलं. त्याने पिशवीत पाहिलं. त्यात त्याला अनेक रंगांचं, हाताने विणलेलं, त्याच्या तळहातापेक्षा दुप्पट आकार असलेलं कापड दिसलं.

"हे काय आहे?" त्याने विचारलं.

"माझ्याकडून तुला भेट आहे."

"पण हे आहे काय?"

"ही फार मोठी गोष्ट आहे. हे माझ्या आईनं विणलं होतं," हाकुरी म्हणाली आणि तिच्या डोळ्यांतून अश्रू ओघळू लागले.

"मी लहान असताना माझ्या आईला माझ्यासाठी काहीतरी खास विणायला सांगितलं होतं. काहीतरी असं, ज्याच्याने मी माझ्या बाळाला पाठीवर बांधू शकेन. तिने आनंदाने ते माझ्यासाठी विणलं आणि वेळ आल्यावर मी ते माझ्या मुलीची काळजी घेण्यासाठी अभिमानाने वापरू लागले. साचा राजाच्या सैन्यानं माझी मुलगी आणि तिचं कुटुंब राहत असलेला किल्ला जिंकला, तेव्हा मी तिच्या मदतीसाठी तिथे होते. हे कापड त्या कापडाचा भाग होतं, जे मी माझ्या नातीला माझ्या पाठीवर बांधण्यासाठी वापरलं होतं. ज्या वेळी साचा राजाचे सैनिक तिला घेऊन जाण्याचा प्रयत्न करत होते, त्या सैनिकांशी लढत असताना या कापडाचे फाटून दोन तुकडे झाले. एक तुकडा माझ्या मुलीनं पाशियापॉलिसला नेला आणि हा तुकडा मी ठेवला. मला निश्चित असं वाटतंय की, एक दिवस दोन्ही तुकडे जोडले जातील आणि मी माझ्या नातीला परत भेटू शकेन. माझं अंतर्मन सांगतंय की, हा अर्धा तुकडा मला दुसऱ्या तुकड्याकडे घेऊन जाईल. जोपर्यंत दुसरा तुकडा मिळत नाही, तोपर्यंत माझ्या मनाला ही गोष्ट खुपतच राहील. मी खूप म्हातारी असल्यामुळे दुसऱ्या तुकड्याचा शोध घेऊ शकत नाही. पण ती मेलीय अशी माझी खातरी पटलेली नाही. हे कापड तुझं स्वप्न पूर्ण करायला तुझी मदत करेल. हे कापड तुला कदाचित माझ्या नातीपर्यंत नेणार नाही; परंतु किल्लीपर्यंत नक्की नेईल. जर तुला दुसरा तुकडा मिळाला, तर ते तुझं *प्रारब्ध* असेल, तुझं नशीब असेल."

जमिल जाण्यासाठी उठला. "मी सगळ्या गोष्टींसाठी तुमचे आभार मानतो."

"क्षमा करणं, विसरून जाणं आणि पुढे जात राहणं, हा यशस्वी होण्याचा एकमेव मार्ग आहे."

"मी लक्षात ठेवेन," जमिलने सांगितलं.

"मला वचन दे की, तू परत येशील आणि माझ्या अखेरच्या क्षणांच्या वेळी मला निरोप देशील," हाकुरीने विनंती केली.

"मी वचन देतो."

◆

पाशिया राज्यात जमिल

जमिल पाशिया राज्याची राजधानी पाशियापॉलिसच्या अवाढव्य फाटकापाशी पोहोचला. बराच वेळ तो 'पाशिया राज्यात आपलं स्वागत' असं लिहिलेल्या एका मोठ्या चिन्हासमोर उभा होता. पांढऱ्या-हिरव्या रंगाच्या पार्श्वभूमीवर ते वाक्य लिहिलेलं होतं. 'अखेर मी इथे पोहोचलोच!' असं तो स्वत:शीच बोलला. त्याला अत्यानंद झाला होता; परंतु त्याने तसं दाखवलं नाही. तिथे पोहोचण्यात यशस्वी झाल्याची, एक वेगळीच जाणीव त्याला होऊ लागली होती. त्याला खूप निवांत वाटत होतं. अशी जाणीव त्याला पूर्वी कधीही झाली नव्हती.

एक गोष्ट जमिलला प्रथम करायची होती. ती म्हणजे पाशियापॉलिससारख्या प्राचीन शहरात त्याला मदत करेल असा एक मित्र मिळवणं. अशा शहरात टिकायचं असेल आणि यशस्वी व्हायचं असेल, तर जमिलला या शहाराची सगळी माहिती असलेल्या एका मित्राची गरज असल्याचं त्याच्या लक्षात आलं होतं. शेवटी हेच ते ठिकाण होतं, जिथे ती किल्ली होती आणि इथे त्याला कुठलीही चूक करायची नव्हती. त्याने त्या अवाढव्य फाटकाभोवती असणाऱ्या माणसांचं निरीक्षण केलं; परंतु कुणीही त्याच्याकडे लक्ष द्यायला तयार नव्हतं. काहींना त्याने नम्रपणे अभिवादन केलं, काहींकडे पाहून स्मितहास्य केलं. पाशियापॉलिसमधील माणसं खूप प्रेमळ आणि सहृदय होती. सुरक्षित अंतर ठेवूनच जमिलला त्यांनी प्रतिसाद दिला. जमिल तीन दिवस आणि तीन रात्री शहरभर दिशाहीन भटकत होता. दिवसा तो आजूबाजूला भटकत असे व रात्री राजाच्या राजवाड्याच्या फाटकाजवळच्या बाकड्यावर झोपत असे.

चौथ्या दिवशी जमिल पाशियापॉलिसच्या फाटकापाशी पोहोचला. तेव्हा त्याला एक तरुण त्या बाकड्यावर बसलेला दिसला. तो जमिलकडे सहानुभूतीने पाहत होता. हा माणूस बोलायला इच्छुक असला पाहिजे, असं जमिलला वाटलं. तो त्याच्याकडे गेला.

''मी तुला या भागात फारसं पाहिलेलं नाही. तू रस्ता चुकलायस का?'' त्या माणसाने जमिलला विचारलं.

''नाही. मी रस्ता चुकलेलो नाही; परंतु मी इथे नवा आहे.''

''अच्छा.''

बाकड्यांवर बसत जमिलने विचारलं, ''तू पाशियापॉलिसमधलाच आहेस का?''

''नाही, परंतु मला इथली चांगली माहिती आहे. आणि तू?''

''मी या ठिकाणाला भेट द्यायला आलोय.''

''चला, आपण बागेत जाऊ या.'' त्या माणसाने सुचवलं. ''माझं नाव कोजो आहे.''

''माझं जमिल.''

''तुला भेटून आनंद वाटला. या बागेला 'चार ऋतूं'ची बाग असं म्हणतात.'' अखेर गप्पा मारायला कुणीतरी भेटलं म्हणून जमिलला आनंद झाला होता. ते दोघं अवाढव्य फाटकातून राजा साचाच्या पुतळ्यापाशी गेले. ''राजाशी पूर्णपणे प्रामाणिक राहणं, हा इथला पहिला नियम आहे,'' जमिलच्या डोळ्यांत डोळे घालून कोजो बोलला. तो गंभीर होता. ''तुम्ही काहीही करा; परंतु राजाशी अप्रामाणिक आहात, हे दिसता कामा नये.''

''तुझ्या सल्ल्याबद्दल धन्यवाद.''

''हे चिन्ह पाहिलंस? यावर लिहिलंय – *माणसांचा राजा* आणि *पशूंचा राजा.*''

जमिलने विचारलं, ''पशूंचा राजा; असं का?''

''इथे असं विनोदानं म्हटलं जातं की, साचा राजा हा वाघासारखा आहे. तो तुमच्यावर कधी हल्ला करेल, हे तुम्हाला कळणार नाही.'' कोजोने हसत हसत स्पष्ट केलं. ''हा! मी विसरायच्या आधी एक गोष्ट सांगतो... जेव्हाकेव्हा तुझ्यासमोर कोणी पाशियाच्या राजाचा – साचाचा उल्लेख करेल, तेव्हा न विसरता *'आपले राजपद चिरायू होवो'* हे वाक्य तू बोललं पाहिजेस.'' जमिलने 'असं का?' विचारलं नाही.

''आमची राणी जगातली सर्वोत्तम राणी आहे.'' महाराणी नताशाच्या पुतळ्याकडे बोट दाखवत कोजो म्हणाला. दोन्ही पुतळ्यांच्या शेजारी मोठ्या अक्षरात लिहिलं होतं – *अग्नी आणि प्रेमाची ही शाश्वत राज्यव्यवस्था आहे.*

तीन दिवसांच्या शांततेनंतर बोलायला मिळाल्यामुळे जमिल आनंदी होता. कुणीतरी त्याला नियम समजावून सांगत होतं, याचाही त्याला आनंद होता. ''महाराणी नताशाचा उल्लेख आल्यानंतरही 'आपले राजपद चिरायू होवो' असं मी म्हणायला हवं का?''

"नाही, तू म्हणायला हवंस की, *'तिचा पाठिंबा तिच्या राजासाठी चिरंतन आणि भक्कम असावा.'*"

थोड्या वेळाने कोजो म्हणाला, "तुला इथे मजा येईल, हे मला तुझ्या डोळ्यांवरून कळतंय." ते एका फुलांच्या रांगेतून चालत गेले. "इथे सगळ्यांना फुलं खूप आवडतात आणि तुझ्या माहितीसाठी सांगतो की, फुलांची अशी रचना एक विशिष्ट परिणाम साधण्यासाठी करण्यात आली आहे. फुलांच्या उपचार पद्धतीसाठी ही जागा प्रसिद्ध आहे. तुला मी ज्या फुलांमधून घेऊन जातोय, त्यांच्याबद्दल असं मानलं जातं की, त्यांच्यामुळे मन हलकं होतं आणि आनंदी वाटतं." जमिल तीनदा शिंकला. "वा! हा शुभसंकेत आहे. याचा अर्थ पाशियापॉलिसनं तुझा स्वीकार केलाय आणि तुझा इथला मुक्काम यशस्वी होणार आहे."

या पहिल्या मित्रासोबत जमिल खूश होता. कोजोने त्याला पाशिया राज्याच्या विशेषत: पाशियापॉलिसच्या संस्कृतीची आणि इतिहासाची ओळख करून दिल्यानंतर, ते दोघं निवांत पावलं टाकत चालले होते.

"इथे मला नोकरी कुठे मिळेल?" जमिलने विचारलं.

"इथे तुझ्यासारख्या तरुणासाठी बऱ्याच प्रकारची कामं आहेत; परंतु तुझ्याकडे कामाचा परवाना हवा."

"ते काय असतं?"

"परवाना जो तुला इथे काम करण्याची परवानगी देतो."

"तो मी कसं मिळवू शकतो?"

"त्यासाठी तू कुठेतरी राहायला हवं, कारण वरिष्ठांना तुझा पत्ता लागेल."

"पण मी तर नुकताच आलोय."

"ते अवघड आहे. याशिवाय परवाना मिळवण्यासाठी तुला पाशिया राज्याचा राजा साचा याच्याशी पूर्णपणे प्रामाणिक राहण्याची शपथ घ्यावी लागेल."

जमिलने पुढे काही विचारलं नाही. त्याला वाटलं की, प्रामाणिकपणाची शपथ घेणं, म्हणजे किल्ली मिळवण्याचे सर्व मार्ग बंद करण्यासारखं आहे.

जेव्हा ते 'शाश्वत अग्निज्वालेकडे' – जिथे भाविक एकत्र जमून अग्नीची पूजा करतात – तिथे पोहोचले. तेव्हा जमिलचे डोळे एका विशिष्ट मुलीवर स्थिरावले. शेकडो माणसांच्या गर्दीत त्याने त्याच मुलीची निवड का केली, हे त्याला कळलं नाही. ती मुलगीही त्याच्याकडे बघत होती. ती त्याच्याकडे पाहून हसली. जमिलला त्याच्यावर काहीतरी आदळल्यासारखं वाटलं. त्याने पुन्हा त्या मुलीकडे पाहिलं. ती अजूनही जमिलवर नजर रोखून उभी होती. तिची नजर खूप भेदक होती. ती त्याच्या शरीरातून विजेच्या प्रवाहासारखी वाहत होती. त्याने दुसरीकडे पाहिलं; परंतु तिच्याकडे वारंवार वळून पाहण्याचा मोह त्याला टाळता आला नाही. "अशा ठिकाणी

नजरानजर करणं, हा काय गुन्हा आहे का?'' जमिलने कोजोला विचारलं.

''असं का विचारतोस?''

''तिकडे ती लांब कुरळे केस असलेली मुलगी माझ्याकडे पाहतेय आणि मला नाही वाटत की, मागे वळून पाहणं हा गुन्हा आहे. पाहिलंस तिला? तिने केसात काही फुलं माळली आहेत आणि अजूनही ती माझ्याकडे पाहून हसतेय.''

''तुझ्याकडे पाहणं हा गुन्हा नसावा कदाचित. पण एक मात्र नक्की की, ती मुलगी कुणातरी श्रीमंताची किंवा एखाद्या प्रतिष्ठिताची ती मुलगी आहे.''

''तुला कसं माहीत?''

''तिच्या आजूबाजूला अंगरक्षक आहेत.''

''खरंच?''

''तिच्या आजूबाजूला काळ्या चश्म्यातली माणसं पाहिलीस?''

''होय.''

''ते अंगरक्षक आहेत.''

''आज इथे एवढी माणसं का आली आहेत?''

''दोन दिवसांनी आपण साचा राजाचा वाढदिवस साजरा करणार आहोत.''

जमिलने नजरानजर होणं टाळलं; परंतु डोळ्याच्या एका कोनातून पाहिलं की, ती लांबसडक कुरळ्या केसांची मुलगी, जी त्याच्याकडे पाहत होती, एका गाडीमध्ये शिरली. कोजो निघून गेला आणि जमिल आता पुन्हा एकटाच होता. संध्याकाळी शाश्वत अग्निज्वालेजवळच्या दुकानात त्याला मोफत जेवण मिळालं. त्याचं तात्पुरतं घर असलेल्या बाकड्याकडे तो परतला. त्या लांबसडक कुरळ्या केसांच्या मुलीचं चित्र सारखं त्याच्या डोळ्यासमोर येत होतं. त्याने तिला विसरण्याचा प्रयत्न केला आणि पाशियापॉलिसमध्ये आपण कसं टिकून राहायचं, यावर लक्ष केंद्रित करण्याचा प्रयत्न केला; परंतु त्याला ते जमलं नाही. तिचा हसरा चेहरा झोपताना, जागेपणी, चालताना, विचार करताना सारखा त्याच्या डोळ्यांपुढे येत होता. त्याचं डोकं त्या मुलीच्या विचारांनी चक्रावून गेलं होतं. तो बुचकळ्यात पडला – 'कोण होती ती? ती का थांबली आणि त्याच्याकडे पाहत होती?' तिची नजर इतकी भेदक होती की, जेव्हा त्याने डोळे बंद केले, तेव्हाही ती त्याच्याकडे रोखून बघत असल्याचं त्याला स्पष्ट दिसत होतं. त्याला प्रश्न पडला की, 'तिच्या डोळ्यांत असं काय होतं?' त्या रात्री जमिलला त्याच मुलीचं स्वप्न पडलं. तिच्याकडे ती सोनेरी किल्ली होती. तिने त्याला किल्ली दाखवत विचारलं, ''तुला ही हवी आहे?'' जेव्हा त्याने ती घेण्याचा प्रयत्न केला, तेव्हा ती धुरात गुप्त झाली. तो थोडा वेळ थांबला आणि धुरातून तिचा आवाज ऐकू आला. ''ये आणि किल्ली घेऊन जा.'' जमिलने तिचा पाठलाग केला आणि भिंतीवर आदळला आणि पडला. तो उठला आणि आजूबाजूला पाहिलं. खूप

काळोख होता आणि अजूनही तो राजवाड्याच्या फाटकाजवळच्या चौकातल्या बाकड्यावर झोपला होता.

दुसऱ्या दिवशी म्हणजे महाराज साचाच्या वाढदिवसाच्या समारंभाच्या संध्याकाळी जमिल पाशियापॉलिस नदीच्या काठी गेला. तिथे काही बाकडी होती. त्यावर विश्रांती घेत तो दिवस कसे घालवायचे, आपलं स्वप्न कसं पूर्ण करायचं यावर विचार करत होता. त्याची मुख्य समस्या होती, नोकरी कशी मिळवायची. वरिष्ठांकडे नोंदणी करण्यासाठी त्याला पत्त्याची आवश्यकता होती; परंतु पैसे मिळवण्यासाठी आणि राहायला जागा मिळवण्यासाठी कुणी त्याला नोकरी द्यायला इच्छुक नव्हतं. त्यानं काही ठिकाणी प्रयत्न केले; परंतु त्या सर्वांनी त्याला कामाच्या परवान्याविषयी विचारलं. दुपारी उशिरापर्यंत तो तिथे बसला होता. तिथे एक छोटी होडी आल्याचं त्याला कळलं. त्याने लांब कुरळ्या केसांच्या मुलीला अंगरक्षकांच्या ताफ्यासह त्याच्यासमोर आलेलं पाहून त्याचं हृदय जोरजोरात धडधडू लागलं. तो बसूनच तिच्याकडे पाहू लागला. तिने केसांमध्ये दोन फुलं माळली होती आणि सनग्लासेस घातल्या होत्या. तिने त्याला ओळखलं आणि हात हलवून स्मितहास्य केलं. त्यानेही उत्सुकतेने हात हलवला. ती थांबली आणि तिच्या एका अंगरक्षकाला काहीतरी म्हणाली. जेव्हा तो अंगरक्षक जमिलकडे येऊ लागला तेव्हा जमिलला भीती वाटली की, त्याने एक गुन्हा केलाय आणि त्याला अटक होणार आहे. त्याला तेथून पळ काढावासा वाटला; परंतु तो थकव्यामुळे आणि भुकेनं खूप अशक्त झाला होता. त्याला त्या शहराची नीटशी माहिती नव्हती. तो उठला आणि कुतूहलाने पाहू लागला. अंगरक्षक त्याला म्हणाला, ''पाशिया राज्याची राजकुमारी असियाच्या आज्ञेनुसार तुझ्यासाठी राजवाड्यातल्या मोफत जेवणाचे हे काही पास आहेत.'' त्या माणसाने जमिलच्या हातात काही हिरवे आणि पांढरे पास दिले. जमिलने त्या मुलीला झुकून नमस्कार केला. तिने हात हलवून स्मितहास्य केलं आणि निघून गेली.

जमिल खूश होता. तो बाकड्यावर बसून स्वत:शीच हसत होता. त्याने त्या मुलीला पुन्हा पाहिलं. ती हसली आणि त्याच्याकडे बघून हात केला, असा विचार तो करत होता. त्याने त्या पासकडे पाहिलं आणि विचार केला की, 'ती माझ्या भल्याचाच विचार करते.' जमिलला अंगात पुन्हा शक्ती संचारल्यासारखं वाटलं. तिचा नुसता विचारही त्याला सुखावत होता. तासाभराने तो राजवाड्याच्या फाटकापाशी गेला आणि त्याने तिथल्या रक्षकाला पास दाखवले. ''आमच्या दयाळू राजा आणि राणीकडून ही भेट मिळालेली दिसतेय, जे गरीब आणि गरजू लोकांना आनंदाने अन्नदान करतात.'' त्या रक्षकांपैकी एक जण म्हणाला आणि त्याने जमिलला जेवण मिळण्याचं ठिकाण दाखवलं.

"आपले राजपद चिरायू होवो!" जमिल म्हणाला आणि राजवाड्याच्या बागेत गेला.

जमिल रांगेत उभा राहिला, जेव्हा त्याची जेवण घ्यायची वेळ आली तेव्हा तीच मुलगी मागच्या एका खोलीतून झगा घालून वाढायला पुढे आली.

"अरे, तू पुन्हा?" मोठ्याने हसत ती म्हणाली.

जमिलला खूप धक्का बसला होता, त्यामुळे त्याला काय बोलावं ते कळलं नाही. तो काहीच बोलला नाही. "तुला भूक लागलीये का?" तिने हसत विचारलं.

"होय," तिच्याकडे न बघताच तो कसंबसं बोलला.

"तुला खरोखर भूक लागलीय?" तिने पुन्हा हसत विचारलं.

"होय, मला खरोखर भूक लागलीये," त्याने हसण्याचा प्रयत्न करत उत्तर दिलं.

"तुला काय खायचंय?"

"जे काही तुम्ही द्याल."

"मी तुला दोन वाटे देईन," ती म्हणाली. "तुझ्यासारख्या मोठ्या माणसानं जास्त खायला हवं."

"मला खरंच भूक लागलीये."

त्याच्या या संभाषणामुळे जमिलचा बचावाचा पवित्रा कमी झाला आणि त्याला मोकळं वाटू लागलं. त्याला वाटलं, तिला भेटून थोडाच काळ लोटला होता आणि तिच्याबद्दल एक प्रकारचं आकर्षण वाटू लागलं होतं. विशेषत: त्याला तिचे लांब कुरळे केस, तिचं हसणं आणि तिचे डोळे आवडले होते.

"खूप आभारी आहे," दोन्ही हातात जेवणाचं ताट घेत तो म्हणाला.

"माझे आभार मानू नकोस. आभार मानायचे, तर पाशिया राज्याचे महाराज साचा यांचे मान."

"*आपले राजपद चिरायू होवो.* पण मी त्यांचे आभार कसे मानणार?"

"मी महाराजांशी तुझी भेट घडवून आणू शकते. हे सर्व तुझ्यावर अवलंबून आहे," तो तेथून निघत असताना ती मुलगी म्हणाली. जमिलने या वाक्याकडे लक्ष दिले नाही. त्याला खूप भूक लागली होती आणि जेवण मिळाल्यामुळे तो खूश होता.

तो शांतपणे जेवत असताना ती मुलगी एका बाटलीत एक पेय घेऊन आली. "तू खूप थकलेला दिसतोस. हे पेय तुझ्यासाठी चांगलं आहे."

जमिलने तिचे आभार मानले. "आपण कोण आहात?" त्याने विचारलं.

"मी राजकुमारी आहे."

जमिल चकित झाला. "काय? साचाची कन्या?"

"होय, परंतु नेहमी 'महाराज साचा' असंच म्हणायचं. राजांना नुसतं नावानं हाक मारणं हा इथे गुन्हा आहे. तुझ्यासारख्या तरुण देखण्या मुलाला तुरुंगात जाताना मला पाहायचं नाही."

"पाशिया राज्याचे महाराज साचा, *आपले राजपद चिराचू होवो.*" जमिल म्हणाला.

"तुला हे अगोदरच शिकवण्यात आलंय, असं दिसतंय."

जमिलला अत्यानंद झाला. त्याचा त्याच्या कानांवर आणि त्याच्या नशिबावर विश्वास बसत नव्हता. त्याने तिला निरखून पाहिलं आणि विचार करू लागला की, 'हे खरं असेल?' राजकुमारीने हसून मान डोलावली, जणू ती म्हणत होती, 'होय, मीच राजकुमारी आहे.'

जमिल लक्षात येईल इतपत उत्साहित झाला होता; परंतु तो तसा गोंधळलाही. त्याला काय बोलावं, हे कळलं नाही. तो हसला.

"तुझं जेवण झाल्यावर मला बोलाव. पाशियामध्ये आम्ही नेहमीच लोकांना शांतपणे जेवू देतो. पचनासाठी हे चांगलं असतं," ती म्हणाली आणि दिमाखात निघून गेली. ती वाढायच्या जागी परतत असताना तिच्याकडे चोरटा दृष्टिक्षेप टाकायचा मोह त्याला आवरला नाही. तिच्याबद्दल काहीतरी त्याला भावलं होतं; पण नेमकं काय ते कळत नव्हतं. जमिलला स्वप्नात असल्यासारखं वाटलं.

जेवणानंतर राजकुमारी असियाने त्याला शतपावलीसाठी बोलावलं. ती निवांत आणि आत्मविश्वासपूर्ण वाटत होती. ती खूप आनंदित होती. ती गात होती, उड्या मारत होती. ते जेव्हा भव्य राजवाड्यातल्या गवतावरून चालत होते, तेव्हा प्रत्येक पावलावर दोघांमधली साम्यस्थळं जाणवत होती. ते दोघं एका ठिकाणी पाहत होते. एकाच वेळी एकमेकांकडे बघत होते. एकाच वेळी हसत होते. राजकुमारी लक्षात येईल इतपत उत्साहित दिसत होती. भरपूर पहारा असलेल्या फाटकातून ते राजवाड्याच्या आतल्या बाजूच्या गवताळ भागावर गेले.

"तुझं नाव काय?" दीर्घ शांततेनंतर राजकुमारी असियाने विचारलं.

"जमिल."

"किती छान नाव आहे. तू कुठून आलास?"

"एका लांबवरच्या बेटावरून."

"खूप दूरवरच्या?"

"एवढ्या लांबून तू इथे कसा आलास?"

"ही एक मोठी कहाणी आहे."

"तू इथे काय करतोयस?"

"तुला खरंच जाणून घ्यायचंय?"

''होय, मला तुझ्याबद्दल सगळं जाणून घ्यायचंय.''

''मी एक साहसवीर आहे.''

''वा! फारच छान. मी बऱ्याच साहसकथा वाचल्या आहेत; परंतु एखाद्या साहसवीराला मी पूर्वी कधीच पाहिलं नव्हतं. मला नेहमी प्रश्न पडे, ते कसे असतात आणि काय करतात. त्यामुळे तुझ्याकडे मला सांगण्यासारखं बरंच काही आहे. याचा अर्थ, तू ठिकठिकाणी कसल्यातरी शोधात फिरत असतोस?''

''होय.''

''इथे तू काय शोधायला आला आहेस?''

''ते अजून मलाही माहीत नाही.'' जमिलला तिला किल्लीबद्दल सांगायचं नव्हतं.

राजकुमारी डावीकडे वळली आणि ते एका चार मजली मोठ्या संगमरवरी पायऱ्या असलेल्या दगडी राजवाड्यासमोर उभे राहिले. तो राजवाडा अत्यंत भव्य होता. ''हा पाशियाचे महाराज साचा यांचा भव्य राजवाडा आहे.''

''आपले राजपद चिरायू होवो.'' जमिल वाकून नमस्कार करत म्हणाला.

''हे आता पुरे झालं. तू हे प्रत्येक वेळी म्हणावंस असं नाही.''

''परंतु मला कुठलाही गुन्हा करायचा नाही.''

''असू दे, मी काही लगेच तुझी तक्रार करणार नाही...''

ते दोघं एका अष्टकोनी तंबूकडे गेले. तिथे काही खुर्च्या, टेबल आणि दुर्बीण ठेवली होती. ''आम्ही या ठिकाणाला महाराजांची चिंतन बैठक असे म्हणतो. त्यांना खगोलशास्त्रात आणि पक्ष्यांचं निरीक्षण करण्यात रस आहे.'' ते शांतपणे चालत एका कृत्रिम तलावापाशी पोहोचले. त्या तलावात पांढरी लिलीची फुलं होती. ''हा महाराणी नताशा यांचा तलाव आहे. तिनं तो स्वतःच बांधलाय आणि सर्व दगड स्वतः रचले आहेत. तिनंच हे मासे पाळले आहेत आणि त्यांना ती नियमितपणे अन्न भरवते. तिला तलाव आणि हे मासे खूप प्रिय आहेत.'' थोडा वेळ थांबून राजकुमारी असिया म्हणाली.''माझी आई नताशा हिच्याकडे जगातील सर्वोत्तम आणि खूप सुंदर मत्स्यालय आहे.''

''कुठे आहे ते?''

''त्या तिथे, 'सुसंवादाच्या प्रासादा'त.'' नदीच्या पलीकडील एका राजवाड्याकडे बोट दाखवून राजकुमारी असिया म्हणाली. ''महाराणी नताशाला चित्रकलेची खूप आवड आहे. एके दिवशी मी तुला तिची सगळी चित्रं दाखवेन. ती खूप सुंदर आहेत. तुला नक्की आवडतील.''

ते पुढे गेले. तिथे सांबरांचा एक कळप होता, काही घोडे होते तर दोन मोर होते.

''हे सर्व खूप सुंदर आहे,'' जमिलला बोलल्याशिवाय राहावलं नाही. त्याला बागेची रचना खूप आवडली. त्या बगिच्यांच्या मधोमध असलेले कारंजे आणि आजूबाजूची शांतता त्याला खूप आवडली.

''मला वाटतं की, तुला आता कळलंच असेल की, महाराज साचा यांना माणसांचा राजा आणि प्राण्यांचा राजा असं वारंवार का म्हटलं जातं. येथे राजवाड्याच्या प्राणिसंग्रहालयात असणाऱ्या पंधरा चिमेरांचे पुतळे आहेत.'' जमिलला बधिर झाल्यासारखं वाटलं. ते खरे असतील असं त्याला कधीच वाटलं नव्हतं.

''तुला म्हणायचंय की, ते जिवंत आहेत?''

''होय आणि त्यांना तिथे ठेवलंय. काळजी करू नकोस, ते सर्व पाळलेले आहेत. ते वर्षातून फक्त एकदा किंवा दोनदाच दिसतात.''

''मला वाटलं, ते पुराणकथेतील प्राणी आहेत.''

''नाही! मी त्यांना बऱ्याचदा पाहिलंय, कारण मी त्यांच्यासोबत खेळते आणि मला वाटेल, त्या वेळी त्या भागाला भेट देते.''

''ते धोकादायक आहेत का?''

''निश्चितच.''

''मी त्यांना पाहू शकतो का?''

''नाही, परंतु ते तंतोतंत या पुतळ्यांसारखे दिसतात,'' त्या रांगेतल्या पहिल्या पुतळ्याला स्पर्श करत ती म्हणाली.

जमिल चकित झाला होता. ''ते पाहा! सिंहाचं डोकं त्यावर मधोमध एक शिंग आणि लांब कान... बाप रे, मी कधीच असं काही पाहिलं नव्हतं.''

''चल, निघू या.'' राजकुमारी असिया म्हणाली.

''तिकडे बघ तो एक. त्याचे डोकं आणि पंख गरुडासारखे आहेत; परंतु पाय कांगारूसारखे आहेत.''

''हं, मला वाटतं, आता आपण निघायला हवं.'' त्या पुतळ्यांपासून लांब जात राजकुमारी म्हणाली. एका सूचनाफलकापर्यंत गेल्यानंतर ते दोघं माघारी वळले. त्यावर लिहिले होतं :

धोका! अनधिकृत व्यक्तींना प्रवेश नाही.
आपापल्या जोखमीवर प्रवेश करा.

राजकुमारी दूर जात म्हणाली,''स्वयंपाकघराकडे परतण्याची वेळ झालीये. अजून बऱ्याच लोकांना वाढायचंय. तुला माहीतच असेल उद्या महाराजांचा वाढदिवस आहे.'' थोड्या वेळानं तिनं विचारलं, ''तुला इथे काही काम मिळालंय का?''

''नाही. तुमच्याकडे माझ्यासाठी काही काम आहे का?''

“होय, मी तुझ्यासाठी काहीतरी काम शोधू शकते. तुला बागकाम आवडतं?”

“मी पूर्वी कधी हे काम केलेलं नाही; परंतु मी काहीही करीन.”

“मी तुझ्या मदतीला कोणालातरी पाठवेन. सध्या मला एका माळ्याची आवश्यकता आहे; परंतु मला त्यासाठी महाराजांशी बोलावं लागेल.”

“छान! मी तुला उद्या किंवा त्यानंतरच्या दिवशी किंवा समारंभानंतर भेटेन.”

राजकुमारी असियाला परत जाऊन लोकांना वाढण्याची अजिबात घाई नव्हती. ती दुसऱ्या एका कारंज्यासमोरच्या बाकावर त्याला घेऊन गेली. “मला तुझ्याबद्दल आणखी सांग.”

जमिलने तिला द्वीपकल्पावरील त्याच्या बालपणाबद्दल, भूकंपाबद्दल, त्याच्या पाळीव बकरी ‘लकी’बद्दल आणि राक्षसाला त्यानं कसं चकवून ठार केलं, याबद्दल सांगितलं. तिनेही ते पूर्ण लक्ष देऊन ऐकलं. ही गोष्ट तिने पूर्वी ऐकली नव्हती म्हणून तो खूश होता. त्यानंतर त्याने ‘शोकाकुल लोकांच्या प्रदेशा’तील त्याच्या मुक्कामाविषयी सांगितलं. तिला गंमत वाटली, केवळ एका कीटकाच्या दंशामुळे त्याची प्रकृती गंभीर झाली होती आणि हे सर्व राक्षसाने केलंय, असं त्याला वाटल्याचं ऐकून ती हसली. जिथे स्त्रिया अधिकारी आहेत, तिथल्या मुक्कामाबद्दल त्याने काही सांगितलं नाही. त्याने तिला सांगितलं की, त्याने वाळवंट कसं ओलांडलं. ते ऐकून तिला खूप उत्साहित वाटलं. तिने त्याला खूप प्रश्न विचारले, विशेषत: पाण्याशिवाय तो कसा राहू शकला आणि प्रचंड उष्णतेशी त्यानं कसं जुळवून घेतलं. “मलासुद्धा हे सगळं करायचंय,” आपल्या कुरळ्या केसांत बोट फिरवत ती म्हणाली.

“कदाचित एक दिवस आपण दोघं एकत्र हे करू.”

“मला नाही वाटत, महाराज साचा या राज्यातून मला बाहेर जाऊ देतील. बरं ते असू दे, वाळवंटातल्या विंचवानं तुला दंश तर नाही ना केला?”

“असं झालं असतं, तर मी इथे नसतो. माझे अवशेष वाळवंटात कुठेतरी आढळले असते.”

“वाळवंट ओलांडल्यानंतर तू कुठे गेलास?”

“त्यानंतर मी डेन येथे होतो. तिथला माझा मुक्काम संस्मरणीय होता.”

“तिथे कसं होतं?”

“फार काही वाईट नव्हतं.”

“मला वाटतं, मी तिथे असायला हवं होतं.”

“का?”

“मला माहीत नाही. मला त्या जागेप्रती ओढ वाटते. मला वाटतं तिथे माझ्यासाठी काहीतरी आहे.”

“कृपया मला तुझ्याबद्दल आणखी सांग. मला अजून तुझं खरं नावसुद्धा माहीत

नाही,'' जमिल म्हणाला, ''मला वाटतं 'राजकुमारी असिया' हे तुझं कार्यालयीन नाव आहे.''

''बरोबर आहे,'' ती म्हणाली. परंतु तिचे चेहऱ्यावरचे भाव बदलले. तिने त्याच्याकडे वैतागून पाहिलं. पण त्याने तिच्याकडे पाहिल्यावर ती हसली. ''मी तुला पुन्हा कधीतरी सांगेन.''

''का?''

''मला लवकर जायला हवं. महाराजांचा वाढदिवस आहे आणि मी समारंभात गाणं म्हणणार आहे. आज मी सराव करणार आहे.'' खरंतर बचाव करण्यासाठी ती असं म्हणाली होती. तिला घाई अजिबातच नव्हती. ते नदीकडे निघाले. जमिलचं अजिबात लक्ष लागत नव्हतं. एवढ्या छोट्याशा वेळेत बरंच काही घडून गेलं होतं. काही वेळ त्याला आपण दिवास्वप्न बघत असल्यासारखं वाटलं. ''ते बघ!'' त्याच्या खांद्याला हलक्याने थोपटत तिने नदीच्या पलीकडील प्रचंड मोठ्या राजवाड्याकडे बोट केलं. ''त्या तिथे मी लहानाची मोठी झाले. तो महाराणी नताशा यांचा राजवाडा आहे. त्याला 'सुसंवादाचा राजवाडा' असं म्हटलं जातं. तू पृथ्वीवरच्या बऱ्याच ठिकाणांना भेटी दिल्या आहेस आणि मी एकही नाही. परंतु ही इमारत जगातल्या सर्वांत अवाढव्य इमारतींपैकी एक आहे. साचा महाराजांनी यावर प्रचंड पैसा खर्च केलाय. ही इमारत तयार व्हायला अनेक वर्षं लागली आणि तिथे असलेली प्रत्येक वस्तू अप्रतिम आहे.''

''आणि तू इथे लहानाची मोठी झालीस?''

''होय. राणी नताशाला पाणी खूप प्रिय आहे. हे तिचं अधिकृत निवासस्थान आहे. समुद्रापाशीही तिचा एक राजवाडा आहे. तिथे ती सुट्टीचा काळ घालवते. मला सर्वांत जास्त आवडणारा राजवाडा म्हणजे तलावाच्या मधोमध असलेला – 'तरंगता राजवाडा'! तो सर्वोत्तम आहे. तिथेच मी पुढच्या महिन्यात गात असेन.''

ते शांतपणे एका लाकडी पुलावर पोहोचले. तिथे नदीत बदक पोहत होते आणि पक्षी उडत होते. वाहणाऱ्या नदीच्या पाण्यात सूर्यकिरणांचं प्रतिबिंब पडलं होतं. या दृश्याने मोहित होऊन जमिल तिथे उभा होता. त्याने पक्षांकडे, बदकाकडे आणि सूर्याकडे पाहिलं आणि नंतर राजकुमारीकडे पाहिलं.

''मी तुला माझ्या घरी नेऊ शकत नाही. तो 'सुसंवाद राजवाड्या'चा भाग आहे. मला राणी नताशा यांची परवानगी लागेल.''

''ते योग्य होईल,'' जमिल म्हणाला. त्याला अजूनही आपण स्वप्ननगरीत असल्यासारखं वाटत होतं.

''तुला जाण्यापूर्वी मला काही सांगायचंय?'' नजर चुकवून राजकुमारीने विचारलं.

“माझे दोन प्रश्न आहेत. तू मला राजवाड्याच्या मैदानात येण्याचं आमंत्रण का दिलंस?”

“मला तू आवडतोस. मला तुझा आवाज आवडतो. तुझे केस, तुझी उंची... तुझ्याबद्दलची प्रत्येक गोष्ट. मी तुला जेव्हा पहिल्यांदा ‘शाश्वत अग्निज्वाले’पाशी आणि नंतर नदीपाशी पाहिलं, तेव्हाच मला काहीतरी वेगळंच जाणवू लागलं. मला माहीत नाही; परंतु तुझ्यासोबत मला सुरक्षित वाटतं,” ती प्रामाणिकपणे आणि स्पष्टपणे म्हणाली. “आणि दुसरा प्रश्न?”

“तू इथे आनंदी आहेस?”

“तू असं का विचारलंस?”

“तुझ्यापाशी सर्वकाही आहे आणि ते सर्वोत्तम आहे.”

“होय, मी खूप आनंदी आहे; परंतु काहीतरी कमी आहे असंच मला वाटतं. मला तू आवडतोस, कारण तुझ्याकडे आयुष्यातले खरेखुरे अनुभव आहेत; तू आयुष्यात तुला हवं ते करू शकतोस. मला एक मित्र म्हणून तू खरोखरच आवडतोस, कारण तू बरंच काही पाहिलं आहेस आणि तू जे सांगितलंस, त्यावर माझा विश्वास आहे. मला माहीत नाही काय ते; परंतु काहीतरी कमी आहे...”

“तुझं खरं नाव काय?”

“ही फसवणूक आहे. हे तीन प्रश्न आहेत, दोन नाही!” ती हसत म्हणाली.

“ठीक आहे. आणखी एक प्रश्न.” जमिलसुद्धा हसत म्हणाला.

राजकुमारी पुन्हा आठ्या पाडून पाहू लागली. जमिलने तिची अस्वस्थता ओळखली. तिने तिच्या मोठ्या कुरळ्या केसांतून बोटं फिरवली आणि थोडा वेळ विचार करून म्हणाली, “हे जाणून घेणं तुझ्यासाठी खरंच आवश्यक आहे का?”

“नाही, पण मी विचार केला की...”

“ठीक आहे. मी तुला सांगेन; परंतु कृपया कुणालाही सांगू नकोस.”

“मी वचन देतो.”

“हे एक गुपित आहे आणि मित्रत्वाच्या नात्याने आपण आपली गुपितं विश्वासानं एकमेकांना सांगू शकतो.”

“मी कुणालाही सांगणार नाही. मी नुकताच इथे आलोय आणि तूच एक व्यक्ती आहेस, जिला मी पाशियापॉलिसमध्ये ओळखतो.”

“तर तुला जाणूनच घ्यायचंय, तर माझं खरं नाव आहे विन्ता... विन्ताना.” ती त्याच्या कानात कुजबुजली. “पण कृपाकरून मला या नावाने हाक मारू नकोस. मी माझ्याबद्दल अजून नंतर सांगेन.” तिने उदासपणे आजूबाजूला पाहिल. “जमिल, तू मला एखादं नाव का देत नाहीस? मला कुठल्याही नावाने हाक मार. तू मला राजकुमारी असिया या नावाने हाक मारावी, असं मला वाटत नाही. हे नाव मला

महाराज साचा यांनी दिलंय. मला असं नाव दे की, ज्या नावाने फक्त तूच मला हाक मारशील आणि त्याचा अर्थही फक्त तुलाच माहीत असेल.'' तिच्या डोळ्यांतून अश्रू ओघळताना बघून जमिलला धक्का बसला.

एक सुयोग्य नाव शोधून काढण्यासाठी जमिलने थोडा वेळ विचार केला. ''ठीक आहे, आतापासून मी तुला 'हस्क' म्हणून हाक मारीन.''

''खूप छान!'' ती ओरडली. तिला इतकं बरं वाटलं की, तिला अश्रू पुसावेच लागले. ''मी खूप आनंदी आहे, कारण मला दुसरं नाव मिळालंय – हस्क.'' तिने नावाचा पुनरुच्चार केला. ''किती छान नाव आहे! आभारी आहे!'' त्याच्या डोळ्यांत थेट बघत ती म्हणाली. ''मी फाटकावरच्या सुरक्षारक्षकांना तुला झोपायच्या जागी घेऊन जायला सांगेन.''

''पुन्हा भेटू, हस्क.''

आठवड्यानंतर जमिलला सुसंवाद प्रासादात माळ्याची नोकरी मिळाली. त्याला साचा राजाशी प्रामाणिक राहण्याची शपथ घ्यावी लागली नाही. तो आणि हस्क गप्पा मारण्यासाठी वेळोवेळी भेटत असत. जमिलने तिला किल्लीबद्दल कधीही सांगितलं नाही. त्याला वाटलं की, हे सांगून त्याचं तिथे येण्यामागचं उद्दिष्ट खूप लवकर उघड केल्यासारखं होईल. आयुष्याने त्याला शिकवलं होतं की, सत्यसुद्धा हळूहळू सांगावं लागतं. 'राजकोषीय खजिन्यापर्यंत एक मौल्यवान वस्तू मिळवण्यासाठी मी इथे आलोय, हे कुणालाही सांगणं हा भयंकर अपराध असेल.' तो स्वत:लाच म्हणाला.

जमिलला असंही वाटलं की, हस्क त्याच्यापासून काहीतरी महत्त्वाची माहिती दडवून ठेवतेय.

''मी इथे तुझ्यासोबत बसलेलं राणीसाहेबांना आवडतं?'' जमिलने एके दिवशी विचारलं.

''जर तिला पटलं नसतं, तर तू इथे नसतास.'' हस्कने सांगितलं.

''महाराज साचा यांचं काय मत आहे?'' जमिलने पुढे विचारलं.

''ते सध्या बाहेर आहेत. त्यांनासुद्धा तुझ्याबद्दल माहीत आहे. त्यांचे गुप्तहेर संपूर्ण राज्यभर आहेत आणि माझे अंगरक्षक माझ्या सर्व हालचालींची प्रत्यक्ष माहिती त्यांना रोज देत असतात.''

''महाराणी नताशा आपण इथे बसून बोलतो, याबद्दल खूश आहेत?''

''होय, ती खरोखरच खूप खूश आहे. तिला ठाऊक आहे की, आपण दोघं फक्त मित्र आहोत. आणि ती आनंदी आहे, कारण मला बोलायला कोणीतरी सोबत आहे, जरी ती व्यक्ती खालच्या वर्गातली असली आणि परदेशी असली तरी. मला फक्त सार्वजनिक ठिकाणी तुझ्याशी बोलायची परवानगी आहे. कळलं?''

“आणि साचा महाराजांचं काय?”

“मी तुझ्याशी बोलते याच्या ते पूर्ण विरोधात आहेत. आपण भेटावं असं त्यांना वाटत नाही. त्यांना वाटतं की, तू माझ्याबरोबर काहीतरी विपरीत करणार आहेस. ते म्हणतात, तू काहीतरी मिळवायला या राज्यात आला आहेस आणि जर तुला ते नाही मिळालं, तर तू मला पळवून नेऊन त्यांना त्रास देशील. हे खरंय का?”

“मी तुला त्रास होईल असं काहीही करणार नाही. मी तुला भेटल्यामुळे काही समस्या निर्माण होणार असतील, तर मी तुला भेटायचं बंद करायलाही तयार आहे... आणि तुझ्यासाठी काम करण्यानंही अडचणी निर्माण होणार असतील, तर मी आनंदानं दुसरीकडे काम शोधेन.”

“नाही! कृपा करून गैरसमज करून घेऊ नकोस. आपण जितकं जास्त बाहेर आणि सुरक्षारक्षकांच्या डोळ्यांसमोर भेटू तितकं चांगलंय.”

“ठीक आहे, तुला याची अडचण व्हायला लागेल तेव्हा मला सांग, मी पाशिया सोडून निघून जाईन.”

“तू जिथे कुठे जाशील, तिथे मी तुझ्या मागोमाग येईन.” हस्कने जोर देऊन सांगितलं.

“तुला काय म्हणायचंय?” चकित झालेल्या जमिलने विचारलं.

“मला ही जागा सोडायची आहे. मला तुझ्यासोबत प्रवास करायचाय आणि वेगवेगळी ठिकाणं पाहायची आहेत. कुणाच्याही देखरेखीशिवाय मी फक्त प्रसाधनगृहात आणि शयनगृहातच जाऊ शकते. साचा राजांचं माझ्यावर नेहमी लक्ष असतं. मला जग पाहण्यासाठी आणि अनुभवण्यासाठी स्वतंत्र व्हायचंय.”

या संवादानंतर जमिलच्या मनात विचारांनी थैमान घातलं होतं. पुढे काय करावं हे त्याला कळत नव्हतं. त्याने किल्ली मिळवण्याचा आपल्या ध्येयाबद्दल तिला सांगावं का? जर तिथे खरोखरच कसोट्या पूर्ण करायच्या असतील तर त्यासाठी प्रयत्न करायला काय हरकत आहे? जमिलला माहीत नव्हतं की, त्याला नेमकं काय हवं आहे आणि जेव्हा जेव्हा तो स्वत:ला त्याला किल्ली हवी आहे, याची आठवण करून देत होता, तेव्हा त्याला वाटे की, एकतर किल्ली मिळेल किंवा हस्क. कधीकधी जमिल स्वत:ला विचारत होता की, ‘स्वत:शीच प्रामाणिक राहा. तुला खरोखरच किल्ली हवी आहे?’ घडलेल्या गोष्टींचा आढावा घेताना त्याला एका गोष्टीचा त्रास होत असे. तो म्हणजे, तो स्वत:च त्याच्या एकंदर ध्येयाविषयीच प्रश्न करू लागे. हळूहळू एक विचार त्याच्या डोक्यात वळवळू लागला होता. तो म्हणजे, किल्ली मिळवणं काही इतकं महत्त्वाचं नाहीये. पाशियापॉलिसपर्यंतचा प्रवास हाच पुरेसा अनुभव आहे आणि जरी त्याला किल्ली मिळाली नाही, तरी त्याने जे काही पाहिलं आणि अनुभवलंय, ते पुरेसं आहे.

सत्य हे होतं की, हस्कने त्याच्या विचारांचा किल्लीपेक्षा जास्त ताबा घेतला होता. तो इतका गोंधळून गेला होता. त्याला वाटू लागलं होतं की, 'ती साचा राजाची गुप्तहेर होती. त्यांचं तीन वेळा भेटणं हा काही योगायोग नव्हता. अशा गोष्टी आपोआप होत नसतात. राजा साचाबद्दल संक्षेपाने पूर्वीच सांगितलं गेलं होतं आणि त्याने हस्कला आमिष म्हणून पाठवलंय.' त्याला हे कळत नव्हतं की, ती त्या सुसंवाद नावाच्या राजवाड्यात सुखी का नव्हती? तिच्याकडे सर्व काही असूनसुद्धा तिला त्याच्यासोबत प्रवास का करायचाय. काय होते त्याच्याकडे? काहीच नाही! त्याला वाटलं की, या सर्व विचित्र भेटींमागे, योजनांमागे राजा साचाचाच हात आहे, फक्त त्याला प्राप्त करण्यासाठी.

असं असूनही हस्कबद्दलचं काहीतरी त्याला स्पर्शून गेलं होतं आणि हे तो नाकारू शकत नव्हता. त्याला माहीत होतं की, तिचं रडणं हे काही पूर्वनियोजित नव्हतं. 'परंतु असं काहीतरी आहे की, जे ती माझ्यापासून दडवतेय,' त्याने स्वत:शीच विचार केला. तिच्या मृदू गालांवर ओघळलेल्या अश्रूंनी कित्येक दिवस त्याचा पिच्छा पुरवला होता. कधीकधी त्यालासुद्धा तिच्यासाठी रडावंसं वाटे.

या अशा गोंधळाच्या परिस्थितीत त्याने राक्षसाचे आभार मानायला सुरुवात केली होती. 'जर तो राक्षस प्रकटला नसता, तर मी त्याला चकवलं नसतं आणि साहस करायला बाहेर पडलो नसतो. जर तो राक्षस नसता, तर मी इथे नसतो आणि हस्कला भेटू शकलो नसतो. धन्यवाद राक्षसा!'

* * *

"राजवाड्याच्या कायद्यानुसार, तू जेव्हा महाराज साचा यांच्यासमोर जाशील, तेव्हा तू त्यांना वाकून नमस्कार केला पाहिजेस." राजवाड्याच्या एका खोलीत राजवाड्याच्या एका साहाय्यकाने जमिलला थोडक्यात सांगितलं. राजवाड्याचे दोन सुरक्षारक्षक हळूहळू त्याला राजवाड्याच्या खाजगी दालनात घेऊन गेले. तिथे राजा साचा, राणी नताशा आणि राजकुमारी असिया त्याची वाट पाहत होते. हाताने विणलेल्या त्या गालिचावरून जमिल काळजीपूर्वक चालत गेला. तिथे नाजूक प्लास्टरमध्ये कोरीव काम केलेले अनेक प्रकारचे आरसे होते. तिथे कुंड्या, फुलं, तलवारी, पुस्तकं आणि हस्तकलेचे काही नमुने दालनाच्या भिंतीवर लावले होते.

"पाशिया राज्याचे महाराज, *मानवांचे आणि पशूंचे राजे*, आपल्या भेटीसाठी जमिल येत आहे." राजवाड्याच्या साहाय्यकाने घोषणा केली.

"*नमस्कार*, पाशिया राज्याचे महाराज साचा, *आपले राजपद चिरायू होवो.*" वाकून नमस्कार करत जमिल म्हणाला.

मोठ्याने हसत राजा साचाने आपल्या विशाल सिंहासनावरून प्रतिसाद दिला. "शुभ दुपार! तातासी बेटावरच्या वंडरबॉय!" राजाने बेटाचा उल्लेख केल्यामुळे जमिलला धक्का बसला. "ज्यानं राक्षसाला ठार केलं आणि समुद्र पोहून त्याच्या बेटाला वाचवलं, अशा मुलाचं माझ्या राज्यात स्वागत आहे. माझी मुलगी, पाशिया राज्याचा हिरा, जगात मला सर्वांत मौल्यवान असलेली व्यक्ती हिनं मला तुझ्याबद्दल अनेक मनोरंजक गोष्टी सांगितल्या आहेत. तिने मला तुझ्याबद्दल काही सांगण्याअगोदर, माझ्या अधिकाऱ्याने तुझ्याबद्दलच्या अनेक गोष्टींची माहिती मला पोहोचवली होती. तू कोण आहेस आणि इथे कशासाठी आला आहेस, हे मला माहीत आहे."

साचा राजानं सिंहासनावरून खाली उतरण्याचा प्रयत्न केला. एका साहाय्यकाने त्याला मदत केली आणि तो एका मोठ्या सोफ्यावर जमिलच्या शेजारी जाऊन बसला. "म्हातारपण काही सोपं नसतं," तो तक्रारीच्या सुरात बोलला. "एखाद्या राजासाठीही!" त्याने साहाय्यकाला त्याची दुखरी पाठ चोळायला सांगितलं. "वंडरबॉय," साचा राजा जमिलकडे वळला, "आमच्याकडे अशी फुलं आहेत जी म्हातारपण, वेडसरपणा आणि मृत्यू यांशिवाय कशावरही उपचार करू शकतात."

जमिलला साचा राजाशेजारी बसणं फारसं आरामदायक वाटत नव्हतं. त्याच्यासाठी हा वेगळाच अनुभव होता. 'तर राजा असा दिसतो?' राजाच्या चेहऱ्याच्या ठेवणीचं निरीक्षण केल्यानंतर जमिल स्वत:लाच म्हणाला. राजा त्याच्या शेजारी बसलाय, या भावनेनं त्याला भरून आलं होतं.

"शेवटी तुझी भेट झालीच, याचा मला आनंद झालाय." साहाय्यकाने त्याच्या पाठीला मालिश करायचं थांबवल्यावर राजा म्हणाला. "काहीतरी प्राप्त करणारी खंबीर माणसं मला आवडतात. माझ्या अंदाजाप्रमाणे जेव्हापासून तू राक्षसाला चकवून ठार केलंस आणि इथपर्यंत प्रवास करत आलास, तेव्हा तुझं अंतिम आव्हान किल्लीचा दुसरा भाग मिळवणं, हे असावं."

जमिलला अशा विधानाची अपेक्षा नव्हती. काय प्रतिक्रिया द्यावी, हे त्याला कळत नव्हतं, कारण तशी त्याची तयारी नव्हती. तो अडखळला, "महाराज, मला काय हवं आहे, हे मलाच माहीत नाही."

"तू इथे निश्चितच मजा करायला आलेला नाहीस. तुझं ध्येय स्पष्ट आहे. तुझ्यासारखी माणसं फक्त भेट देण्यासाठी कुठेही जात नाहीत. तू आयुष्याच्या ज्या वळणावर आहेस, ते तुला सरळ किल्लीकडे घेऊन जात आहे. हे मला अगोदरच माहीत आहे आणि त्यासाठी मी तयारही आहे. लक्षात ठेव, तासासीच्या सुवर्णकिल्लीचा मी औपचारिक पालनकर्ता आहे. बऱ्याच लोकांनी प्रयत्न करूनही ते किल्ली मिळवण्यात अपयशी ठरले." राजा थोडा वेळ थांबला आणि त्याने काही क्षण जमिलकडे पाहिलं. "तू राजाशी एकनिष्ठ राहण्याची शपथ घेतली आहेस का?"

"नाही." जमिलने उत्तर दिलं.

"ते बरं झालं! कारण जर तू प्रामाणिकपणाची शपथ घेतली असतीस, तर तू किल्लीसाठी लढू शकला नसतास."

"मला ती फक्त पाहायला तरी मिळेल का? मला तिला पाहायला आणि परवानगी मिळालीच, तर स्पर्श करायला खूप समाधान वाटेल, महाराज."

"निश्चितच तुला ती पाहायला मिळेल." राजा म्हणाला. "किल्ली घेऊन या."

दोन रक्षक एक लाकडी खोकं घेऊन आत आले आणि किल्ली बाहेर काढली. "त्याला तिला स्पर्श करू द्या. हातात घेऊ द्या." साचा राजा सहज म्हणाला.

जमिलचा त्याच्या डोळ्यांवर आणि नशिबावर विश्वास बसला नाही. जे काही महिन्यांपूर्वी त्याला अप्राप्य वाटत होतं, ते आज त्याच्या अगदी समोर होतं. काहीही प्रयत्न न करता त्याला किल्लीला स्पर्श करता येत होता. तातासीमध्ये वापरत असलेल्या किल्ली पेक्षा ही निश्चितच वेगळी होती. नव्या राजवाड्याच्या उद्घाटनाच्या दिवशी जमिलने जवळून पाहिलेल्या किल्लीपेक्षा ही निश्चितच वेगळी होती. ती खूप छोटी, जास्त जुनी व जास्त जाड आणि अगदी खरीखुरी होती. या किल्लीत काहीतरी खास आहे. त्या किल्लीत असं काहीतरी होतं, ज्यामुळे ती वेगळी दिसत होती, जे जमिलला तत्काळ वर्णन करता येत नव्हतं. "अद्वितीय! हे स्वर्गातून प्राप्त झालेलं वरदान आहे, ज्याचं मोल तातासीच्या लोकांना खूप आहे; परंतु इथे पाशियापॉलिसमध्ये हा फक्त कलेचा उत्तम नमुना आहे." जमिल स्वत:ला म्हणाला. जमिल जितकं तिच्याकडे पाहत होता, तितकं ती तिच्यासाठी लढण्यास त्याला संमोहित करत होती. त्याचा भावनिक संघर्ष होत होता. 'ही किल्ली इथली नाही. तिला तिच्या योग्य ठिकाणी पोहोचतं करायला हवं आणि मी ती मिळवण्यासाठी शक्य तितके प्रयत्न करीन,' त्याने विचार केला.

त्याने ती किल्ली रक्षकांना परत केली आणि तिला स्पर्श करू देण्याबद्दल राजाचे आभार मानले.

"तू किल्लीसाठी लढायला तयार आहेस का?"

"नाही महाराज," जमिलने उत्तर दिलं.

"काय?" साचा राजा ओरडला. "तू काहीतरी मिळवण्यासाठी तातासीहून इथपर्यंत प्रवास करून आलास आणि आता ते सोडून देणार? असा कसा माणूस आहेस तू? मला वाटलं, तू एक चांगला योद्धा असशील; पण जर तू माघार घेशील, तर मी निराश होईन."

"इथे अशा बऱ्याच गोष्टी आहेत, ज्या हा छानसा तरुण मुलगा करू शकेल," राणी नताशा संभाषणात सहभागी होत म्हणाली. "तो अभ्यास करू शकतो, काम करू शकतो किंवा सैन्यात भरती होऊ शकतो."

"सैन्यात अजिबात नाही," साचा राजानं मोठ्याने विरोध दर्शवला.

"त्याचं डोकं खूप सुपीक आहे." राणी नताशाने पुन्हा प्रतिपादन केलं.

"ते त्यानं सिद्ध करायला हवं आणि ते सिद्ध करायला चांगला मार्ग म्हणजे किल्ली मिळवण्यासाठी लढणं. हेच ध्येय त्याला माझ्या राज्यात घेऊन आलंय. तो फक्त इथे येऊन त्याचं मन:परिवर्तन करून भलतंच काहीतरी करू शकत नाही. अजिबात नाही!"

"तुम्ही पुरुष नेहमी युद्धाची भाषा करता!" राणी नताशा म्हणाली.

"निश्चितच! आम्हाला आमचं पुरुषत्व सिद्ध करण्यासाठी युद्ध करावंच लागतं," साचा राजा हसत म्हणाला.

पाशिया राज्याचे राजा आणि राणी वाद घालू लागले. हस्क शांतपणे बसली होती.

अजूनही आपल्याला किल्ली हवी आहे, याची जमिलला खातरी होत नव्हती. 'बेटावरच्या कोणाला माहीत आहे की, मी इथे आहे? नाही. बेटावरच्या कुणाला किल्लीची पर्वा आहे? मला नाही वाटत. कुणाला किल्ली हवी आहे? नाही. बेटाला सध्या किल्लीची आवश्यकता आहे? नाही. ते आता बेट आहे, हे तरी सुसंगत आहे का? कदाचित. जर आजपर्यंत कोणी अशा लढती जिंकल्या नाहीत, तर मला तरी संधी आहे का? नाही.'

जमिल तिथे बसून स्वत:ला पटवून सांगण्याचा अथक प्रयत्न करत होता की, 'नव्या बेटाला जुन्या किल्लीची काहीच आवश्यकता नाही, कारण ती तिथे तेव्हा पाठवण्यात आली होती, जेव्हा ते एक द्वीपकल्प होतं. जी वस्तू कुठल्याच बाबतीत उपयोगी ठरणार नाही, तिच्यासाठी मी का लढू?'

जमिल सोनेरी किल्ली बघून आणि तिला स्पर्श करून समाधानी दिसत होता. तो आता आणखी लढण्याच्या मन:स्थितीत नव्हता. त्याने एखादं कारण शोधण्याचा प्रयत्न केला. त्याने विचार केला की, त्याने खूप लांबवर प्रवास केलाय आणि आता तो लढण्याचा आत्मविश्वास गमावून बसलाय. राजा काही ती किल्ली सोडणार नाही. मग कशाला काळजी करायची? जमिलला वाटलं की, बेटासाठी त्यानं जेवढं कर्तव्य करायचं होतं, ते त्याने केलंय.

जमिलने डोळ्याच्या एका कोपऱ्यातून हस्ककडे पाहिलं. तिला भेटून त्याच्या मनात असं काहीतरी निर्माण झालं होतं, जे इतर कुणालाही भेटून झालं नव्हतं. त्याच्या आईवडलांना आणि आजी-आजोबांनासुद्धा. त्याला तिच्यामध्ये एक प्रभावी व्यक्ती सापडली होती, जी त्याच्या ओळखीची होती, जिला तो आवडत होता. जेव्हापासून ते भेटले होते, तेव्हापासून जेव्हा तो डोळे बंद करत असे, तेव्हा त्याला तिने टाकलेलं प्रत्येक पाऊल, तिच्या डोळ्यांची प्रत्येक उघडझाप, तिची प्रत्येक

वेळी नाजूक दुमडणारी त्वचा, प्रत्येक हास्य आणि तिच्या लांबसडक कुरळ्या केसांची प्रत्येक बट आठवत असे. तिच्याबद्दलची प्रत्येक गोष्ट त्याच्या स्मृतीत खोलवर रुतलेली होती. पाशियापॉलिसला आल्यापासून लक्षात येईल इतपत बदल स्वत:मध्ये झालेला, त्याच्या लक्षात आला होता. त्याला कुठेतरी स्थिरावल्यासारखं वाटत होतं. तो खूप आनंदित होता, उत्साहित होता आणि आत्मविश्वासपूर्ण होता. विशेषत: तेव्हा, जेव्हा तो हस्कबद्दल विचार करत असे किंवा ती त्याच्यासोबत असे.

जाणीवपूर्वक किंवा अजाणतेपणी जमिल त्याच्या प्राधान्यक्रमाला प्रश्नांकित करत होता. त्यानं या गोष्टीवर कधीही विश्वास ठेवला नव्हता की, त्याने ठरवलेल्या गोष्टीपासून त्याचं लक्ष कुणीतरी विचलित करू शकतं, हस्कनं जसं आता केलंय तसं कुणी त्याला संभ्रमात टाकू शकतं. त्याच्या समोरच्या खुर्चीवर आपल्या कुरळ्या बटांना कुरवाळत जेव्हा ती बसली, तेव्हा त्याने तिच्याकडे चोरून पाहिलं. हस्क एखाद्या पूर्ण चंद्रासारखी होती, जिने त्याच्या जीवनातल्या इतर सर्व गोष्टींना अपूर्ण करून टाकलं होतं. म्हणूनच कदाचित त्यानं तिला हस्क हे नाव दिलं होतं. त्याचा अर्थ तातासी भाषेत 'प्रकाश' असा होता. तिनं त्याचं जीवन उजळून टाकलं होतं. तिनं त्याच्या आयुष्यात कितीतरी सकारात्मक गोष्टी आणल्या होत्या. म्हणून जेव्हा जेव्हा तो तिच्याबद्दल विचार करे, तेव्हा त्याला त्याचा मार्ग स्वच्छ, तेजस्वी दिसे. त्यानं तिच्याकडे पुन्हा एकदा पाहिलं. तिच्या ते लक्षात आलं आणि ती पाहून हसलीसुद्धा! त्याला खरंच तिला सोडून किल्ली मिळवण्यासाठी लढाई करायची होती? 'किल्ली की हस्क?' ही एक कठीण निवड होती. त्याला अचानक वाटलं, 'जमिल, तुला दोघीही एकदम मिळू शकत नाहीत.'

◆

चिमेरांशी लढत

बऱ्याच दिवसांनी एके रात्री राजाच्या अद्‌भुत राजवाड्याच्या प्रकाशमान लॉनवर उभ्या असलेल्या हस्कचं हसणं ऐकू आलं. चांदण्यांनी भरलेल्या आकाशाखाली फिरत फिरत जमिल हस्कला स्त्रियांच्या राज्यात त्याला आलेले अनुभव सांगत होता. एका स्त्रीशी लग्न करण्यासाठी दोन पुरुषांचे द्वंद्वयुद्ध हा प्रसंग ऐकताना तर तिला खूप हसू आलं. "आता मला समजलं की, तू तिथे का राहिला नाहीस. तू भित्रा होतास. मला वाटतं, राजा साचा तसं इथेही करू शकतो. मी तिथल्या स्त्रियांशी सहमत आहे. मुलांनी आणि पुरुषांनी लढायलाच हवं."

"मी काही भित्रा नाही. माझ्यापुढे ध्येय होतं आणि मला तिथे कायमचं राहायचं नव्हतं. जर मी लढून जिंकलो असतो, तर आज इथे तुझ्यासोबत नसतो. जर मी हरलो असतो, तर आणखी कुठेतरी असतो. मात्र इथे नक्कीच नसतो." जमिलनं शांतपणे स्पष्टीकरण दिलं. खूप वेळ शांततेत गेला.

"तू कशाचा विचार करतो आहेस?" एका दिव्याखालून जाताना हस्कने विचारलं.

"पुष्कळ गोष्टींचा."

"खूप नशीबवान आहेस! विचार करायला तुझ्याकडे पुष्कळ गोष्टी आहेत."

"खूप गोष्टी, ज्यांची काळजी करावी लागते अशा."

"उदाहरणार्थ?"

"किल्ली मिळवण्यासाठीच्या कसोट्या. कसोट्यांना मी सामोरा जाणार आहे, तर राजा साचा त्या ठरवण्यासाठी एवढा वेळ का घेतोय?"

"तो राजा आहे आणि तू त्याच्या राज्यात आहेस. साधं उत्तर आहे. त्याच्याकडे वेळ आहे. तुला किल्ली हवी आहे, म्हणून तुला धीर धरायला हवा. तुला इतकी घाई का आहे?"

"घाई नाही, मला खूप निराशा यायला लागलीय. तुला नाही वाटत की, हे

सर्व मुद्दामहून चाललंय?''

''नाही, त्याचा स्वभावच तसा आहे.''

पुढच्या एका दिव्यापाशी आल्यावर जमिलने आपलं तोंड हस्ककडे वळवलं. थांबून त्याने मान्य केलं. ''खरं सांगायचं तर हस्क, किल्ली मिळवण्यासाठी आणखी लढावं किंवा काही कसोट्यांना सामोरं जावं, असं मला वाटत नाही. मी हे सर्व डोक्यातून काढून टाकलंय आणि हा निर्णय लवकरात लवकर पाशियाचे महाराज साचा यांना कळवणार आहे. मला वाटतंय, माझ्या बेटाप्रती माझं जे कर्तव्य होतं, ते मी पार पाडलंय आणि आता किल्ली हा विषय मी सोडून देणार आहे. आयुष्यात इतर काही गोष्टी करण्याची माझी इच्छा आहे.''

हस्कला आश्चर्य वाटलं. तोंडाचा आ वासून ती जागीच उभी राहिली. ''तू तुझ्या ध्येयाविषयी गंभीर नसशील कदाचित.''

जमिल गोंधळला, कारण त्याला अपेक्षित होतं की, तो जे काय म्हणतोय त्याच्याशी हस्क सहमत असेल. त्याला वाटलं, ते दोघंही एकाच प्रकारचा विचार करताहेत. ''मला पुरतं गांभीर्य आहे. मी ती गोष्ट सोडून दिली आहे.''

''का?''

''मला माहीत नाही का ते!''

''काहीतरी कारण जरूर असलं पाहिजे.''

''बरंय. माझ्याकडे खूप कारणं आहेत.''

''कसली?''

''मला नाही वाटत किल्ली घ्यायची संधी मला साधता येईल.''

''हा बहाणा असू शकत नाही.''

''राजा साचा माझ्यापासून या ना त्या प्रकारे स्वत:ला बरोबर सोडवून घेईल.''

''मग? तुला काय म्हणायचंय?''

जमिल बोलायचं थांबला. त्याला माहीत होतं, हस्क त्याच्याकडेच पाहतेय; पण त्यानं डोळा चुकवला. आपली मान झुकवत तो म्हणाला, ''हस्क, मी लवकरच वीस वर्षांचा होईन. मी जेमतेम चौदा वर्षांचा होतो, जेव्हा मी तातासी सोडलं. हे खरं आहे की, किल्लीच्या शोधार्थ मी खूप दूरवर आलोय; पण आता माझा प्राधान्यक्रम बदललाय.''

''माझ्या अजूनही लक्षात येत नाहीये.'' त्याच्या जवळ येत हस्क म्हणाली.

''मी माझ्या भविष्याचा गांभीर्याने विचार करतोय. जर राजा साचाने मला हद्दपार केलं, तर मी कुठे जाऊ? मी काय करू? हे ठिकाण सोडल्यावर कसल्या प्रकारचं जीवन माझ्या वाट्याला येईल? जर किल्लीसाठी लढताना तुला प्रत्यक्ष-अप्रत्यक्षपणे त्रास झाला तर? तुला त्रास होईल, असं मला काहीही करायचं नाही.'' वैतागून

जमिलने स्पष्ट केलं. ''मला चुकीचा समजू नकोस. किल्ली प्राप्त करण्यासाठी मी आतून पूर्वीइतकाच दृढनिश्चयी आहे; पण या साऱ्या प्रक्रियेमध्ये मला तुला गमवायचं नाही. आता समजलं तुला?''

''नाही, मला नाही समजलं,'' हस्क म्हणाली. ''जमिल, थेट माझ्या डोळ्यांत बघ. तुला काय झालंय? तुझ्या डोक्यात काय चाललंय? तू तातासीहून इतक्या दूरवर काही साध्य करण्यासाठी आलास आणि आज ते मिळवण्याची शक्यता असताना, तू ते सोडून जातोस? सोनेरी चावी फक्त पन्नास मीटर अंतरावर आहे, इथून फक्त पन्नास मीटरवर... ती इथंच या अद्भुत राजवाड्यात असताना, तू ती सोडून जातोस? माझ्या हेच लक्षात येत नाही. जर मला त्रास नाहीच झाला, तर? मला माहीत नव्हतं की, तू मनानं इतका दुबळा आहेस. मला नेहमीच तुझ्या धाडस आणि शौर्याचं कौतुक वाटत आलंय आणि आता तर तू तुझ्या आयुष्यातील सर्वांत मोठ्या आव्हानाला पाठ दाखवून पळून निघालाहेस.''

''हस्क, तुला समजायचं नाही.'' जमिलनं स्पष्टीकरण द्यायचा प्रयत्न केला. आताही तो तिच्या नजरेला नजर भिडवत नव्हता. ''मी दुबळा नाही. जर नशिबानं मला दगा दिला तर? जर मी हरलो तर? राजानं मला हद्दपार केलं तर?''

''तर काय?''

''मी पळपुटा नाही; पण मला तुला गमावायचं नाही, कळलं? किल्लीच्या शोधात जर आपण एकमेकांपासून दूर गेलो तर? किल्ली आणि तू या दोन्ही गोष्टीही मला दुरावतील. मी तुझा विचार करतोय.'' जमिलनं हे सांगण्याचा प्रयत्न केला की, त्याच्याकडे सामर्थ्य आणि आत्मविश्वास आहे, पण हस्कपासून दुरावण्याच्या विचारानेच तो हतबल झाला आहे.

''असं आहे तर! तर हे सगळं माझ्यासाठी आहे. मला हे समजलं नव्हतं की, मी तुझ्यासाठी इतकी महत्त्वाची आहे,'' हस्क म्हणाली. ''पण आपण फक्त मित्र आहोत. माझी फार काळजी करू नकोस. कुठल्याही गोष्टीमुळे तू ध्येयापासून विचलित होऊ नये.''

जमिलने मुद्दाम तिच्याकडे पाहिलं. तिच्या शांत, मृदु आवाजात तिने पुढे बोलायला सुरुवात केली, ''ऐक जमिल, जर एकत्र राहणं आपल्या नशिबातच असेल, तर भविष्यात आपण एकत्र राहू. तेव्हा कुणीही तसं होण्यापासून थांबवू शकणार नाही. मात्र जर एकत्र राहणं आपल्या नशिबातच नसेल, तर लढ किंवा लढू नकोस, किल्ली मिळो ना मिळो, राजा साचा राहो ना राहो; आपण एकत्र असू शकणार नाही. कळलं?''

''वाईटातील वाईट होईल असंच समजून चाल, हस्क. राजा साचा मला चिमेरांशी लढण्यासाठी पाठवू शकतो.'' जमिलचा आवाज मोठा मोठा होऊ लागला.

"तू एवढा का वैतागतोस? शांत हो. जेव्हा आपण प्रश्नापाशी पोहोचतो, तेव्हा उत्तरही शोधू शकतो."

"चिमेरांना कुणी कसं हरवू शकेल?"

"ओरडू नको! शांत राहा."

"पण हस्क, चिमेरांना आपण कसं काय हरवू शकू?" जमिलनं पुन्हा तोच प्रश्न विचारला.

"राजा साचाच्या म्हणण्याप्रमाणे, प्रत्येक माणसात एक पशू असतोच. तुझ्यातला पशू दाखवण्याची हीच वेळ आहे. सोपं आहे!" हळूहळू पुढे चालत हस्क म्हणाली. "तू का घाबरतोस? तुझं शौर्य कुठं गेलं?"

"नाही, मी नाही घाबरलो; पण काय करावं, ते मला समजत नाहीये."

"तुला पक्कं माहीत आहे काय करायचं ते. फक्त तू गोंधळलाहेस एवढंच." ती थोडं थांबली. "पूर्वी तू राक्षसाला पाहून असं म्हणाला होतास का, तो फार भयानक आहे म्हणून त्याला फसवता येणार नाही?"

"अजिबात नाही, पण..."

"*पणबिण* काही नाही, पण पण काय?"

"मी इथे अशा किल्लीसाठी लढून मरणार नाही, जिचा माझ्या मातृभूमीला काही फायदा नाही. मी माझ्या जीवनात काहीतरी उपयुक्त करणार आहे."

"जर तू राक्षसाला चकवताना मेला नाहीस, तर चिमेरांशी लढतानाही मरणार नाहीस. थोडक्यात, जर राजा साचाने तसं ठरवलं, तर तुला त्यांच्याशी लढावं लागेल. जमिल, हा सन्मानाचा प्रश्न आहे आणि तुला कणखर व्हावंच लागेल. मला वचन दे की, तुझा नकारात्मक दृष्टिकोन तू बदलशील. जर विजेता व्हायचं असेल, तर तुला सकारात्मक दृष्टिकोन अवलंबावा लागेल."

"मी वचन देतो."

* * *

एके दिवशी दुपारी राजवाड्यात भोजनगृहात बसलेले असताना राणी नताशाने जमिलला विचारलं, "तू इथे मजेत आहेस ना? माझ्या मुलीला वाटतं, उशीर होत असल्यामुळे तू दुःखी आहेस," खरी काळजी चेहऱ्यावर आणत तिने विचारलं.

"तसं काही नाही." हसत आणि हस्ककडे पाहत जमिल म्हणाला. ती उदासपणे राणी नताशाकडे पाहत होती.

"मी तुझी निराशा समजू शकते, कारण राजेसाहेब निर्णय घ्यायला खूप वेळ लावताहेत. तू संयमाने वागलं पाहिजेस. दुर्दैवाने अशा गोष्टींमध्ये राजांना मी काही

सुचवू शकत नाही. ते राजे आहेत आणि त्यांच्या राज्यात त्यांचा निर्णय अंतिम आहे.'' थोडा वेळ कुणीच काही बोललं नाही. आपल्या दयाळू चेहऱ्याने राणी पुढे म्हणाली, ''मला खरंच तुझी काळजी वाटते. तू तुझ्या बेटावर परत जायचं ठरवलंयस, का तू इथेच स्थायिक होणार आहेस?''

''हे अनेक गोष्टींवर अवलंबून असेल.''

''उदाहरणार्थ?''

''उदाहरणार्थ, महाराज काय निर्णय घेतात त्यावर. जर महाराज साचांनी मला हद्दपार केलं, तर निश्चितच मला माझ्या बेटावर परतावं लागेल. मी राजकुमारी साहेबांना सांगितलंय की, ती किल्ली बेटावर परत न्यावी, असं आता मला प्रकर्षाने वाटत नाही,'' हस्कपासून नजर चुकवत जमिल म्हणाला.

''मला समजतंय, तुझ्या मनात काय चाललं आहे ते! पण त्यातून बाहेर पड. आता तू बेटापासून पूर्ण हरवून गेला आहेस. इतकी वर्षं तू त्यांच्यापासून दूर राहिला आहेस.''

''होय, पण खरंच बेटावर परत जायला मी फारसा आतुर झालेलो नाही. मी इतकी वर्षं त्यांच्यापासून दूर आहे आणि मी सोनेरी किल्ली पाहिलीय, तिला स्पर्श केलाय. इथेच माझं ध्येय पूर्ण होतं. इतकं पुरेसं आहे आणि मी एवढ्यावरच समाधानी आहे.''

''पाशियामधली एक म्हण आहे – 'पाहुणा म्हणून राहणं चांगलं, पण स्वत:च्या घरात राहणं सर्वोत्तम.'''

राजा साचाने भोजनगृहात हसत हसत प्रवेश केला.

''आपलं राजपद चिरायू राहो,'' जमिल म्हणाला आणि उभे राहून त्याने आदराने मान झुकवली.

''वंडरबॉय, आजकाल तुझं काय चाललं आहे?'' खाली बसत राजाने विचारलं.

''काही नाही, महाराज.''

''तो किल्ली न घेताच त्याच्या जन्मगावी परत जायचं म्हणतोय,'' राणी नताशाने उलगडा केला.

''काही इलाज नाही! तू माझ्या राज्यात किल्ली न्यायच्या इराद्याने आलास. आता निर्णय फिरवण्याची वेळ निघून गेली आहे. तुला माहीत आहे, इथले नियम मी बनवतो.''

सारे शांतपणे जेवू लागले.

''तुला आणखी काही हवंय?'' मोठ्याने हसत राणी नताशाने विचारलं. ''खा, तुला अधिक खायला पाहिजे. तू तरुण आहेस. तुला बळकट असायला हवंस.''

''काय चाललंय?'' कपाळावर आठ्या आणत राजाने विचारलं. ''तुला वाटतंय,

लढाईत त्यानं मला हरवावं? इथे काही कारस्थान तर चाललं नाहीये ना?''

''याच्यासारख्या तरुणाशी लढण्याचं वय राहिलं नाही तुमचं,'' राणी नताशा हसत म्हणाली.

''वंडरबॉय, मी जेव्हा तरुण होतो, तेव्हा सर्वत्र महान पहिलवान म्हणून ओळखलो जायचो. माझी पाठ जमिनीला कधीच लागलेली नाही. म्हणून मला 'मार्जार राजा साचा' म्हणूनही संबोधतात. राजा झाल्यापासून एकदाही कुणाकडून मला पराभव पत्करावा लागलेला नाही.''

''पण आता तुम्ही लढू शकणार नाही,'' राणी नताशाने प्रतिसाद दिला.

''होय, आता पाठदुखी लागलेली आहे. मला एक कल्पना सुचली आहे. जर मी स्वत: लढू शकणार नाही, तर त्यानं 'भयानक ड्रॅगन' नावाच्या राज्यातील प्रसिद्ध पहिलवानाशी कुस्ती करावी. तो खूप क्रूर आहे. जमिलला तो दोन सेकंदातच संपवेल. तो तुझी हाडं मोडून त्यांचा भुगा करेल.''

''नको. आपल्याला असले ताकदीचे खेळ दाखवण्याची काहीएक आवश्यकता नाही. त्याला शांतपणे जेवू द्या. त्याला किल्ली देऊन टाका आणि सुखरूपपणे त्याच्या गावी जाऊ द्या.'' राणी नताशा संतापल्याचं स्पष्ट दिसत होतं. ''त्यानं आयुष्यात खूप हाल सोसलेत. तो कोणकोणत्या दिव्यातून गेलाय, याची कल्पनाच करणं बरं, आणि आता तुम्ही त्याला भयानक ड्रॅगनच्या तावडीत द्यायला निघालाय.''

राजा साचाने राणीच्या बोलण्याकडे दुर्लक्ष केलं. ''माझ्या आयुष्यात पहिल्यांदाच किल्ली मिळवू पाहणाऱ्या व्यक्तीशी मी कुस्ती करू शकत नाही.''

''तुझ्यासाठी हा एक शुभशकुन आहे जमिल,'' राणी नताशा पुटपुटली.

राजा साचाने जमिलकडे पाहिलं आणि तो तोंडातल्या तोंडात काहीतरी पुटपुटत होता. ''याचं डोकंही सुपीक आहे, हे याला सिद्ध करायला हवं.'' त्यानं राजकुमारीकडे पाहिलं. ''तुला माहीत आहे काय?'' जमिलवर दृष्टी स्थिर करताना त्याचे हावभाव बदलले. ''तुझं नाव खरंतर लकी असायला हवं होतं.'' त्यानं का ते सांगितलं नाही; पण काही वेळ तो जमिलकडे एकटक पाहत राहिला. राजाने आपल्या मुलीकडे पाहिलं व लगेच जमिलकडे तोंड वळवून तो म्हणाला, ''ठीक आहे. किल्ली मिळवण्यासाठीची पहिली कसोटी तुझ्या बुद्धिमत्तेवर आधारित असेल. हे पाहणारी की, खरंच तुझं डोकं चांगलं चालतं का? तुला गणितापासून प्राणिशास्त्रापर्यंतची साठ पुस्तकं वाचावी लागतील. मग तज्ज्ञ लोकांच्या समितीमार्फत त्याबद्दलचं तुझं ज्ञान तपासण्यात येईल. हे फक्त सहा महिन्यात करावं लागेल. मुदतवाढ मिळणार नाही.''

''तुम्हाला जसं वाटतं तसंच होईल, महाराज. *आपले राजपद चिरायू होवो.*'' जमिल म्हणाला.

“जर तू उत्तीर्ण झालास, तर तुला राजेशाही सुवर्णपदक दिलं जाईल,” राजाने बक्षीसही उघड केलं.

“आणि त्याला किल्ली मिळू शकते आणि तो त्याच्या बेटावर परत जाऊ शकतो,” राणी नताशाने हस्तक्षेप करीत म्हटलं.

“नाही,” राजा साचा म्हणाला, “तसं होणार नाही. जर तो हरला (आणि तशीच माझी अपेक्षा आहे) तर माझ्या राज्यातून हद्दपार केला जाईल. जर जिंकला, तर किल्ली मिळवण्यासाठी आणखी लढावं लागेल. तुला हे लक्षात ठेवावं लागेल की, शेजारच्या राज्यातून ही किल्ली हस्तगत करण्यासाठी माझ्या सैनिकांना लढावं लागलं होतं आणि ज्या कुणाला ती पाहिजे असेल, त्यालाही तिच्यासाठी लढावंच लागेल. तातासीच्या लोकांनी एका समारंभात सत्कार करून मला ही किल्ली भेट दिलेली आहे. आणि म्हणून लढाई केल्यानंतरच ती मी जमिलला देऊ शकेन. साधं आहे.” राजा साचा उठून उभा राहिला. “किल्ली राजकोषातील अत्यंत मौल्यवान वस्तूंपैकी एक आहे आणि त्या सोनेरी किल्लीचा रक्षणकर्ता म्हणून तिचं रक्षण करण्याचे आणि तिला माझ्याच राज्यात ठेवण्याचे सगळे प्रयत्न मला करायला हवेत. जर आपल्याला सोनं हवं असेल, तर पृथ्वीच्या पोटात खोल खणून जावं लागतं. जर मोती पाहिजे असतील, तर सागरतळ गाठावा लागतो. त्याचप्रमाणे तुला जर किल्ली हवी असेल, तर कठीण अशा कसोट्या पार कराव्या लागतील. कुठल्याही सहज मार्गाने किल्ली मिळवता येणार नाही. तसंच, ह्या वंडरबॉयसाठीसुद्धा मी ते तितकंसं सहजसोपं करणार नाही. त्यानं आपण ‘वंडरबॉय’ असल्याचं सिद्ध केलं पाहिजे.”

“ठीक आहे. तर आपण हे लिखित स्वरूपात आणू या का, की त्याला चिमेरांशी किंवा भयानक ड्रॅगनशी लढावं लागणार नाही.” राणी नताशाने सुचवून पाहिलं.

“मी कशाचीच हमी देऊ शकत नाही. मला माहीत नाही कसल्या कसोट्या असतील ते. ते माझ्या लहरीवर अवलंबून आहे.”

* * *

“आता आपण पाहू, तुझा मेंदू कशाचा बनलेला आहे ते!” हस्कने जमिलला डिवचलं.

“मला खूप मोकळं वाटतंय, कारण चिमेरांशी किंवा भयानक ड्रॅगनशी मला आता लढावं लागणार नाही,” त्यानं बोलून टाकलं.

जमिलला प्रगत शिक्षणाच्या राजकेंद्रात नेण्यात आलं. तिथे त्याला सर्व पुस्तकं

आणि छोटी खोली देण्यात आली. तिथे तो परीक्षेसाठी तयारी करू शकणार होता. 'फक्त सहा महिन्यांत हे एवढं सगळं वाचून समजून घेण्याची अपेक्षा, राजा साचा माझ्याकडून कशी काय करू शकतो?' त्याच्या खोलीत पुस्तक चाळत असताना जमिल स्वत:शीच म्हणाला. 'हे अशक्य आहे!'

त्या रात्री जमिलने त्याचा आतला आवाज ऐकला. 'अशक्य आहे, असे कधीही म्हणून नकोस. तुला प्रयत्न करून पाहिलंच पाहिजे. या किल्लीसाठी तू इतक्या दूरवर आला आहेस आणि प्रत्येक प्रश्नाला उत्तर असतंच. याच्यावरचा तोडगा तू शोधलाच पाहिजेस. तू राजा साचाला हे दाखवून दिलं पाहिजेस की, असली परीक्षा उत्तीर्ण होण्याइतकी बुद्धिमत्ता तुझ्याकडे नक्कीच आहे. हस्कला तू दाखवून दिलं पाहिजेस की, तू हे करू शकतोस. तू तिच्या डोळ्यांत बघून हे सांगू शकतोस का की, मी हे करू शकणार नाही? किती शरम वाटेल? कल्पना कर.'

पहाटे जमिल मनात एक योजना घेऊन उठला. जलद वाचनाचा तो प्रयत्न करणार होता. 'बिछान्यात झोपून ज्ञान माझ्या डोक्यात शिरणार नाही. मी त्यासाठी प्रयत्न केले पाहिजेत.' जमिलने जलद वाचनाचा प्रयत्न केला आणि आश्चर्याची गोष्ट म्हणजे त्या दिवसात त्याने भरपूर पानं वाचून काढली. संध्याकाळी जे काय समजलं, त्याची उजळणी करताना त्याने मोठ्याने वाचायला सुरुवात केली, ज्यामुळे त्याला ते ऐकू आलं असतं आणि मुख्य मुद्दे लक्षात राहिले असते. जमिलला त्याच्या सदनिकेत राजा साचाचा ब्राँझमधील पुतळा आढळला आणि त्याने त्याच्यापुढे वाचायला सुरुवात केली. "मी तुम्हाला वाचून दाखवीन." तो म्हणाला, "आणि माझ्या लक्षात राहील. माझ्या ज्ञानात मी वाढ करेन आणि किल्ली मिळवेन."

अगदी थोड्या कालावधीनंतर जमिलला स्वत:च्या वाचन आणि स्मरणक्षमतेचं आश्चर्य वाटू लागलं. त्यानं सारी पुस्तकं वाचून संपवली आणि परीक्षेपूर्वी उजळणी करण्यासाठीही त्याच्याकडे वेळ उरला.

सहा महिन्यांची मुदत संपल्यानंतर जमिलला 'ज्ञान आणि आकलनाचा भव्य प्रासाद' नावाच्या टेकडीवर राजा साचा असलेल्या ठिकाणी नेण्यात आलं. तिथे त्याची परीक्षा ज्ञानी लोकांच्या मंडळाकडून घेण्यात येणार होती. परीक्षेच्या ठिकाणी बाहेरील खोलीमध्ये जमिलला सहा महिन्यांपूर्वीचे हस्कचे शब्द आठवले. "राजा साचा तुला चिमेरांशी लढायला पाठवणार नाही. तो फक्त गुन्हेगार, विध्वंसक आणि जे राजाशी एकनिष्ठतेची शपथ मोडतात, अशांनाच चिमेरांकडे पाठवतो. तू काही तशी शपथ घेतलेली नसल्याने काळजी करू नकोस. तुझ्यासाठी अधिकात अधिक वाईट शिक्षा म्हणजे, तो तुला या राज्यातून हद्दपार करेल. तुला किल्ली मिळवून देण्यासाठी मी माझ्या परीने सर्व ते करेन. त्यानंतर आपण दोघं तुझ्या बेटावर

सुखरूप पोहोचू आणि कायमचे आनंदी होऊ.''

जमिलला एका मोठ्या सभागृहात नेण्यात आलं. ''बसा,'' ज्ञानमंडळाचा अध्यक्ष म्हणाला. त्याने जमिलला मंडळातल्या सभासदांची, पदकाची आणि प्रक्रियेची ओळख करून दिली. जमिल एका जाडजूड, काळ्या चामड्याच्या खुर्चीवर मंडळाकडे तोंड करून बसला. त्याने खिन्नपणे चौफेर पाहिलं. त्याला हस्क त्याच्याकडे बघून हात हलवताना दिसली. त्याने फक्त मान डोलावली; परंतु तिची नवी केशरचना त्याच्या लक्षात आली.

''आपला पहिला विषय आहे, बिजगणित.'' अध्यक्षाने घोषित केलं.

प्रश्नोत्तराचं हे सत्र तीन तासांच्या वर चाललं. जमिलला सर्वच विषयांवर सखोल प्रश्न विचारण्यात आले. त्याने बऱ्याचशा प्रश्नांची उत्तरं दिल्यामुळे तो खूश होता आणि जेव्हा परीक्षक निर्णय घेण्यासाठी बाहेर पडले, तेव्हा तो स्वत:वर आणखीनच खूश झाला.

काही क्षणानंतर परीक्षक परतले. अध्यक्षाने जमिलच्या स्तुतीपर दीर्घ भाषण केलं आणि समारोप पुढीलप्रमाणे केला – ''आम्ही एकमताने या निष्कर्षाप्रत आलो आहोत की, तू विशेष श्रेणीसह उत्तीर्ण झाला आहेस. आम्ही पाशियाचे महाराज साचा यांना सुचवतो की, तुला राजाच्या उच्च ज्ञानाच्या सोनेरी पदकाने सन्मानित करावं.''

जमिल तिथे उभं राहून अध्यक्षांचं भाषण अविश्वासाने ऐकत होता. तो इतका आनंदी झाला की, ते दाखवू शकत नव्हता. तो हसला आणि त्याने गॅलरीत पाहिलं. तिथे हस्क उड्या मारत होती आणि उत्साहानं टाळ्या वाजवत होती. ती जिन्यावरून त्याच्याकडे धावत गेली आणि उत्कटतेने त्याला आलिंगन दिलं. ''शाब्बास! मला तुझा अभिमान वाटतो. मी खरंच प्रभावित झाले आहे,'' त्याला पुन्हा आलिंगन देताना ती रडू लागली.

''मी हे तुझ्यासाठी केलंय.'' तो तिच्या कानात कुजबुजला.

''मला माहीत आहे, धन्यवाद!''

हस्क तिच्या मोटारीतून जमिलला राजवाड्याकडे घेऊन गेली.

राणी नताशाने जमिलच्या स्वागतासाठी अवाढव्य दरवाजातून बाहेर येत राजकीय नियमाचा भंग केला. तिच्या चेहऱ्यावर तिचं नेहमीचं स्मितहास्य होतं. ती उत्साहित होती. ''शाबास, माझ्या मुला!'' ती म्हणाली आणि तो पाशियापॉलिस येथे आल्यापासून तिने पहिल्यांदाच त्याला आलिंगन दिलं. ''मी खूप आनंदी आहे आणि मला तुझा अभिमान वाटतो,'' असं म्हणत ती त्याला जेवणाच्या खोलीत घेऊन गेली. ''तुला माहीत नसेल, पण बरीच माणसं या कसोटीत अनुत्तीर्ण होतात. तू यात विशेष प्रावीण्यासह उत्तीर्ण होणं असामान्य आहे. ही खरोखरच अत्यंत

विशेष गोष्ट आहे. पहिल्या प्रयत्नात विशेष प्रावीण्यासह प्रथम श्रेणी!''

जमिल आणि राणीला जेवणाच्या टेबलावर एकटं सोडून हस्क तिथून निसटली.

''तू नक्कीच रागावला असणार,'' राणी नताशा म्हणाली. ''मला दिसतंय की, तुझं वजन कमी झालंय. आज आपण महाराजांची वाट पाहत बसणार नाही. आजचा दिवस खास आहे, ते समजून घेतील.''

''ते सर्व ठीक आहे. मला आनंद झालाय की, मी उत्तीर्ण झालोय आणि माझ्यावर बंदी घातली जाणार नाही.''

''तुला खूप आनंद आणि अभिमान वाटायला हवा. कारण बेटावर परतल्यावर तिथल्या लोकांना दाखवण्यासाठी तुझ्याकडे पदक आहे. मला आशा आहे, तू राजकुमारीला तुझ्यासोबत नेशील. तिला आयुष्यात थोड्या मुक्तपणाची आवश्यकता आहे आणि तो तिला मिळवून द्यायला तू सुयोग्य माणूस आहेस. संपूर्ण जग पाहण्यासाठी आणि त्याचं कौतुक करण्यासाठी तिला थोडं साहस आणि प्रवासाची आवश्यकता आहे. त्यामुळे तुम्हा दोघांवर मी खूप खूश आहे. तू तुझ्या बेटावर एक आनंदी, अभिमानी आणि जो काहीतरी असामान्य प्राप्त करू शकलेला आहे असा मनुष्य बनू शकला आहेस, म्हणून परतू शकतोस.''

काहीही न बोलता जमिल राणी नताशाकडे पाहत होता.

''मला प्रामाणिकपणे वाटतं की, तू काहीही करू शकतोस... तुझ्यासाठी सर्व काही शक्य आहे... तू शक्य झालंच, तर पर्वतही हलवू शकतोस. मला माहीत नाही का ते? परंतु मला वाटतं की, तू अशक्यही शक्य करू शकतोस. वयाच्या पंधराव्या वर्षी तू तीन बकरी योजना आखून राक्षसाला चकवलंस. त्यानंतर तू किल्ली मिळवण्याच्या साहसी कामगिरीवर निघालास. मार्गात तुला अनुभव आले आणि त्यानंतर तू वाळवंट पार केलंस. पाशियात पोहोचण्यासाठी तू बऱ्याच अडथळ्यांचा सामना केलास आणि तू राज्यातल्या सर्वांत अवघड कसोट्या उत्तीर्ण झालास. हे असामान्य आहे. शाब्बास!

''मी माझ्या मुलीसाठीसुद्धा खूप आनंदी आहे. ती खूप काळजीत होती. मला हे सांगणं आवश्यक वाटतं की, तू तिच्या आयुष्यात आल्यापासून तिच्यात खूप बदल झालाय. पाशियामध्ये एक म्हण आहे की, मुलगी बाई होण्याअगोदर तिच्यात डझनभर बदल होतात. तू इथे आल्यापासून तिच्यात मुलीहून बाई होण्याचा बदल घडलाय. ती समंजस झालीय. ती फुललीये, उमललीये. ती आता आयुष्याला तोंड द्यायला समर्थ अशी बाई झालीये. तू तिच्या आयुष्यात अगदी वेळेत आलास आणि मला दिसतंय, तुम्ही दोघं समंजसपणे एका उज्ज्वल भविष्याला एकत्रित सामोरे जाल. तिनं आयुष्याचा अनुभव घ्यावा आणि त्यामुळेच मी तिला तुझ्यासारख्या व्यक्तीसोबत, जी तिला सुरक्षित ठेवेल, पाठवण्याची इच्छा व्यक्त करते.''

तिच्या आईचं बोलून झाल्यानंतर नवीन कपड्यांमध्ये अतिशय सुंदर दिसत असलेली हस्क आत आली. तिने लाल रंगाचा लांब झगा आणि उंच टाचेची चप्पल घातली होती. तिने हिऱ्याची चमकदार कर्णभूषणं घातली होती. "अखेर साजरं करण्यासाठी काहीतरी मोठं घडलंय!" ती म्हणाली. "मी खूप खूश आहे. आजचा दिवस माझ्या आयुष्यातला सर्वांत आनंदी दिवस असेल." तिने संगमरवरामध्ये कोरून बसवलेल्या आरशांपैकी एका आरशात स्वत:ला काळजीपूर्वक न्याहाळलं. नंतर जमिलकडे वळली. "जमिलने जगाला दाखवून दिलं की, त्याचा मेंदू कशा प्रकारचा आहे."

राणी नताशाने जमिलला एक पेय दिलं "ती देखणी आहे, नाही का?" एका तेजस्वी हास्यासह ती कुजबुजली. "तू खरोखरच खूप भाग्यवान मुलगा आहेस."

हस्क जवळ आली. जमिलला तिच्या अत्तराचा सुवास आला. "मला तुझा खूप अभिमान वाटतो. जमिल, मी खूप खूश आहे. आता तू आयुष्यात मोठ्या गोष्टींची स्वप्नं पाहू शकतोस. तुझ्या स्वप्नपूर्तीच्या दिशेने हे मोठं पाऊल असेल."

"फार वाहवत जाऊ नको, मुली. पुढे काय घडणार आहे, हे फक्त साचा राजाच जाणतो. त्यांच्या राज्यात ते ठरवतात आणि त्यांचा निर्णय अंतिम असतो," राणी नताशाने सावध केलं.

त्यांचं जेवण झाल्यावर, साचा राजानं कुबड्यांसह जेवणाच्या खोलीत प्रवेश केला. तो उदास दिसत होता. काहीतरी बिनसल्याचं जमिलच्या लक्षात आलं. राजा बसल्यानंतर त्यांनी खाणं थांबवलं आणि उभे राहिले. जमिलच्या लक्षात आलं की, त्यांची भेट झाल्यापासून पहिल्यांदाच राजानं नजर चोरली होती. जमिलने हस्ककडे पाहिलं. तीसुद्धा चिंतेत दिसत होती. राणी नताशाने उदासपणे विचारलं, "तुम्ही ठीक आहात ना?"

"नाही, मी ठीक नाहीये." त्याने उत्तर दिलं.

तो शांतपणे जेवला.

"तू पहिली कसोटी उत्तीर्ण झालास," साचा राजानं सुरुवात केली. अजूनही तो जमिलकडे पाहत नव्हता. "तू पाहतोच आहेस की, मी तुला पदक देण्याच्या योग्य अवस्थेत नाहीये." एक दीर्घ स्तब्धता पसरली. नंतर राजा भरभर बोलला, "मी आज्ञा केलीये की, येत्या अठ्ठेचाळीस तासांत तू तीन चिमेरांचा सामना करशील. तुला आता आणि लढतीच्या दरम्यान एका घरात बंदिस्त ठेवण्यात येईल, जेणेकरून तू पळून जाणार नाहीस." राजा हे बोलला तेव्हा जमिलने त्याच्याकडे पाहिलं आणि त्याची दृष्टी अंधूक झाली. त्याला किंचाळावंसं वाटलं; परंतु तो शांत बसला. "तुला पदक आणि किल्ली तेव्हाच देण्यात येईल, जेव्हा तू चिमेरांशी यशस्वीपणे लढा देशील आणि त्यांचा पराभव करशील. इथे येण्याची आणि चावी प्राप्त करण्याची

निवड तुझीच होती. तुझं नशीब बदलण्याच्या बऱ्याच संधी तुझ्याकडे होत्या; परंतु तू असं केलं नाहीस. प्रत्येक गोष्टीची एक किंमत असते. काहीही सहज आणि स्वस्त नसतं. शुभेच्छा!''

राणी नताशाला प्रचंड धक्का बसला. हस्कने रडायला सुरुवात केली.

''परंतु त्यानं खूप सहन केलंय...'' नताशाने बचाव करण्याचा प्रयत्न केला.

''केलंय; परंतु माझ्या राज्यात नाही आणि किल्लीसाठीही नाही. हे माझं राज्य आहे आणि राजकीय परंपरेचं जतन करणं माझं कर्तव्य आहे. मी तुला आठवण करून देतो की, मी पाशिया राज्याचा राजा आणि किल्लीचा पालनकर्ता आहे.'' जेव्हा दोन रक्षक जमिलला जेवणाच्या खोलीतून बाहेर घेऊन गेले, तेव्हा साचा राजाचं बोलणं त्याला ऐकू आलं, ''हे माझं राज्य आहे आणि इथे कुणीही मला आव्हान देऊन निसटू शकत नाही.''

* * *

''चिमेरा म्हणजे नेमकं काय असतं?'' जमिलने रखवालदाराला विचारलं.

''चिमेरा म्हणजे माणूस आणि जंगली श्वापद यांचं मिश्रण असू शकेल. प्राण्यांचे विविध अवयव एकत्र करून त्याला निर्माण करतात. हे बघ, महाराज साचा यांच्याकडे पंधरा चिमेरा आहेत आणि ते एकमेकांपासून खूप वेगळे आहेत. एकासारखा दुसरा अजिबात नाही. त्यांच्यात प्राण्यांचे वेगवेगळे गुणधर्म एकत्र केले आहेत. या राज्यात खूप प्रसिद्ध असणाऱ्या चिमेरांचे तोंड सिंहाचं, शरीर गेंड्याचं, हात माणसाचे आणि पाय घोड्याचे आहेत.''

''धन्यवाद!'' जमिल म्हणाला. त्याला नक्की कशाशी लढायचंय हे लक्षात न आल्यानं, तो थोडासा भांबावला.

''हे बघ,'' रखवालदार न विचारताच सांगू लागला. ''मला वाटतंय, महाराज साचा तुझ्याशी लढण्यासाठी सर्वांत चांगल्या तीन चिमेरांची निवड करतील. खरं म्हणजे तुला चिमेरांशी लढावं लागणारच नाही. त्यांना तुला ठार मारायचं आहे. महाराज साचा यांची ती तीन गुप्त शस्त्रं आहेत. अंतिम शस्त्रं! असंही काही लोक त्यांना म्हणतात. ते महाराजांचे खूप लाडके आहेत आणि शत्रूपासून सुटका करून घेण्यासाठी आणि अट्टल गुन्हेगारांना यमसदनी पाठवण्यासाठी त्यांचा वापर केला जातो. माणसांना ठार मारून त्यांना चिमेरा फस्त करीत असल्याचं दृश्य महाराजांना खूपच मनोरंजक वाटतं.''

''अस्सं! पण मी काही वावगं केलेलं नाही.''

''तुला असं वाटतंय की, तू काही चुकीचं केलेलं नाहीस; पण इथे सर्व राजा

ठरवत असतो.''

''म्हणजे मला त्यांच्याशी लढावं लागणार नाही?''

''नाही. तुला त्यांच्याकडून ठार मरायचं आहे,'' उद्धटपणे रखवालदार म्हणाला.

''आणि मी बघू शकत नाही की, ते कसे दिसतात?''

''नाही. नाही बघू शकत.''

''आजपर्यंत कुणी चिमेराला ठार मारलं आहे?'' जमिलने विचारलं.

''नाही. काही वर्षांपूर्वी एक माणूस आखाड्यातून आपली सुटका करून घेऊन पळून गेलेला होता.''

जमिल खोलीत स्वत:शीच हसला. त्याला याचं आश्चर्य वाटलं की, आजपर्यंत त्याने चिमेरांशी लढणं इतकं गंभीरपणे का घेतलेलं नव्हतं? बहुधा तो अन्य कशापेक्षाही हस्कचाच विचार अधिक करीत असल्यामुळे तसं झालं असेल. जेव्हा चिमेरांविषयी संभाषण चाले, त्याही वेळी त्यांच्याविषयी कोण काय बोलतंय याच्याकडे तो फारसा लक्ष देत नसे. त्याला हस्कच्या मदतीने त्यांना पाहायची संधी होती, तेव्हा ती गमतीने त्याला त्यांच्यापुढे फेकून देईन असे धमकावत असे. प्रत्येकाला माहिती होतं की, राजवाड्यातील अत्यंत गुप्त अशा ठिकाणी त्यांना ठेवलेलं आहे आणि क्वचितच त्यांना एखाद्या माणसाला ठार मारून खायला बाहेर काढलं जात असे. जमिलच्या मनातही असं कधी आलं नव्हतं की, एक दिवस तो त्यांच्यासोबत आखाड्यात असेल. त्याने असा कधीही विचार केला नव्हता की, राजा साचा त्याला अशा भयंकर मृत्यूला सामोरं जायला लावेल. 'अखेर राणी आणि राजकुमारीला यामुळे वाईट वाटेल. म्हणजे मी राजासाठी अगदी क्षुल्लक माणूस आहे,' जमिलला वाटलं. आपल्या खोलीत बसून त्याने त्या प्राण्यांची कल्पना करायला सुरुवात केली. 'किमान मी राक्षस तरी पाहिला आहे, त्याला चकवण्यापूर्वी.' त्याला उगाचच वाटलं.

''तुझी शेवटची इच्छा काय आहे?'' रखवालदाराने जमिलला विचारलं.

''लढतीपूर्वी राजकुमारीला पाहणं.''

''तिने यापूर्वीच विचारलंय आणि महाराज साचा त्याला सहमत झालेत.''

रखवालदार काही वेळ बाहेर गेला आणि नंतर पाठीमागे आला. ''एक शेवटचा प्रश्न, तुला तुझ्या शेवटच्या जेवणात काय हवंय?''

''हे आवश्यक आहे?''

''हे आवश्यक आहे, कारण हे तुझं अंतिम भोजन आहे.''

जमिल काहीच बोलला नाही. त्या रात्री तो खूप छान झोपला. जाग आल्यावर क्षणभर हे त्याला आठवावं लागलं की, आजचा दिवस त्याच्या आयुष्यातला शेवटचा दिवस असणार होता. ह्या जाणिवेनं तो मात्र अजिबात उदास झाला नाही.

लढतीसाठी तयार होताना, हाकुरीनं दिलेला कापडाचा तुकडा जमिलनं स्वत:च्या कपड्यांत लपवला. 'माझ्यासाठी हे खूप विशेष आहे. मी याच्यासोबत मेलेलं ठीक.' त्याने विचार केला.

''जमिल,'' एक अनोळखी आवाज आला. ''तुझ्या शेवटच्या प्रवासाची तयारी कर.''

तयार झाल्यावर त्याने बाहेर येऊन आपली थैली सुपुर्द केली. ''ही माझी सारी कमाई आहे.''

''मरण्याचा हा सर्वांत चांगला मार्ग आहे. शूर माणूस मरणानंतरही कुणावर ओझं होऊन राहत नाही.'' रखवालदार म्हणाला.

पाशियापॉलिसच्या मध्यभागी असलेल्या एका भव्य बंदिस्त क्रीडांगणापाशी जमिलला एका भुयारी खोलीत संरक्षित ठेवलं होतं. त्याला आत ठेवून दार लावलं गेल्यानंतर जमिलला मृत्यूची कसलीही चाहूल लागली नाही.

अर्ध्या तासानंतर दारावर खटखट झाली आणि हस्कसोबत रखवालदार आत आला. ती आनंदाने स्मित करीत होती आणि तिने त्याच्याकडे पाहून डोळेही मिचकावले. ''मी तुला निरोप द्यायला आलेय. मला नेहमी तुझ्या धैर्याचं कौतुक वाटत आलं आहे आणि मी तुला कधीही विसरणार नाही. तू मला कितीतरी गोष्टी शिकवल्या आहेस. कणखर हो, निर्भय हो. तू तुझ्या बुद्धीचा अचूक वापर यापूर्वी कित्येकदा केलेला आहेस आणि पुन्हा तसं करण्याची ही वेळ आहे. हरणं फक्त तुझ्या हातात आहे.'' ती रखवालदाराकडे वळून म्हणाली, ''मला एकटीला कृपया त्याच्याबरोबर मिनिटभर बोलू द्या.''

''एकच मिनिट का, दोन मिनिटं बोला, राजकुमारीसाहेबा असियाजी!'' रखवालदाराने आदबीने उत्तर दिलं.

हस्कनं त्याला अंगठ्याएवढ्या आकाराची बुधली दिली. ''ही कुठेतरी लपवून ठेव.'' ती कुजबुजली.

त्याने ती झटकन घेऊन आपल्या कपड्यांत लपवली. ''काय आहे हे?''

''हे एक मलम आहे.'' धडधडत्या छातीने तिने सांगितलं. एक कर्णयंत्र तिने तिच्या उजव्या कानात घातलं. ''मी या कर्णयंत्राद्वारे तुझ्याशी बोलेन. फक्त माझ्या सूचनांचं पालन कर. मी साऱ्या चिमेरांना ओळखते. मी त्यांना लढताना पाहिलंय आणि त्यांच्या कमतरता मला माहीत आहेत. आपण एकत्रितरीत्या त्यांचा पराभव करू शकतो.'' ती त्याच्या डोळ्यांत थेट पाहत कुजबुजली, ''जमिल, अजिबात घाबरायचं नाही. ठीक आहे?''

''अजिबात घाबरणार नाही.'' हस्तांदोलन करीत त्याने हमी दिली.

''वेळ संपली,'' रखवालदार ओरडला आणि त्याने दरवाजा उघडला.

“गुडलक वंडरबॉय!” हस्क असे म्हणून निघून गेली.

“तिचं बरोबर आहे,” रखवालदार म्हणाला. “चिमेरांपुढे टिकायचं, तर तुला असंख्य शुभेच्छांची गरज आहे. आजपर्यंत चिमेरांसारखे क्रूर असे कोणी मी कधीच पाहिले नाहीत. तू मरणार आहेस, हे कळल्यावर आता तुला कसं वाटतंय?”

जमिलने काहीच उत्तर दिलं नाही.

पंधरा मिनिटांनंतर जमिलला बंदिस्त करून रिंगणात आणण्यात आलं. मोठ्या कोलाहलानं आणि त्याच्या चाललेल्या थट्टामस्करीनेही तो अजिबात ढळला नाही. त्याने गर्दीकडे बघायचं नाही, असंच ठरवलं होतं; पण त्या गर्दीत हस्कचा चेहरा कुठे दिसतोय का, हे बघण्याचा मोह त्याला आवरत नव्हता. तो जिथे उभा होता, त्या रिंगणाच्या बरोबर बाहेरच्या बाजूला त्याला तिचे लांब कुरळे केस दिसत होते. असं वाटलं की, ती साचा राजासोबत वाद घालत आहे. त्यानं तिचं चिडून प्रेक्षागारातील शाही कक्षातून बाहेर पडणं पाहिलं. ती दिसेनाशी झाली, तोच रक्षकांपैकी एकानं त्याला पुढे यायला सांगितलं. त्याने वर पाहिलं. एका मोठ्या पडद्यावर त्याचं चित्र असून त्या खाली लिहिलं होतं : अखेरचं चालणं.

समारंभाचा आयोजक हातात ध्वनिक्षेपक घेऊन रिंगणात आला. ते रिंगण नेहमीच्या बॉक्सिंग रिंगणापेक्षा तिपटीने मोठं होतं. प्रकाशाने उजळून निघालेल्या प्रेक्षागाराच्या ते अगदी मधोमध होतं. कार्यक्रमाच्या आयोजकाने सर्वांना शांत बसण्यास सांगितलं. एका रक्षकाने किल्ली आणली आणि जमावाला दाखवली. “पाशिया राज्याचे महाराज साचा, *आपले राज्यपद चिराचू होवो!* ते या किल्लीचे पालक आहेत आणि तिला कुठल्याही मार्गाने वाचवणं, हे त्यांचं कर्तव्य आहे. जमिल नामक युवकाने किल्लीची मागणी करून साचा राजाला सर्वांपुढे जाहीर आव्हान केलं आहे. आपल्या राजकीय कर्तव्यपूर्तीच्या दृष्टीने किल्ली वाचवण्यासाठी राजानं तीन चिमेरांची निवड केली आहे. तुम्हाला माहीत आहेच की, चिमेरा हे मानवजातीवर विजय मिळवणारे अंतिम विजेते ठरलेले आहेत. कुठल्याही मानवाने आजपर्यंत चिमेराला हरवलेलं नाही.

“राजा साचा नेहमी म्हणतात त्याप्रमाणे, मानव जात ही स्वभावाने मूर्ख आहे. ते आगीशी खेळतात आणि जळून जातात.” कार्यक्रमाचा आयोजक जमिलच्या जवळ आला. “प्रत्येक मिनिटाला एक मूर्ख माणूस जन्माला येत असतो. एका मूर्ख तरुणाने मृत्यूची निवड केलीय आणि तो आपल्या समोर मरणार आहे. ही त्याचीच निवड आहे. तुम्हाला माहीत आहे की, साचा राजाचं तत्त्वज्ञान साधं आहे. नशीब ही संधी नसून निवड असते. ज्यांना माहीत नाही त्यांना सांगतो, जमिलने तातासी बेट सोडलं आणि एवढा प्रवास करून किल्ली मिळवायला आला. या राज्यात येण्याची निवड त्याचीच होती. आज इथे असण्याची आणि उद्या मृत्यू होण्याचीही

निवड त्याचीच आहे.''

प्रेक्षागारात मंत्र आणि गाणी म्हटली जात होती. ''तू एका क्षणात नष्ट होशील,'' काही जण म्हणाले. इतर ओरडले, ''आम्हाला तुझी शेवटची प्रार्थना ऐकू येऊ दे.'' त्याची जमिलला काळजी नव्हती. त्याने लक्ष देऊन शाही कक्षाकडे पाहिलं. हस्क अजूनही तिथे नव्हती.

'त्याला मरू दे! त्याला मरू दे! त्याला मरू दे!' अशा प्रकारच्या आणखी आरोळ्या जमावातून ऐकू येत होत्या.

तो चिमेराला पहिल्यांदाच पाहण्याची वाट बघत तिथे उभा होता. जमिलला त्याच्या उजव्या कानात एक आवाज ऐकू आला. ''जमिल, तुझी हस्क इथे आहे. तुला माझा आवाज ऐकू आला असेल, तर दोनदा मान डोलव.'' हस्कचा आनंददायक आवाज कर्णयंत्रातून येत होता. जमिल शांत राहिला आणि दोनदा मान डोलावली. ''छान! आपण दोघं एकत्र आहोत आणि आपण दोघं चिमेरांचा पराभव करू शकतो. मी त्यांना चांगलं ओळखते, कारण ते बघत असताना आणि त्यांना ठार करण्याचं प्रशिक्षण देण्यापूर्वी मी त्यांच्यासोबत खेळले आहे. मी त्यांना सक्रिय असताना पाहिलेलं आहे आणि त्यांची कमजोरी मला माहीत आहे. साधारणपणे कुठल्याही चिमेराच्या अगदी जवळ जाऊ नकोस. पशू हे नेहमी पशूच असतात. तुझं पूर्ण लक्ष असायला हवं. तुझं लक्ष कशानंही विचलित होता कामा नये. कुठल्याही चुकीची तुला माफी मिळणार नाही. राक्षसासारखंच इथंही फक्त एकच विजेता आहे आणि दुसरी संधी नाही! तुला ऐकू येतंय?''

जमिलने पुन्हा दोनदा मान डोलावली.

''छान. राक्षसाला चक्रवताना जशी तुझी कल्पनाशक्ती तू वापरलीस तशीच आता वापर. अगदी निर्भयपणे या लढाईला सामोरे जा. नेहमीसारखाच दृढनिश्चयी राहा. स्वत:वर आणि तुझ्या सामर्थ्यावर विश्वास ठेव आणि सर्वोत्कृष्ट करण्याच्या तुझ्या क्षमतेवरही. माझ्या प्रियतमा, विजय आणि किल्ली हे दोन्हीही तुझेच असणार आहे. मला ऐकू शकतोयस ना?''

जमिलने पुन्हा दोनदा मान डोलावली.

कार्यक्रमाचा आयोजक जमिलजवळ आला, ''तू तयार आहेस?''

''होय, घेऊन या त्यांना.'' त्याने आत्मविश्वासाने उत्तर दिलं.

''पाशिया राज्याचे महाराज साचा *आपले राजपद चिराचू होवो!* आपली आदरणीय राजकुमारी असिया आणि सभ्य स्त्री-पुरुषहो, ज्या मुलाने चिमेरांना आव्हान केलं आहे, तो म्हणतोय की तो तयार आहे. याचे नियम असे आहेत – न्याय्य दृष्टीने, जमिल एका वेळी फक्त एका चिमेराचा सामना करेल. आमचा न्याय्य खेळात विश्वास आहे. तुझ्या लक्षात आलं?''

“होय.” जमिलने मान डोलवली.

“तुझ्यावर निर्बंध घालण्याला सहमती मिळालेली आहे,” कार्यक्रमाच्या आयोजकाने जाहीर केलं.

“याचा अर्थ काय?” जमिलने विचारलं.

“कुणीही येऊन तुला मदत करणार नाही, जरी तुझ्यावर हल्ला होत असला तरी.”

“परंतु चिमेरांना हाताळणारी माणसं असतात, असं मी ऐकलंय.” जमिलने वाद घालण्याचा प्रयत्न केला.

“तुला किल्ली हवीय, चिमेरा नाही.”

“ठीक आहे.” जमिलने मान्य केलं.

“हारजीत होईपर्यंत प्रत्येक चिमेराशी लढावं लागेल. अनिर्णित काहीच राहणार नाही.”

“मान्य आहे.”

“रिंगणातून पळून जायचं नाही.”

“मान्य!”

“जमिल,” कार्यक्रमाच्या आयोजकाचा आवाज मोठ्याने घुमला. “तू तयार आहेस का?”

“होय.”

“पहिल्या चिमेराला सोडा.” कार्यक्रमाचा आयोजक रिंगणातून बाहेर पडला.

हस्कचा आवाज कर्णयंत्रातून येऊ लागला – “लढत सुरू झालेली आहे. मन स्थिर कर. हा जो पहिला चिमेरा येतोय, त्याला मी ‘भक्षक’ म्हणते. त्याचं डोकं हत्तीसारखं आहे, पण त्याला सोंड आणि दात नाहीत. त्याचं शरीर गोरिलाचं आणि पाय घोड्याचे आहेत. हा खूप शक्तिशाली प्राणी आहे आणि त्याचं सामर्थ्य त्याच्या ठोसे मारून ठार मारण्याच्या क्षमतेत आहे. त्याच्या भयानक आणि अचूक ठोशाला सर्व जण ‘मारेकरी ठोसा’ असं म्हणतात. भक्षकाचं मुख्य शस्त्र आहे, तीक्ष्ण पाती असणारे हातमोजे. काहीही कर, पण त्याच्या फार जवळ जाऊ नकोस आणि लढताना डोळे मिचकावू नकोस. काळजी करू नकोस. मला त्याच्या कमतरता माहीत आहेत, तो सहज हरू शकतो.”

चिमेरा जसा हळूहळू आणि उद्धटपणे रिंगणात चालत यायला लागला, लोकांचा आवाज वाढू लागला. त्याला सांभाळणाऱ्या लोकांनी जमिलवर हल्ला करण्यापासून रोखून धरलं होतं. लोकांच्या आरोळ्यांबरोबर चिमेराने रिंगणाभोवती उड्या मारायला सुरुवात केली होती. जमिल त्याच्या आकाराच्या दोन तृतीयांश इतकाच होता. हे लक्षात येताच तो पहिल्यांदा खरोखर घाबरला. तो भव्य चिमेरा

मोठ्याने धुत्कारत होता आणि त्वेषाने फुसफुसत होता. त्याचं गोरिलाचं शरीर रंगांनी झाकून टाकलं होतं आणि त्याने विविधरंगी चड्डी घातली होती. जमिलने चिमेराला नखशिखान्त न्याहाळलं. त्याची खुरं स्प्रिंग्ज लावून विशिष्ट प्रकारे बनवलेली होती, त्यामुळे तो वेगाने धावू शकत होता. उंच उड्या मारू शकत होता आणि ठोसे सुलभतेने मारू शकला असता. चिमेराला सांभाळणाऱ्यांनी जेव्हा त्याच्या हातमोजांचे कापड काढले, तेव्हा जमिलला धडकीच भरली. प्रत्येक हातमोजा जमिलच्या डोक्याहून मोठा होता आणि प्रत्येकावर डझनावारी धातूंची चकाकती पाती बाहेर आली होती. सांभाळणाऱ्यांनी जमिलला विचारलं, "तुला यांना स्पर्श करून पहायचंय?"

जमिल काहीच बोलला नाही आणि त्याने त्या चकाकणाऱ्या पात्यांना हात लावला नाही. "हे काही ठार मारणारं शस्त्र नाही. ठीक आहे?" सांभाळणाऱ्याने हसून सांगितलं.

"जमिल भिऊ नकोस," कर्णयंत्रातून हस्कचा आवाज आला. लढत सुरू झाल्याची सूचना देणारी घंटा वाजली. "लक्षात ठेव, कृपया त्याच्या खूप जवळ जाऊ नकोस." हस्कनं सल्ला दिला. "त्याची दृष्टी अधू आहे आणि तो फक्त कमी अंतरावरूनच हल्ला करू शकतो. योग्य अंतर ठेव, रिंगणाच्या कडेनं दोराच्या बाजूने चालत राहा. त्याला कडेला जाऊन हल्ला करायला आवडत नाही. वेगानं येऊन रिंगणाच्या मध्यभागी हल्ला चढवणं त्याला आवडतं. हेच त्याचं क्षेत्र आहे. त्याला मध्ये येऊ देऊ नकोस आणि रिंगणाभोवती चालत राहा. त्याचा निर्णायक ठोसा लगावण्यापूर्वी त्याला थोडा वेळ लागेल आणि ठरलेल्या पद्धतीनंच तो हल्ला करेल."

चिमेरा दोरावर झुकला आणि रिंगणाच्या एका टोकाकडून दुसऱ्या टोकाकडे धावायला लागला. हस्कचा आवाज पुन्हा ऐकू आला. "याला 'दोराचा खेळ' असं म्हणतात. त्याच्यासोबत हा खेळ खेळून बघ. तू त्याच्या विरुद्ध दिशेने धावायला लाग. तो हल्ला करायला तयार होतो." चिमेराने जसजशी वेगात धावायला सुरुवात केली तसतसा लोकांच्या आरडाओरड्याचा आवाज वाढला. "आणखी दोन फेऱ्या आणि मग तो ठोसा लगावणार. मी त्याला अदृश्य लेसर किरणांनी आंधळं करून टाकते. तो पळू लागलाय; पण तुला त्याच्यावर हल्ला करता येईल, कारण तो कुठं निघालाय हे त्याला दिसत नाही." जमिलच्या लक्षात आलं की, चिमेरा प्रचंड गतीने सैरावैरा धावतो. जमिल थांबला आणि त्यानं चिमेराकडे बारकाईने पाहिलं. चिमेराला सांभाळणारे वैतागून बाजूने ओरडत होते."जमिल," हस्कचा अधीर आवाज आला. "तो पूर्ण आंधळा झालाय. त्याला खाली पाडायची हीच योग्य वेळ आहे. जसा तो मागेपुढे धावायला लागेल, त्याच्या पायांना अडथळा कर आणि त्याला खाली पाड.

एकदा पडल्यावर तो पुन्हा उठणार नाही.'' जमिलने योग्य क्षणाची वाट पाहिली आणि लोंबकळणारा दोर त्याच्या पायात अडकवला. चिमेरा त्याच्या धारदार पाती असलेल्या हातमोजांवर पडला आणि त्याच्या तोंडातून रक्त वाहू लागलं. जमिल त्याच्या जागेवर पुन्हा गेला. दरम्यान सांभाळणारे आले आणि चिमेरापाशी उभे राहिले. ''शाब्बास! योग्य वेळेत केलंस. खूप चांगली चाल,'' हस्क म्हणाली. चिमेराला रिंगणातून ओढून दूर नेत असताना खूपच गदारोळ माजला.

''तू फसवलंस!'' रिंगणाच्या कडेने कुणीतरी ओरडलं.

''जमिलला प्यायला काहीतरी देण्यात यावं,'' ध्वनिक्षेपकातून आयोजकाचा आवाज आला.

''जमिल,'' हस्कचा आवाज आला. ''कृपया त्यांनी दिलेलं काहीही पिऊ नकोस. राजा साचाने तुला विष देण्याची दुसरी योजना केलीय. फक्त पुढच्या लढतीवर लक्ष केंद्रित कर.''

जमिल शांत बसून वाट पाहू लागला. पहिल्या चिमेराला हरवल्याचा त्याला आनंद वाटत होता. असं पूर्वी कधी कोणी केलं नव्हतं. त्याला याचंही बरं वाटत होतं की, लढतीदरम्यान हस्क त्याच्या सोबत होती. कुणीही न पाहता ते एकमेकांशी जोडले गेले होते. तो आनंदी झाला होता आणि रिंगणाच्या कडेने उभे राहिलेल्या अधिकाऱ्यांकडे पाहून हसतसुद्धा होता.

''तुझ्यासाठी हे उत्साहवर्धक पेय जमिल,'' आपल्या नाजूक हातात एक प्याला घेऊन आलेली युवती म्हणाली. ''पुढच्या चिमेराशी लढण्यासाठी तुला खूप उर्जेची आवश्यकता आहे.''

''ती काय म्हणते, ते खरं मानू नकोस,'' हस्कने पुन्हा सावध केलं. ''ती राजा साचाकरिता काम करते. त्या प्याल्यात विष आहे.''

जमिलने नम्रपणे पेय घेण्याचं नाकारलं.

''दुसऱ्या चिमेराशी लढण्यासाठी तू तयार आहेस?'' कार्यक्रमाच्या आयोजकाने विचारलं.

''होय.''

''कृपया दुसऱ्या चिमेराला सोडण्यात यावं.'' त्याने जाहीर केलं आणि रिंगणात उभा राहिला.

दुसरा चिमेरा येताच गर्दीतून आरोळ्या आणि घोषणांचा गलका झाला. हस्कने त्याला हमी दिली. ''ह्या आरोळ्यांमुळे संभ्रमित होऊ नकोस. या चिमेराला मी 'रक्तपिपासू' म्हणते. याचं डोकं गरुडाचं, शरीर बोकडाचं आणि पाय कांगारूचे आहेत. फसू नकोस, याला पंख आहेत आणि तो उडू शकतो. कांगारूच्या पायांना तो थांबवू शकतो आणि त्याच्या नख्या अत्यंत तीक्ष्ण आहेत.''

जमिलने आपले अधीर डोळे चिमेरावर खिळवून ठेवले; पण त्याला स्पष्टपणे 'उड्डाण प्रतिबंध! उड्डाण प्रतिबंध!' असे ओरडलेले ऐकू येत होते. त्याला या शब्दांचा अर्थ माहीत नसल्याने तो थोडासा बावचळला. हस्कने स्पष्टीकरण दिले – ''गर्दीतील लोकांना वाटतेय की, रिंगणावर एक लोखंडी जाळी ठेवावी, म्हणजे तुला उडून जाता येणार नाही.'' जमिल चिमेराच्या जवळ चालत गेला. पाच रक्षकांनी त्याला धरून ठेवलं होतं. त्याला पॉलिश केलेली चकचकीत नखं दिसली. त्याने चिमेराशी काहीवेळ नजरानजर केली. जमिलच्या लक्षात आलं की, रक्षक त्याचे पंख जुळवून त्याच्यावर काहीतरी फवारताहेत. चिमेरा उंचीने जमिलपेक्षा लहान होता.

कार्यक्रमाच्या आयोजकाने सर्वांना शांत राहण्यास सांगितलं. ''पाशियाचे राजे, महाराज साचा माणसांचे आणि पशूंचे राजे.''

गर्दी एका सुरात ओरडली, *''चिरायू होवोत, त्यांचे राजपद चिरायू होवो.''*

कार्यक्रमाचा आयोजक पुढे म्हणाला, ''महाराजांनी लोकांची इच्छा लक्षात घेतली आहे आणि उड्डाण प्रतिबंधक जाळी घालण्यास अनुमती दिली आहे.''

प्रचंड गदारोळ होऊ लागला आणि गर्दीतून पुन्हा ओरडा होऊ लागला. 'उड्डाण प्रतिबंध! उड्डाण प्रतिबंध!'

''युद्धाचे पडघम ऐका,'' कार्यक्रमाचा आयोजक ओरडला.

आठ मुलांचा ढोल घेतलेला एक गट वाजवत आणि गात जमिलकडे सरकू लागला –

''तुला कुठंही पळून नाही जाता येणार
तुला कुठंही लपून नाही राहता येणार
तुला कुठंही उडून नाही जाता येणार
तुला तुझ्याच आधारावर राहावे लागणार
जमिल, तुझ्याच आधारावर राहावे लागणार.''

''जमिल, जाळी योग्य ठिकाणी आच्छादलेली आहे आणि आता दिवे अंधूक केले जातील, कारण गर्दीच्या मनोरंजनासाठी फटाक्यांची आतषबाजी केली जाणार आहे. घाबरू नकोस! राजा साचाने उड्डाण प्रतिबंधक जाळी लावली आहे, कारण त्याला वाटतंय की, तू उडून जाऊ शकतोस. त्याला कुठलीही जोखीम घ्यायची नाही. आजपर्यंत निर्माण केलेल्या चिमेरांमधील खूपच संहारक असणारा हा एक रक्तपिपासू चिमेरा आहे. त्याच्या नख्यांच्या टोकांशी स्फोटकं लावलेली आहेत आणि जमिनीवर चालणाऱ्या किंवा उडणाऱ्या कोणत्याही वस्तूवर तो हल्ला करू शकतो. उड्डाण प्रतिबंधक जाळी यासाठी लावलेली आहे की, त्याला कमी उंचीवरच

उडत तुझ्यावर हल्ला करता यावा. हल्ला करताना तो त्याचे जीवघेणे उड्डाण रिंगणाच्या मध्यभागातून करीत असतो. त्याला हरवण्यासाठी तू त्याला सोयीची स्थिती घेण्यास प्रवृत्त केलं पाहिजेस आणि नंतर चकवलं पाहिजेस. प्रथम तू तुझ्या कोपऱ्यात जा. त्यानंतर फक्त तू उडणार असल्याचं ढोंग कर. फक्त नक्कल कर जेव्हा तो तुझ्यावर झडप घालू पाहील, तेव्हा तो तुझ्या गतीचा अंदाज घेऊन वर उडेल. गरुडाप्रमाणे जेव्हा तो एखाद्या गोष्टीवर झडप घालू पाहतो, तो आपली दिशा मध्येच बदलत नाही. माझी योजना अशी आहे की, त्याने कोपऱ्यावर धडका माराव्यात आणि स्वत:ला जाळून घ्यावं. ही योजना यशस्वी झाल्यास रिंगणाच्या कडेला असणाऱ्या लाकडांवर त्याची नखं घासली जातील आणि आग लागेल, ज्या आगीने तो चिमेरा होरपळेल. चिमेरा त्याच्याकडे असलेली स्फोटकं माणसावर सोडू शकतो, लाकडावर नाही. जास्तीत जास्त दक्षता आणि लवचीकतेची आवश्यकता आहे. अचूक वेळ साधणं सर्वांत महत्त्वाचं आहे. एखादा सेकंद जरी घाई केलीस, तर तू संपलास. तुला अचूकपणेच सर्व करावं लागेल.''

जमिल आणि रक्तपिपासू दोघांनी एकमेकांकडे नाराजीने पाहिलं. दोघंही लढतीपूर्वीचा हलका व्यायाम करायला लागले. जमिल त्याच्या कोपऱ्यापर्यंत चालत गेला आणि दोरावर जाऊन वर बघत बसला, जणू त्याला वर उडण्याची इच्छा होत होती. ''हे चांगलं आहे,'' हस्क म्हणाली. ''त्याला असं वाटू दे की, तू वर उडण्याच्या तयारीत आहेस.''

रक्तपिपासू त्याच्या कोपऱ्यात पोहोचला आणि अंग थरथरवू लागला, उड्या मारू लागला. ''जमिल, तो समोरून सरळ हल्ला करण्याच्या तयारीत आहे... त्याच्या टप्प्यात ये.'' गर्दी रक्तपिपासूला उत्तेजित करू लागली. ''त्याला पकड! त्याला पकड!''

रक्तपिपासूने सेकंदातच आपलं तोंड उघडलं आणि पंख पसरून पुढे झेपावला. जसे त्याने आपले स्फोटकं ठेवलेले दोन पाय जमिलला लक्ष्य करून बाहेर काढले, जमिलने खाली उडी मारली आणि जमिनीवर लोळण घेतली. रक्तपिपासू त्याच्या डोक्यावरून उडाला आणि थेट रिंगणाच्या कोपऱ्यात जाऊन थडकला. जमिनीवर लोळण घेताच त्याला आतषबाजी दिसली आणि रक्तपिपासू वेगात पंख फडफडवू लागला, चित्कार करू लागला. गर्दीही आरोळ्या ठोकू लागली. स्फोटकं रिंगणाच्या कोपऱ्यात घासली गेली आणि त्यांनी आग पकडली. आतषबाजी चालूच राहिली. रक्तपिपासू स्वत:च्या आगीत जळू लागला.

''खूपच छान, जमिल! अचूक केलंस. अचूक वेळ. प्रत्येकाला वाटत होतं की, तू वर जाशील; पण तू खाली पडलास. बघ तो कसा जळतोय? त्याला दया दाखवू नकोस. तो जळला नसता, तर तू जळू शकला असतास. विसावा घेण्यासाठी सुचव.''

''कृपया मला जरा स्वच्छतागृहात जायचं आहे.'' कार्यक्रमाच्या आयोजकांना जमिलने विनंती केली.

''ठीक आहे. आम्ही बोलावेपर्यंत तिथेच थांब.''

जमिलने रक्तपिपासूकडे पुन्हा पाहिलं. वेदनेनं विव्हळताना, तो पंख फडफडवत होता आणि त्याचे डोळे सुजले होते. रक्षक हरतऱ्हेने आग विझवण्याचा प्रयत्न करीत होते.

''फक्त जा आणि विश्रांती घे जमिल,'' हस्कने सुचवलं. ''रक्तपिपासूला स्वत:च्याच आगीत निवांतपणे जळू देत.''

जमिलला स्वच्छतागृहापर्यंत संरक्षणात नेण्यात आलं.

''छान केलंस,'' काही वेळाने हस्कचा आवाज ऐकू आला. ''पूर्वी कधी कोणी जे केलं नाही, ते तू करून दाखवलंस. एक सलग दोन चिमेरांना हरवलंस.'' नंतर खूप वेळ शांततेत गेला. नंतर जमिलला बैचेन वाटू न देता हस्कचा आवाज आला. ''तू कदाचित हे पाहिलं नाहीस, मात्र रक्तपिपासू तुझ्या कोपऱ्यात येऊन मरेपर्यंत जळालेला आहे. तिकडे तिसऱ्या चिमेरासाठी रिंगण तयार ठेवायची गडबड सुरू आहे. मीही रिंगणाच्या जवळ जागा घेतली आहे. तुझ्याकडे ते मलम असेल, तर दोन्ही डोळ्यांना चोळ. हळूहळू लाव. त्याचा परिणाम व्हायला थोडा वेळ लागेल.'' हस्कने दिलेल्या आज्ञेनुसार जमिलने केलं आणि बुधली पुन्हा कपड्यात दडवली.

अर्ध्या तासानंतर एक रक्षक आला आणि त्याने जमिलला रिंगणापर्यंत आणून सोडलं. हस्क कर्णयंत्राद्वारे पुन्हा सांगू लागली. ''मी तुला येताना बघतेय; पण मला गर्दीत शोधण्याचा प्रयत्न करू नकोस. तुला आता सर्वांत धोकादायक प्राण्याशी लढायचंय. राजा साचाच्या शस्त्रागारातलं सर्वांत भयानक हत्यार आहे हे. घाबरू नकोस जमिल, आपण एकत्रित त्याला हरवू शकू. या चिमेराचे तोंड सिंहाचं आहे आणि मध्यभागी त्याला एक शिंग आहे. सांबराचे कान, बोकडाचे शरीर आणि लांब हात-पाय माणसाचे आहेत. याला 'जादूगार' नावाने ओळखतात.''

दोन रक्षकांसहित जादूगार रिंगणात आल्या आल्या गर्दीने त्याच्या नावाने आरोळ्या ठोकायला सुरुवात केली. ''धास्ती घेऊ नकोस. त्याची खरी ताकद त्याच्या सरड्यासारख्या शेपटीत आहे की जी, ह्या क्षणी कुणालाही दिसणार नाही. जेव्हा तो हल्ला करायला तयार होईल, तो शेपटी बाहेर काढील आणि भयंकर विष तुझ्यावर सोडेल. ते तुला अर्धमेलं करेल आणि मग तुझ्यावर हल्ला करून तुला ठार करायला त्याला सहज जमेल. तुझ्या डोळ्यांत ते मलम असल्याने तुला बाहेर आलेली शेपटी आणि सोडलेलं विष दिसू शकेल. तू ते चुकवू शकतोस आणि वाचू शकतोस. भक्ष्यावर विष फवारलं गेलं नाही आणि भक्ष्य अर्धमेलं झालं नाही, तर जादूगाराची शक्ती पुन्हा काम करणार नाही. विष फवारलं गेलं नसेल, तर तो

आपल्या भक्ष्याला ठार मारू शकत नाही. नव्याने विष तेव्हाच तयार होतं, जेव्हा तो भक्ष्याला खाऊन टाकतो,'' हस्क कुजबुजली. ''जमिल,'' ती पुढे म्हणाली, ''मी पाहतेय की, रक्षक त्याला प्रथम मुष्टियुद्धाने सुरुवात करण्याच्या सूचना देताहेत. ठोशास ठोसा या तत्त्वावर तुला लढावं लागेल. मला थोडी भीती वाटतेय. तुला शुभेच्छा!''

जमिलनं स्वत:ला सावरलं आणि चिमेराच्या आकाराचा अंदाज घेतला.

''जमिल, तू तयार आहेस?'' कार्यक्रमाच्या आयोजकाने विचारलं.

''होय. मी तयार आहे.''

''तुझी शेवटची प्रार्थना तुला करायचीच?''

''देव आपणा सर्वांची मदत करो!''

हस्कने त्याला सूचना केली की, त्याने चिमेराच्या खूप जवळ जाऊ नये. ''तो आपल्या भक्ष्याला विष फवारण्यापूर्वीसुद्धा समोरासमोरील युद्धात जखमी करू शकतो.'' ती कुजबुजली. ''शक्य होईल तितका संपर्क येऊ देऊ नकोस. हा चिमेरा तुझ्याशी कुस्ती खेळू पाहील, पण तसं करू देऊ नकोस. तो चावूही शकतो आणि त्याचे दात फार भयंकर आहेत.''

जमिलने मुष्टियोद्ध्याप्रमाणे उड्या मारायला सुरुवात केली.

चिमेरा लगेच आपल्या लांब हातांनी जमिलला पकडायला पुढे धावला. जमिलने त्याचा संपर्क टाळला. जमिलने आपली दृष्टी त्या प्राण्यावर खिळवली. तो जेव्हा थांबला, तेव्हा जमिलने त्याला दोन ठोसे लगावले. चिमेरा गोंधळला. त्याने डोकं गदागदा हलवलं आणि पुढे धावला. जमिलने त्याला चकवलं आणि तो मागे गेल्यावर त्याला जोराचा फटका मारला.

''वा, वा!'' हस्क ओरडली. ''त्याला प्रतिहल्ला अपेक्षित नव्हता. त्याला ठोकून काढणं चालूच ठेव.''

वेळोवेळी चिमेरा थांबे, गुरगुरे आणि क्रीडांगणावर लावलेल्या एका विशिष्ट गाण्याच्या तालावर नाचे. गर्दी ओरडत राही, ''त्याच्यावर दया दाखवू नकोस! त्याला मारून टाक!'' जमिलने जवळून कसलाही संपर्क येऊ दिला नाही. त्यासाठी तो रिंगणाभोवती वारंवार पळू लागला.

जादूगार जमिलकडे वळला आणि कुस्ती लढण्यासाठी जमिलला पकडण्याचा प्रयत्न करू लागला, पण जमिलने शिताफीने त्याला चकवलं. कुठलीही पूर्वसूचना न देता जादूगाराने जमिलला एक जबरदस्त ठोसा लगावला. तो खाली पडला. गर्दीतून आरोळ्या ऐकू येऊ लागल्या. जादूगाराने जमिल उठेपर्यंत वाट पाहिली आणि आणखी एक ठोसा दिला. जमिलच्या डोळ्यापुढे अंधारी आली आणि तो खाली कोसळला. त्याच्या नाकातोंडातून रक्त वाहू लागलं. रिंगणाच्या मध्यभागी

येऊन जादूगाराने नाचायला सुरुवात केली. जमिल खाली कोसळल्याचं पाहून गर्दीला आनंद झाला आणि लोक मोठ्याने ओरडू लागले. "त्याला संपव! आम्हाला जादू पाहू दे! तुझी युक्ती दाखव!"

जमिलला खूप वेदना होत होत्या. तो उठण्याचा प्रयत्न करायला लागताच जादूगार त्याला लाथ घाले. चिमेराने जमिलला वर उचललं आणि त्याचा गळा आवळला. जमिलचे डोळे बाहेर पडताहेत का काय, असं वाटलं आणि तो किंचाळला. गळा अधिकाधिक आवळताना चिमेराला खूप आनंद होत होता. जेव्हा जमिलला जाणवलं की, तो श्वासोच्छ्वास करू शकत नाही, त्याने डोळे मिटून घेतले. चिमेराने आपली पकड सैल केली आणि त्याला आपल्या चेहऱ्याच्या अधिक जवळ आणलं. त्याने आपली जीभ जमिलला वेडावून दाखवण्यासाठी तोंडातून बाहेर काढली. जमिलने अर्धवट डोळे उघडले आणि त्याला कपाळावर आठ्या पडलेला सिंहाचा चेहरा दिसला. जमिलला घट्ट धरून जादूगाराने त्याला तीन टकरी दिल्या आणि रिंगणाच्या बाहेर फेकून दिलं. क्रीडांगणावर टाळ्यांचा प्रचंड कडकडाट चालू होता. जादूगाराने रिंगणाच्या मध्यभागी नाचणं चालू केलं. जमिलला हस्कचा आवाज ऐकू येत होता, मात्र ती काय म्हणतेय हे समजत नव्हतं. तो वेदनेने विव्हळत जमिनीवर पडलेला होता. त्याने डोळे मिटले, मात्र त्याला वाटलं हस्क त्याच्या समोर उभी राहून त्याला उठण्याचा आग्रह करीत आहे. जमिलला वाटलं की हस्क म्हणतेय, "तू खाली पडला आहेस, पण बाद झालेला नाहीस! तू जादूगाराला अजूनही हरवू शकतोस!" खूप प्रयासाने त्याने डोळे उघडले, मात्र ती तिथे नव्हती. लोक त्याच्याभोवताली ओरडत होते आणि त्याला शिवीगाळ करत होते, चिडवत होते.

"त्याला चिमेराच्या पुढ्यात टाका," कार्यक्रमाचा आयोजक ओरडला. काही अधिकाऱ्यांनी जमिलला जमिनीवरून उचलले आणि रिंगणामध्ये फेकलं. जसा चिमेरा पुढे चालून आला तसे जमिलने त्याच्या पोटात कसाबसा ठोसा लगावला आणि उभा राहिला. चिमेराला जोरात लागले होते. ह्या वेळी जमिलला स्वत:ला सावरण्यासाठी थोडा वेळ मिळाला आणि त्याने उड्या मारीत चिमेराला बडवायला सुरुवात केली. दोघांनी एकमेकांसमोर येऊन ठोशास ठोसा देणं सुरू केलं. अखेर चिमेरा थांबला आणि नाचत दोराकडे गेला. मोठ्याने संगीत सुरू होते आणि प्रेक्षक टाळ्या पिटत नाचू लागले होते.

"आता तो त्याची जादू दाखवायला सज्ज होणार आहे." हस्क त्याला म्हणाली. सांबराचे कान असलेले सिंहाचे डोके लोकांच्या टाळ्यांबरोबर गोल गोल घुमू लागले. "ह्याने फसून जाऊ नको." हस्कने पुन्हा सूचना केली. "तुझं लक्ष विचलित करण्याचा तो प्रयत्न करतोय." जसे जादूगाराने वळून गर्दीकडे तोंड केलं

आणि अजून जोराने डोके फिरवू लागला, तसे हस्कचा काहीसा उदासवाणा स्वर जमिलच्या कानी पडला. "इथून पुढे सर्वांत भयानक स्थिती सुरू होणार आहे. बारकाईने बघ आणि तुला दिसेल की, तुझ्या दिशेने एक सरड्याची शेपटी बाहेर पडते आहे. दिसतेय का?"

जमिलने मान हलवून होकार दिला.

"भिऊ नकोस. मी, त्याचे रक्षक आणि तू याशिवाय कुणालाच ते दिसत नाहीये. तू ते गुप्त शस्त्र आता बघतोयस. आम्ही याला 'तिसरा डोळा प्राप्त होणं' म्हणतो," हस्क म्हणाली.

जादूगाराने आपल्या गोल फिरणाऱ्या तोंडाने आणि गर्जनांनी गर्दीचं मनोरंजन करणं सुरू ठेवलं. सरड्याची शेपटी आता बाहेर आलेली होती आणि तिचा रोख जमिलकडेच होता. "जेव्हा ते शेपूट पूर्ण तयार होईल, जादूगार नाचणं थांबवेल आणि त्याच्यातून तुझ्यावर विषाचा फवारा मारेल. त्याचं तोंड गर्दीकडे असलं, तरी तुला तो पाहू शकतोय. त्याच्या डोक्याच्या पाठीमागच्या भागात आणखी एक डोळा आहे. म्हणून पापणी लववू नकोस." जादूगाराने रिंगणाभोवती उड्या मारायला सुरुवात केली. गरगरा हात फिरवत, तोंड गोलाकार घुमवत गर्जना करीत त्याने गर्दीला खिळवून ठेवलं होतं. जमिलचे डोळे सरड्याच्या शेपटीकडे होते, जी आता पूर्णपणे बाहेर आली होती. त्या विविध रंगाच्या शेपटीच्या टोकाशी एक छिद्र होतं. "जेव्हा या शेपटीचा रंग लालभडक होईल, तेव्हा तिच्यातून विष बाहेर पडायला सुरुवात होईल." जमिलचे डोळे शेपटीवर स्थिर झाले होते. त्याच्या लक्षात आलं की, तो जिकडे सरकेल तिकडे त्या शेपटीची दिशा बदलत होती. "आता ती तुझ्यावर रोखली गेली आहे. उडी मारून घरंगळण्यासाठी तयार राहा." जमिलच्या हृदयाचे ठोके वाढू लागले जेव्हा त्याने जादूगाराला पुन्हा थांबलेलं पाहिलं. या वेळी शेपटीचं टोक उघडलं गेलं आणि तिचा रंगही बदलला होता. "विष बाहेर पडणार आहे. तीन, दोन, एक... उडी मार आणि लोळायला सुरुवात कर," हस्कच्या सूचना सुरू होत्या. जमिलने डावीकडे उडी मारली आणि जितक्या दूरवर भरभर लोळत जाता येईल, तेवढ्या दूर तो गेला. "कमाल केलीस, जमिल! पुन्हा एकदा तू करून दाखवलंस. भन्नाट! जर तू उभा राहून बाजूने चालत गेलास, तर विषाचा स्पर्शही तुला होणार नाही." जमिल उठला आणि बाजूने चालू लागला. जादूगार आणि त्याचे रक्षक स्तंभित झालेले त्याला दिसत होते. जादूगाराने गर्दीचं मनोरंजन करणं थांबवलं होतं आणि खरीखुरी भीती डोळ्यांत घेऊन तो जमिलकडे पाहत उभा होता. "यापूर्वी कुणालाही त्याच्या विषाचा मारा चुकवता आला नसल्याने जादूगार आणि त्याचे रक्षक गोंधळून गेलेले आहेत. काय करायचं, ते त्यांना सुचत

नाहीये. अजिबात घाबरू नकोस. त्याची जादू आता संपलेली आहे. आता त्याच्यात कसलीही शक्ती उरलेली नाहीये. आपल्या भक्ष्याला खाल्ले, तरच त्याच्यात शक्ती येते आणि तो भक्ष्याला विषाने जायबंदी करूनच मारू शकतो. तू त्याचा करिश्मा संपवलेला आहेस. आता तो गर्जना करण्यापलीकडे काहीही करू शकणार नाही. किती काळ तो जिवंत राहील ते जाऊ देत; पण आता चालते-फिरते प्रेत आहे ते. एकच ठोसा पुष्कळ आहे त्याला संपवण्यासाठी.'' जमिल आपल्या विजयाने खूश होऊन अभिमानाने रिंगणात फिरू लागला. गर्दीचा गोंधळ उडालेला होता. आपला निर्णायक विजय झालाय, हे केवळ बोटाने जादूगाराला ढकलून देऊन त्याला दाखवायचं होतं. चिमेरा थरथरून खाली कोसळला. गर्दीला मोठा धक्का बसला आणि लोक गोंधळून गेले. जमिललासुद्धा स्वत:च्या डोळ्यांवर विश्वास बसत नव्हता. हस्कने अत्यानंदित होऊन रिंगणात उडी घेतली. तिच्या डोळ्यांत भीती स्पष्ट दिसत होती. तिनं कार्यक्रमाच्या आयोजकांना उरकतं घ्यायला सांगितलं.

कार्यक्रमाच्या आयोजकाने जमिलचं अभिनंदन केलं. त्याने जमिलला 'चिमेरांकडून मारला जाण्यास नकार देणारा मुलगा' या शब्दांनी संबोधलं आणि गडबडीने सोनेरी किल्ली आणि राजाचे सुवर्णपदक बहाल केलं. जमिल जमलेल्या गर्दीला अभिमानाने पदक दाखवत असतानाच हस्कने त्याला ओढलं. ''या दिशेला,'' असं म्हणत तिने पळायला सुरुवात केली.

''आता गडबड कशाला, हस्क?''

''तुला दिसत नाही का, राजा साचा काहीतरी आज्ञा देतोय?''

जमिल तिच्यापाठोपाठ एका बोगद्यांच्या जाळ्यात शिरला. त्यानंतर खाली उतरून ते एका लोखंडी दरवाजापाशी आले. तिने मोठ्या मुश्किलीने तो दरवाजा उघडला. हस्कने आकार बदलू शकणाऱ्या कारमध्ये उडी घेतली. त्या गाडीची नंबर प्लेट होती HMKS 1. ''चल निघू या.''

''पण ही तर राजा साचाची आवडती गाडी आहे.''

''होय, लवकर उडी मार,'' तिने विनवणी केली.

पाशियापॉलिसच्या बाहेरील रस्त्यांवरून तिनं गाडी न्यायला सुरुवात केली. जमिलला हे समजेनासं झालं की, ते तिथून असा पोबारा का करीत आहेत. ''पण मी जिंकलोय, तरी आपण पळून का चाललो आहोत?''

''जिंकणं ही एक गोष्ट झाली! पाशियापॉलिसमधून बाहेर सटकणं, तेही जिवंत, ही तितकीच महत्त्वाची दुसरी गोष्ट आहे.'' अतिशय वेगात कार चालवत हस्कने स्पष्ट केलं. एका स्थानकात प्रवेश करताना तर तिने काही पादचाऱ्यांना ठोकरलंच आणि ते महामार्गावर पोहोचले. ''सोपं पार पडलं. आता अवघड सुरू

झालंय.'' अजूनही घाबरलेल्या स्थितीत असलेली हस्क म्हणाली.

''म्हणजे तुला म्हणायचंय की, चिमेरांशी लढणं सोपं होतं?''

''तू अर्धं काम केलंस. आता उरलेलं अर्धं मी करतेय.''

''काय म्हणायचंय तुला?''

''जर तू जिंकलासच, तर राजा साचाकडे आणखीही एक योजना होती.''

''कसली?''

''त्याने क्रीडांगणाच्या आणि शहराच्या विविध भागात मारेकऱ्यांची पथकं तैनात केली होती. मला माहीत आहे ती कुठे आहेत आणि आत्तापर्यंत त्यांना आपण चुकवत आलो आहोत.''

''मारेकरी?''

''राजा साचा सोनेरी किल्लीचा पालक आहे आणि त्याची मी एकुलती एक मुलगी. ह्या दोन्ही गोष्टी तो स्वत:पासून कधीही जाऊ देणार नाही.''

''आणि मी त्या दोन्हीही त्याच्यापासून घेऊन निघालोय. त्याचा विजेता पाशियापॉलिसमधले सगळेच्या सगळे घेऊन जातोय. त्याला माझं जगणं असह्य करायचं होतं, नाही का?''

''बडबड करू नकोस. राजा साचा कोणतीही गोष्ट नशिबावर सोडत नाही. आपल्याला त्याने पुढे काय योजना केलीय, हे माहिती नाही.'' थोडं बोलायचं थांबून हस्क पुढे म्हणाली. ''राणी नताशाच्या शुभेच्छा आपल्या भावी योजनांसाठी नेहमीच राहतील. आपण इथून जिवंत बाहेर पडलो, तर तिला आनंदच होईल.''

''आपण सुखरूप आहोत हे त्यांना कसं कळवणार? आणि त्यांनी केलेल्या सहकार्याबद्दल त्यांचे आभार मानायचे आहेत मला.''

''आपण ते एका मिनिटात करू शकतो.''

''कसं?'' गोंधळून जमिल म्हणाला.

''ही गाडी राणी नताशाच्या व्हिडीओसंपर्कात आहे. ही राजा साचाची आवडती कार आहे.''

''HMKS 1– महाराज साचा क्रमांक १.'' जमिल हसून म्हणाला.

''अरे ते बघ,'' त्यांचा पाठलाग करणाऱ्या तीन लढाऊ हेलिकॉप्टरकडे बोट दाखवत हस्क म्हणाली. एका जंगलात शिरून थोडे वळल्यानंतर ती म्हणाली, ''अगदी वेळेवर पोहोचलो. मला या ठिकाणाची चांगली माहिती आहे. राणी नताशाची खास बाग त्या तिथे वरच्या बाजूला आहे आणि हे खूप घनदाट जंगल आहे. हेलिकॉप्टर्सना आपल्यावर गोळीबार करता येणार नाही.'' घनदाट जंगलात जवळ-जवळ तासभर त्यांनी प्रवास केला. ते पाशियापॉलिसपासून जसजसे दूरवर गेले, तसतशी हस्क अधिक निवांत होऊ लागली.

"आता आपण राणी नताशाशी बोलू शकतो." मोठ्याने हसत ती म्हणाली. तिने कार थांबवली आणि डॅशबोर्डवरचं एक बटण दाबलं. एक छोटा व्हिडीओचा पडदा दिसू लागला आणि काही क्षणातच राणी नताशाचा हसरा चेहरा दिसायला लागला. "आई, तुला फक्त एवढंच कळवायचं होतं की, आम्ही सुखरूपपणे पाशियापॉलिसच्या बाहेर पडलो आहोत."

"व्वा! अभिनंदन. महाराज फार संतापले आहेत. कृपया काळजी घ्या आणि सुरक्षित प्रवास करा. माझे तुमच्यावर प्रेम असेच राहील. आश्चर्यकारक मुला, माझ्या मुलीची नीट काळजी घे."

"नक्कीच घेईन आणि आपण आमच्यासाठी जे जे केलंत, त्याबद्दल धन्यवाद!"

संपर्कात व्यत्यय आला.

"चल उतरून काही अंतर चालत जाऊ." जमिलने सुचवलं.

"का?"

"तेच अधिक सुरक्षित आहे. तूच तर म्हणालीस की, राजा काहीही नशिबावर सोडत नाही. राणी नताशाच्या संभाषणाच्या आधारे तो हे शोधून काढू शकतो की, आपण नक्की कोठे आहोत."

"बरोब्बर विचार केलास." हसत आणि आपल्या मांडीवर ठेवलेल्या पिशवीमध्ये काहीतरी शोधत ती म्हणाली, "सापडली!" नवीन कपडे, एक केसांचा टोप आणि खोट्या मिशा त्याला देत ती म्हणाली. त्यानं वेषांतर करावं, असं तिला सुचवायचं होतं.

"बारकाईने विचार करूनच सर्व गोष्टी तू केलेल्या दिसताहेत."

"राजा साचाच्या बाबतीत काहीही गृहीत धरून चालतच नाही. मला माहीत आहे, तुझ्यासाठी किल्ली किती महत्त्वाची आहे ते. माझं म्हणशील, तर मला एक साहस करून बघायचंही होतं..."

ते पायी चालत राहिले.

दूरवरून एक व्हॅन त्यांच्या दिशेने येताना दिसली. ही दोघं झुडपात शिरली आणि दिसेनाशी झाली.

दडून बसलेली हस्क म्हणाली, "कार अगोदरच सोडून दिली, ते बरं झालं."

शस्त्रसज्ज सैनिकांनी खाली उतरून त्यांना धुंडाळायला सुरुवात केली. जमिल आणि हस्क एका झाडावर चढून दडून बसले. ते, जमिल दडलेल्या जागेपासून निघून गेल्यानंतर खूप वेळाने जमिल खाली उतरला. त्याने अंदाज घेतला. तिथे कुणी नसल्याची खातरी झाल्यावर त्याने हस्कला खाली उतरवलं.

त्यांनी घनदाट जंगलातून नदीकडे जायचा निर्णय घेतला; जिथे पूर्वीच हस्कने एक पलीकडे जाण्यासाठी नाव तयार ठेवलेली होती.

ते नि:शब्द चालत राहिले. नदीजवळ ते पोहोचल्यावर जमिलने बारकाईने साऱ्या परिसराचं निरीक्षण केलं आणि मगच हस्कला नावेत चढण्यास सांगितलं.

"पुढचं शहर आहे डेन आणि आपण पकडले गेलो नाही, तर पहाटे तिथपर्यंत पोहोचू." हस्क कुजबुजली.

"मला नुसतं असं वाटायचा अवकाश की, साहसपर्व संपलेलं आहे..."

"तुझं संपलं असेल, पण माझं तर आताच सुरू झालंय."

नावेत बसताना सूर्यास्त होऊ लागलेला होता. एकमेकांकडे काही न बोलता आणि आश्चर्याने पाहत असतानाच त्यांच्या थकलेल्या, पण समाधानी चेहऱ्यांवर सूर्यकिरणं रेंगाळत राहिली. जमिलच्या लक्षात आलं की, हस्क रडते आहे. त्यानं तिला धीर दिला.

काही वेळाने शांततेचा भंग करीत ती म्हणाली, "तू कशाचा विचार करतो आहेस?"

"अनेक गोष्टींचा."

"म्हणजे?"

"माझा प्रवास, माझं आयुष्य, मी इथवर कसा आलो आणि कुणीकुणी मला मदत केली."

"कुणी? उदाहरणार्थ?"

"अनेक लोकांनी मला मदत केली. शोकाकुल लोकांच्या प्रदेशातील तो म्हातारा माणूस. डेनमधील हाकुरीला मी कधीही विसरणार नाही. मी तिला पुन्हा भेटण्याचं वचन दिलं होतं. मी तुला तिच्याकडे घेऊन जाईन." तो बोलायचं थांबला. "तू मला मदत केलीस आणि राणी नताशाने."

"या व्यक्तींशिवाय?"

"माझी छोटी बकरी लकी, डेनमधला पोपट आणि घुबड आणि तू मला दिलेलं मलम... अरे हो, आणि मी विसरून जाण्यापूर्वी..." तो उभा राहिला आणि त्याच्या कपड्यांमधून त्याने कापडाचा एक तुकडा काढला. "हे... जे हाकुरीनं मला दिलं होतं."

हस्क किंचाळली आणि नदीत पडता पडता सावरली. जमिलनं तिला पकडलं.

"काय झालं?"

हस्क रडू लागली. "तुझ्याबद्दल नाही."

तिनं आपली पिशवी उघडून तसलाच हाताने विणलेला दुसरा अर्धा कापडाचा तुकडा बाहेर काढला.

"ह्यावर विश्वासच बसत नाही," मान हलवत जमिल म्हणाला. "म्हणजे हाकुरी तुझी आजी आहे. पण तिला वाटलं होतं की, तू मेली आहेस."

"मला नेहमी वाटत होतं की, आपल्यामध्ये एकमेकांना जोडणारं काहीतरी नक्की आहे."

"...मला तिच्याबद्दल काहीच माहीत नाही."

ती दोघं पहिल्यांदाच भेटत असल्यासारखी एकमेकांकडे पाहत बसून राहिली. या शोधामुळे दोघंही आतून थरारली होती.

पाशिया राज्यातून त्यांची नाव हळूहळू दूर निघाली होती.

◆

उपसंहार

जमिल आणि हस्कने पाशिया राज्यातून आपली सुटका करून घेतली. डेनमध्ये जमिलने, त्याने दुकानदार म्हणून काम केलेलं ठिकाण दाखवलं. कोलोने त्याला सांगितलं की, हाकुरी खूप आजारी आहे आणि रासमारातमध्ये विश्रांतीसाठी जाऊन राहिली आहे. पण तिला जिवंत भेटायचं असल्यास लवकर तिथे पोहोचायला हवं. जमिलने पोपट आणि घुबडाला सोबत घेऊन हस्कबरोबर लवकरात लवकर रासमारात गाठलं. तिथे त्यांना सांगितलं गेलं की, हाकुरी तिच्या पूर्वजांच्या गावी केरेनिया इथे गेलेली आहे. त्यांनी प्रवास सुरू ठेवला आणि हाकुरी मृत्युशय्येवर असताना तिच्याजवळ पोहोचले.

"मिंग," डोळे मिटून अगदी क्षीण आवाजात हाकुरी म्हणाली. "मला माहीत होतं, तू येशील. मी तुझी वाट पाहत होते. तुझ्यासारखा माणूस दिलेलं वचन पाळणार नाही, असं कधी होणार नाही. मला ठाऊक होतं, पाशिया राज्यात तुला यश मिळेल. मला याचा आनंद वाटतो की, तू सोनेरी किल्ली मिळवलीस आणि या प्रसंगी राजा साचाचा पाणउतारा केलास. सर्वांत चांगले म्हणजे, माझी नात, विन्तानाची सुटका केल्याबद्दल मी तुझी ऋणी आहे. तुला त्या कापडाचा तुकडा देण्यापाठीमागे हेच कारण होतं. हे तुझं प्राक्तन आहे, तुझी नियती आहे. माझ्यापाशी आता किती दिवस शिल्लक आहेत कोण जाणे, पण मी तुला आणि माझ्या नातीला आता पाहून घेतलं आहे. मी आता जायला मोकळी झालेय. राजा साचासहित सर्वांना मी माफ केलंय. तुला मी 'मिंग' या नावाने बोलावण्यासाठीसुद्धा एक कारण आहे. मिंग म्हणजे भाग्यवान नक्षत्रांमध्ये जन्म घेतलेला एक प्रवासी, जो त्याच्या ध्येयापर्यंत पोहोचला आहे. पण माझे ऐक मिंग, तू तुझ्या ध्येयापर्यंत अजूनही पोहोचलेला नाहीस. तू अजूनही प्रवासातच आहेस. एक गोष्ट मला तुला सांगितलीच पाहिजे की, भविष्यात कधीतरी तुला तुझ्या बेटावरून बोलावणं येईल. जेव्हा वेळ येईल, तेव्हा तसं करण्यास तुझे अंतर्मन तुला सावध करेल. ते नाकारू नकोस. किल्ली घेऊन

लगेच नीघ. तू ती मिळवण्यात यशस्वी होण्यापाठीमागेही कारण आहे.''

आणखी दोन शब्द बोलल्यानंतर, हाकुरीने चिरविश्रांती घेतली.

जमिल आणि हस्क रासमारातला आले, जिथे हस्कची आई तिच्या कुटुंबासोबत राहत होती. जमिल आणि हस्क त्या शहरात जवळ-जवळ एक दशकभर राहिले आणि एके रात्री जमिलला विचित्र स्वप्न पडलं. त्याला वाटलं की, बेटावर परतण्याची योग्य वेळ आली आहे. त्याने हस्कसहित मोत्यांच्या बेटांवर जाण्यासाठी हवाई-तिकिटांचं आरक्षण केलं. 'मोत्यांचे बेट' हे तातासीचं नवं नाव होतं!

◆